മുഹമ്മദ് നബിയുടെ
നേതൃത്വം

മുഹമ്മദ് നബിയുടെ നേതൃത്വം

ജോൺ അഡയർ

വിവർത്തനം
ഷമീർ കെ.എസ്.

OPEN DOOR MEDIA
www.opendoormedia.in

മുഹമ്മദ് നബിയുടെ നേതൃത്വം
(Malayalam)
Muhammad Nabiyude Nethrutwam
Original: The Leadership of Muhammad (English)
Author: John Adair
This translation of 'The Leadership of Muhammad' is published
by arrangement with Kogan Pages UK
First published: December 2016
This edtion: April 2025
Publishers:
Open Door Media
7/259 PSBP Tower
Opp. St. Thomas Church, Vikasvani
Thengode P.O, Kakkanad, Kochi 682030
Customer care: ✆ +91 8547854006
Email: tensingh@opendoormedia.in
Website: www.opendoormedia.in

ISBN: 978-81-942620-5-3

“യാത്രാ
സംഘത്തിലെ
നായകൻ
യാത്രികരുടെ
സേവകനാണ്”

-മുഹമ്മദ്

ഷമീർ കെ. എസ്.

1982-ൽ എറണാകുളത്ത് എളമക്കരയിൽ ജനനം. പിതാവ് പരേതനായ കെ.എ. സുലൈമാൻ, മാതാവ് ആലുവ എടയപ്പുറം ഖദീജാ ബീവി.ഇപ്പോൾ കോഴിക്കോട് താമസം. അൻവാർശ്ശേരി ജാമിയ അൻവാറിൽ മതപഠനം. കൊല്ലം ടി.കെ.എം. ആർട്സ്ആന്റ് സയൻസ് കോളേജിൽനിന്ന് ഇംഗ്ലീഷ് സാഹിത്യത്തിൽ ബിരുദാനന്തര ബിരുദം. *The New Indian Express*-ൽ സബ് എഡിറ്ററായി ജോലി ചെയ്തിരുന്നു. ഇപ്പോൾ **അദർ ബുക്സിൽ** എക്സിക്യൂട്ടീവ് എഡിറ്റർ. ഫസലുർറഹ്മാന്റെ *Major Themes of the Quran* മലയാളത്തിലേക്കും, ശൈഖ് സൈനുദ്ദീൻ മഖ്ദൂമിന്റെ **അദ്ഖിയ** ഇംഗ്ലീഷിലേക്കും വിവർത്തനം ചെയ്തു. ഭാര്യ: നസീബ, മക്കൾ: ഫൈഹ, ഫിൽസ.

ജോൺ അഡയർ

നേതൃത്വം, നേതൃത്വവികസനം തുടങ്ങിയ മേഖലകളിൽ ഇന്ന് ജീവിച്ചിരിക്കുന്ന പ്രഥമഗണനീയനായ പണ്ഡിതൻ. അദ്ദേഹം വിഭാവനം ചെയ്ത പ്രവൃത്തി കേന്ദ്രീകൃത നേതൃവികാസ പദ്ധതികളിൽ ലോകമെങ്ങുമുള്ള ആയിരക്കണക്കിന് മാനേജർമാർ പങ്കെടുത്ത് പരിശീലനം നേടിയിരിക്കുന്നു. ജോൺ ഈജിപ്തിലെ Scots Guard ൽ പ്രവർത്തിച്ചിട്ടുണ്ട്. അറബ് സൈന്യത്തിന്റെ ബദവി റജിമെന്റിൽ ദേശീയ സഹായ സേനാപതിയായി ജോലിനോക്കി. അതിനു ശേഷം Hull എന്ന കപ്പലിൽ സീമാൻ ആയിരുന്നു. ഐസ്‌ലൻഡ് സമുദ്രത്തിൽ മത്സ്യബന്ധന ബോട്ടുകളിലും ജോൺ പ്രവർത്തിച്ചിട്ടുണ്ട്. പിന്നീട് ഒരാശുപത്രിയിലെ ശസ്ത്രക്രിയാ മുറിയിൽ സഹായിയായി സേവനമനുഷ്ഠിച്ചു.

സാന്റ്ഹേസ്റ്റിലെ റോയൽ മിലിറ്ററി അക്കാദമിയിൽ സൈനിക ചരിത്രത്തിൽ ലെക്ചററായും നേതൃത്വപരിശീലനത്തിൽ ഉപദേഷ്ടാവായും പ്രവർത്തിച്ച ജോൺ, ഇൻഡസ്ട്രിയൽ സൊസൈറ്റിയിൽ അസോസിയേറ്റ് ഡയറക്ടറായിരുന്നു. 1979-ൽ സറേ യൂണിവേഴ്സിറ്റിയിൽ ലീഡർഷിപ് സ്റ്റഡീസിൽ പ്രൊഫസറായി സേവനമനുഷ്ഠിച്ചു. ഈ പദവി വഹിക്കുന്ന ലോകത്തെ ആദ്യയാളാണ് അദ്ദേഹം.

1981-86 കാലയളവിൽ ഐ.സി.ഐയിലെ സർ ഹാർവി ജോൺസുമായി സഹകരിച്ച് ജോൺ വികസിപ്പിച്ചെടുത്ത നേതൃവികസനപദ്ധതി നടപ്പാക്കിക്കൊണ്ട്, തകർച്ചയിലേക്ക് കൂപ്പുകുത്തുകയായിരുന്ന കമ്പനിയെ ബില്യൺ ഡോളർ ലാഭമുണ്ടാക്കുന്ന സ്ഥാപനമായി ഉയർത്തി.

ജോൺ എഴുതിയ നാൽപതിലേറെ പുസ്തകങ്ങൾക്ക് വിവിധ ഭാഷകളിൽ പരിഭാഷയുണ്ടായിട്ടുണ്ട്. Not Bosses But Leaders, The Inspirational Leader, How to Grow Leaders, Leadership and Motivation തുടങ്ങിയവ ശ്രദ്ധേയ രചനകളാണ്. എഴുത്തിനു

പുറമെ അധ്യാപനമേഖലയിലും കൺസൾട്ടൻസി രംഗത്തും അദ്ദേഹം അദ്ദേഹം കഴിവു തെളിയിച്ചിട്ടുണ്ട്.

സ്കൂൾ പഠനത്തിനുശേഷം സ്കോളർഷിപ്പോടെ കേംബ്രിഡ്ജ് യൂണിവേഴ്സിറ്റിയിൽ ജോൺ അഡ്മിഷൻ നേടി. ഓക്സ്ഫോഡ് യൂണിവേഴ്സിറ്റിയിൽ നിന്ന് എം.എൽ ബിരുദവും ലണ്ടനിലെ കിങ്സ് കോളേജിൽനിന്ന് പിഎച്ച്.ഡിയും കരസ്ഥമാക്കി. റോയൽ ഹിസ്റ്റോറിക്കൽ സൊസൈറ്റി ഫെലോയാണ് ഇപ്പോൾ. അടുത്തിടെ ചൈനീസ് ഗവൺമെന്റ് നേതൃമേഖലയിലെ ശ്രദ്ധേയമായ ഗവേഷണവും സംഭാവനയും കണക്കിലെടുത്ത് ഓണററി പ്രൊഫസർ സ്ഥാനം നൽകി ആദരിക്കുകയുണ്ടായി. 2009-ൽ ഐക്യരാഷ്ട്രസഭയുടെ ടൂറിനിലുള്ള System Staff College-ന്റെ ലീഡർഷിപ് ചെയറിലേക്ക് ജോൺ നിയമിതനായി.

അകം

•

അവതാരിക

അർഥവത്തായ വിവർത്തന ദൗത്യം

കെ.പി. രാമനുണ്ണി

കടുകിട തെറ്റാതെ സ്വന്തം ഭ്രമണപഥങ്ങളിൽ സഞ്ചരിച്ചുകൊണ്ടിരിക്കുന്ന പ്രപഞ്ചത്തിലെ കോടാനുകോടി നക്ഷത്രങ്ങൾക്കും ഗ്രഹങ്ങൾക്കും ഉപഗ്രഹങ്ങൾക്കും പിറകിൽ ഒരു ശക്തിപ്പൊരുളും പ്രവർത്തിക്കുന്നില്ല എന്ന് വിശ്വസിക്കുന്നതായിരിക്കും ഏറ്റവും വലിയ യുക്തിഹീനത എന്ന് ഡോക്ടർ എസ്. രാധാകൃഷ്ണൻ. പ്രപഞ്ചവിധാതാവായ ശക്തിപ്പൊരുളിന്റെ അസ്തിത്വം സ്ഥാപിക്കാൻ കോടാനുകോടി നക്ഷത്രങ്ങളുടെയും ഗ്രഹങ്ങളുടെയും ഉപഗ്രഹങ്ങളുടെയും കടുകിട തെറ്റാത്ത സഞ്ചാര സ്വഭാവം മാത്രമാണോ തെളിവുള്ളത്? ഒരിക്കലുമല്ല. ജീവലോക മണിമുത്തായ മാനവന്റെ ഏതോ പൂർണത തേടിയുള്ള അലച്ചിലും സർവേശ്വരനെ വിളംബരം ചെയ്യുന്ന ദൃഷ്ടാന്തമായി കണക്കാക്കാവുന്നതാണ്. ചോദനനിഷ്ഠമായ I-യിൽനിന്ന് ആത്മബോധ പ്രഖ്യാപനത്തിന്റെ Ego യിലേക്ക് - ആത്മബോധ പ്രഖ്യാപനത്തിന്റെ Ego യിൽനിന്ന് പരസ്യ വ്യാപനത്തിന്റേതായ Super ego യിലേക്ക് - ഇത്തരത്തിലാണല്ലോ പരിണാമ പ്രക്രിയയിലൂടെയുള്ള മനുഷ്യന്റെ സ്ഥാനാരോഹണം. അതായത്, സൃഷ്ടിയുടെ അതിരുകൾ ഭേദിച്ചു സൃഷ്ടിപ്പിലേക്കും സ്രഷ്ടാവിലേക്കുമുള്ള മനുഷ്യന്റെ പരസംക്രമണമാണ് പ്രപഞ്ചേച്ഛ (Universal will) ആഗ്രഹിക്കുന്നതെന്ന് നമുക്ക് തോന്നിപ്പോകും. ആ മാർഗത്തിലെ കുതിച്ചുചാട്ടങ്ങൾക്ക് നേതൃത്വം നൽകാനാണ് പ്രവാചകരെന്നും അവതാരങ്ങളെന്നും പറയപ്പെടുന്ന മഹത്തുക്കൾ ഭൂലോകത്ത് സംജാതമായിട്ടുള്ളത്. അതിനാൽ, സമൂഹപ്രജ്ഞയെ മൊത്തത്തിൽ ആവാഹിക്കുന്ന നേതൃനൈപുണ്യം ഇവരിലെല്ലാം കണ്ടെത്താൻ കഴിയും.അന്ത്യപ്രവാചകനായ മുഹമ്മദ് നബി(സ)യുടെ ചരിത്രവും മുഹമ്മദ് നബിയും പൊതുനിയമത്തിന് അപവാദമാകുന്നില്ല. ജോൺ അഡയർ രചിച്ച് കെ.എസ്. ഷമീർ വിവർത്തനം ചെയ്ത 'മുഹമ്മദ് നബിയുടെനേതൃത്വം' റസൂലിന്റെ അന്യാദൃശമായ നേതൃ

പാടവം പരിശോധിക്കുന്ന കൈപ്പുസ്തകം മാത്രമല്ല. അറബ് ഗോത്ര പശ്ചാത്തലത്തിൽ തന്റെ ആശയാദർശങ്ങൾ മുഹമ്മദ്നബി ഉറപ്പിച്ചെടുത്ത വഴികൾക്കു പുറമെ രണ്ട് പ്രധാന സംഗതികൾ കൂടി ഈ ഗ്രന്ഥം ആവിഷ്കരിക്കുന്നുണ്ട്. ഒന്ന്, പ്രവാചക പരമ്പരകളുടെ തത്വ സംസ്ഥാപനാർത്ഥമുള്ള ജീവിതശൈലി. രണ്ട്, ആ ജീവിതശൈലിയിലൂടെ ജനനേതൃത്വത്തിലെത്തുന്ന അവർ ഇന്നത്തെ 'സോ കോൾഡ്' ജനനായകരിൽനിന്ന് വ്യത്യസ്തരാകുന്ന വിധം.

'സത്യത്തിൽ ഞാനാകുന്നു നിങ്ങളിലെ ഏറ്റവും സമ്പൂർണനായ അറബി. എന്റെ വംശവേരുകൾ ഖുറൈശിയിലാണ്. എന്റെ ഭാഷ ബനൂ സഅ്ദുമാണ്' എന്ന് മുഹമ്മദ് നബി പറഞ്ഞിട്ടുണ്ടല്ലോ.

ബനൂ ഹവാസിൻ ഗോത്രത്തിന്റെ ഭാഗമായ ബനൂ സഅ്ദിൽ ഹലീമയെന്ന പോറ്റമ്മക്കൊപ്പമാണ് നബി തന്റെ കുട്ടിക്കാലം ചെലവഴിച്ചത്. അക്കാലത്ത് നവജാത ശിശുക്കളെ അറബി കുടുംബിനികൾ നാട്ടിൻപുറത്തെ കുലീനകളായ പോറ്റമ്മമാരെ മുലയൂട്ടാൻ ഏൽപിക്കുന്ന സമ്പ്രദായമുണ്ടായിരുന്നു. കുട്ടിക്ക് ശുദ്ധമായ ഭാഷ, സംസ്കാരം എന്നിവ പകർന്നു നൽകലായിരുന്നു ഈ കീഴ്വഴക്കത്തിന്റെ പ്രധാന ലക്ഷ്യം. അമ്പത് വർഷം കഴിഞ്ഞു ബനൂസഅ്ദിലെ പോറ്റുപെങ്ങളെ കണ്ടുമുട്ടിയപ്പോൾ നബി അവരോട് കാണിച്ച സ്നേഹപാരവശ്യങ്ങൾ അത്യന്തം ഹൃദയാവർജകമാണ്. ബനൂസഅ്ദിലെ ഗോത്രക്കാരിൽനിന്ന് പിടിച്ച യുദ്ധത്തടവുകാർക്ക് ആശ്വാസം നൽകുമ്പോഴും അത് പക്ഷപാതപരമാകാതെ സൂക്ഷിച്ച് ഏത് പ്രവൃത്തിയും തത്വാനുസാരിയാക്കുക എന്ന നിഷ്ഠയും അദ്ദേഹം പാലിച്ചു.

ആട്ടിടയനായി ജോലി ചെയ്യാത്ത ഒരു പ്രവാചകനുമില്ല എന്ന നബി തിരുമേനിയുടെ പ്രഖ്യാപനം വലിയ അർഥമാനങ്ങൾ ഉൾക്കൊള്ളുന്നതാണ്. കാരണം,

ആട്ടിടയൻ ഐക്യത്തിന്റെ പ്രതീകമാണ്. ആട്ടിടയനെ വെട്ടി ആട്ടിൻപറ്റങ്ങൾ ചിതറിപ്പോകുമെന്ന യേശുവിന്റെ ഉദ്ധരണി അതിനാലാണ് പ്രസക്തമാകുന്നത്.

മോശയും ദാവീദും ഇടയവൃത്തി സ്വീകരിച്ചവരായിരുന്നു. ഇടയവൃത്തിയിൽനിന്ന് സ്വാംശീകരിച്ച ഗുണങ്ങളും കഴിവുകളും ഒരു

ജനതയെയും രാഷ്ട്രത്തെയും നയിക്കാനുള്ള നൈപുണിയാണ് പ്രദാനം ചെയ്യുന്നത്. അറേബ്യൻ നാടുകളിൽ ചെമ്മരിയാടുകളും കോലാടുകളും അടങ്ങുന്നതായിരിക്കും ആട്ടിൻപറ്റങ്ങൾ. സ്വഭാവത്തിലെയും ഭക്ഷണക്രമത്തിലെയും വ്യത്യസ്തതകളാൽ ചെമ്മരിയാടുകളും കോലാടുകളും മേച്ചിൽപ്പുറങ്ങളിൽ ഇഴുകിച്ചേരുകയില്ല. അവയെ ഒന്നിച്ച് കൊണ്ടുപോകുമ്പോൾതന്നെ വേർതിരിച്ച് കൈകാര്യം ചെയ്ത് അനുരഞ്ജനമുണ്ടാക്കേണ്ടത് ഇടയന്റെ പണിയാണ്. മനുഷ്യർക്കിടയിലെ ആന്തരിക വൈജാത്യങ്ങൾ രാഷ്ട്ര നിർമാണ പ്രക്രിയയിൽ എങ്ങനെ അഭിമുഖീകരിക്കണമെന്ന പാഠമായിരുന്നു അറേബ്യയിലെ ആട്ടിടയ ജീവിതം നബിക്ക് നൽകിയത്.

ജനനേതാവ് സത്യത്തിൽ ജനസേവകനാണെന്ന പ്രവാചകന്റെ പ്രസ്താവന ഇന്നത്തെ കക്ഷിരാഷ്ട്രീയക്കാരുടെ വാചാടോപത്തിൽ നിന്ന് തീർത്തും വിഭിന്നമായിരുന്നു. ഏകദൈവ വിശ്വാസികളെ ഖുറൈശികൾ കഷ്ടപ്പെടുത്തുകയും പീഡിപ്പിക്കുകയും ചെയ്തപ്പോൾ അവരുടെ യാതനകൾ സ്വയം ഏറ്റെടുത്ത് കൂടെനിന്നവനാണ് മുഹമ്മദ് നബി. മദീനയിലെത്തിയ മുസ്ലീംങ്ങൾക്കും അവിടെ ആദ്യത്തെ പള്ളി നിർമാണം ആരംഭിച്ചപ്പോൾ പണിക്കാർക്കും കൈവേലക്കാർക്കുമൊപ്പം റസൂലും കഠിനമായി അധ്വാനിച്ചു. നബിയുടെ സാന്നിധ്യത്തിൽ പ്രചോദിതരായ അനുയായികൾ ശാരീരികമായ ക്ലേശങ്ങളെ ആനന്ദാനുഭൂതിയാക്കി മാറ്റിക്കൊണ്ടിരുന്നു.

'ഞാനൊരു പണിക്കാരനാണ്.' നബി ഒരിക്കൽ പറഞ്ഞു. മദീനക്ക് ചുറ്റും പ്രതിരോധാർഥം കിടങ്ങ് കുഴിക്കേണ്ടിവന്നപ്പോൾ ഒട്ടും മടിച്ചുനിൽക്കാതെ അദ്ദേഹം മൺവെട്ടിയും പിക്കാസുമെടുത്തു. ചുമലുകളിൽ കുട്ട നിറയെ മണ്ണ് ചുമന്ന് മറ്റുള്ളവരോടൊപ്പം പാടി. അനുയായിയായ സൽമാനുൽ ഫാരിസി എപ്പോഴോ കുഴിയിൽ പിക്കാസ്കൊണ്ട് കൊത്തുമ്പോൾ പെട്ടെന്നൊരു പാറ പ്രത്യക്ഷപ്പെട്ടു. അത് പൊട്ടിക്കാൻ സൽമാൻ പാടുപെടുന്നത് കണ്ട് പ്രവാചകൻ ഓടിച്ചെന്ന് ഒറ്റക്കൊത്തിനാൽ പാറയെ രണ്ടായി പിളർത്തി.

വീട്ടുജോലികളിൽ പോലും അദ്ദേഹം പങ്കാളിയായി. അവസാന വർഷങ്ങളിൽ റസൂലിന്റെ സേവകനായിരുന്ന അനസ് ബിൻ മാലിക് യജമാനനെപ്പറ്റി ഇങ്ങനെയാണ് ഓർക്കുന്നത്:

"ഞാൻ അദ്ദേഹത്തെയല്ല. അദ്ദേഹം എന്നെയാണ് സേവിച്ചത്. എന്നോടൊരിക്കലും നബി ദ്വേഷ്യപ്പെട്ടില്ല. എന്നോടൊരിക്കലും പരുഷമായി പെരുമാറിയില്ല."

തങ്ങളാൽ നയിക്കപ്പെടുന്ന ജനങ്ങളുടെ അപകടങ്ങളും കഷ്ടപ്പാടുകളും നേതാക്കളും സഹിക്കണമെന്ന നേതൃത്വതത്വം കടുകിട തെറ്റാതെയാണ് പ്രവാചകൻ പരിപാലിച്ചത്. നിങ്ങളെ ഞാൻ ഒരിക്കലും കൈവെടിയുകയില്ല എന്നതിന്റെ പ്രഖ്യാപനമായിരിക്കാം, കൈ കൊടുത്തു കഴിഞ്ഞാൻ മറ്റുള്ളവർ പിൻവലിക്കുക എന്നല്ലാതെ താനൊരിക്കലും കൈ പിൻവലിക്കാത്ത അദ്ദേഹത്തിന്റെ സ്വഭാവത്തിൽ തെളിഞ്ഞുകണ്ടത്.

ഈ ത്യാഗമാർഗം ആധുനിക മനുഷ്യചരിത്രത്തിൽ ആവും വിധം അവലംബിക്കാൻ ശ്രമിച്ചത് മഹാത്മാഗാന്ധിയും നെൽസൻ മണ്ടേലയും മാത്രമാണ്. സാധാരണക്കാരുടെ വരുമാനം നാൾക്കുനാൾ കുറഞ്ഞുകൊണ്ടിരിക്കുമ്പോൾ തങ്ങളുടെ ശമ്പളവും ബത്തയും അടിക്കടി വർധിപ്പിക്കുകയും ഒരു രൂപക്ക് ചപ്പാത്തിയും ഒന്നര രൂപക്ക് ദാൽകറിയും പാർലമെന്റ് കാന്റീനിൽനിന്ന് അനുഭവിക്കുകയും ചെയ്യുന്നവരാണല്ലോ നമ്മുടെ ജനപ്രതിനിധികൾ.

Integrity, അതായത് സ്വഭാവ സമഗ്രതക്ക് പേരുകേട്ടവനായിരുന്നു ലോക നേതാക്കളിൽ ഏറ്റവും പ്രമുഖനായ മുഹമ്മദ് നബി. ആത്മീയതയെയും ഭൗതികതയെയും വൈപരീത്യങ്ങളാക്കി മാറ്റാതെ തുല്യതയിൽ അദ്ദേഹം പരിചരിച്ചു. ദൈവ പ്രാർഥനയുടെ ഒരൊറ്റ ബലത്താലെന്നവണ്ണം പതിന്മടങ്ങ് ആൾപ്പെരുപ്പമുള്ള ശത്രുസേനയോട് ബദ്റിൽ വിജയിച്ച നബി ഒരിക്കലും പ്രായോഗികതയോട് മുഖംതിരിച്ചിരുന്നില്ല. ഒട്ടകത്തെ കെട്ടാതെ ദൈവത്തിൽ ഭരമേൽപിച്ചവനോട് ഒട്ടകത്തെ കെട്ടിയതിനു ശേഷം അല്ലാഹുവിങ്കൽ സമർപ്പിക്കാനാണ് അദ്ദേഹം ഉപദേശിച്ചത്.

മറ്റുള്ളവരെ ശ്രദ്ധിക്കാനും അവരുടെ നിർദേശങ്ങൾ സ്വീകരിക്കാനുമുള്ള പ്രവാചകന്റെ സന്നദ്ധത യുദ്ധരംഗങ്ങളിൽ വലിയ ആനുകൂല്യമാണ് നൽകിയിട്ടുള്ളത്. ദൈവത്തിന് മുന്നിലെ മനുഷ്യസമത്വത്തിൽ വിശ്വസിച്ചിരുന്ന അദ്ദേഹം സഹജീവികളെയും വിശ്വസിച്ചു; ഒരിക്കലും അഹന്തക്ക് അടിമപ്പെട്ടില്ല. ലോകജയത്തിന്

ഒരുമ്പെട്ടിറങ്ങിയ ഹിറ്റ്ലർ രണ്ടാം യുദ്ധകാലത്ത് തന്റെ മിലിറ്ററി കമാൻഡർമാരെ പോലും അവിശ്വസിച്ച് അവരെ പരസ്പരം ചാര ന്മാരാക്കി നിർത്തി ദുരന്തത്തിലേക്ക് കൂപ്പുകുത്തിയ കഥ കുപ്രസി ദ്ധമാണല്ലോ.

ആത്മവിമർശനത്തിലൂടെ സ്വയം നവീകരണത്തിന് സദാ മുഹമ്മദ് നബി തയ്യാറായിരുന്നു. കുതിരകളിൽവെച്ച് ഏറ്റവും വേഗം തന്റെ അദ്ബക്കാണെന്ന് അദ്ദേഹം കരുതി. പക്ഷേ, ഒരിക്കൽ ഒരു കു തിച്ചുചാട്ടം കൊണ്ട് ഏതോ ബദവിയുടെ കുതിര അദ്ബയെ മറിക ടന്നപ്പോൾ മനുഷ്യൻ ഒന്നിനെക്കുറിച്ചും അമിതാഭിമാനം കൊള്ളരു തെന്ന് റസൂൽ തന്നെത്തന്നെ തിരുത്തി. അണിനിരന്ന സൈന്യ ത്തിലെ സവാദിന്റെ വയറ്റിൽ അമ്പുകൊണ്ട് ചെറുതായി കുത്തി പ്പോയതിനു പോലും അദ്ദേഹം സ്വയം ശിക്ഷയേൽക്കാൻ തയ്യാ റായി. എപ്പോഴും സമത്വാവബോധം സൂക്ഷിച്ചിരുന്ന പ്രവാചകൻ താൻ കടന്നുവരുമ്പോൾ മറ്റുള്ളവർ എഴുന്നേറ്റുനിൽക്കുന്നത് ഇഷ്ട പ്പെട്ടിരുന്നില്ല. തത്വങ്ങളിൽ വിട്ടുവീഴ്ച ചെയ്യാതിരിക്കുമ്പോഴും സദാ സഹിഷ്ണുവും സൗമ്യനുമായിരുന്നു അദ്ദേഹം.

ചുരുക്കത്തിൽ, മുഹമ്മദ് നബി മനുഷ്യ സമൂഹത്തിന് നൽകിയ നേതൃത്വം ജനങ്ങളിൽനിന്ന് അധികാരം പിടിച്ചുപറ്റി അവരെ ഭരിക്കാ നായിരുന്നില്ല. പകരം ഉന്നതമായ ആത്മസാക്ഷാത്കാരത്തിലേക്ക് ജനത്തെ ഉയർത്തിയെടുത്ത് ലോകത്തെ മാറ്റിമറിക്കാനായിരുന്നു.

ജനനായകത്വം എന്ന സങ്കൽപം തന്നെ കുടിലതകളുടെയും മൂന്നാം മുറകളുടെയും പാരവെപ്പുകളുടെയും പര്യായമായി മാറി ക്കൊണ്ടിരിക്കുന്ന വർത്തമാന കാലത്ത് തിരുനബിയുടെ നേതൃ നൈപുണ്യം മഹത്തായൊരു മൂല്യപ്രപഞ്ചമാണ് വായനക്കാർക്കു മുന്നിൽ തുറന്നിടുന്നത്. അതുകൊണ്ടു തന്നെ ഏറ്റവും ഫലപ്രദമായി ഈ പുസ്തകത്തെ മലയാളത്തിലേക്ക് ആനയിക്കാൻ മുൻകൈ യെടുത്ത പ്രസാധകരുടെയും മൊഴിമാറ്റിയ കെ.എസ്. ഷമീറിന്റെയും ദൗത്യം അത്യന്തം വകതിരിവുള്ളൊരു രാഷ്ട്രീയപ്രവർത്തനം കൂടി യാവുകയാണ്.

മുൻമൊഴി

'നിങ്ങളെപ്പോലെയായിരിക്കും നിങ്ങളുടെ ഭരണകർത്താക്കളും'

അറബ് പഴമൊഴി

മുഹമ്മദ് നബിയുടെ നേതൃപാടവത്തെക്കുറിച്ചുള്ള ജീവചരിത്രാന്വേഷണമാണ് ഈ കൃതി. അതുകൊണ്ട് നബിയുടെ പൂർണമായ ജീവചരിത്രമാകില്ല ഇത്. അതേസമയം, അദ്ദേഹത്തിന്റെ ജീവിതകഥ പരിചയമില്ലാത്ത വായനക്കാർക്കായി ഹ്രസ്വമായ ഒരു ജീവിതരേഖ പുസ്തകത്തിന്റെ അവസാന ഭാഗത്ത് കൊടുത്തിട്ടുണ്ട്. അതിനാൽ, ഏതൊരു ജീവചരിത്രകാരനും വളരെ സുപ്രധാനമായി കരുതുന്ന നബിയുടെ ജീവിതത്തിന്റെ വ്യത്യസ്തമായ അടരുകളെ, വിശേഷിച്ചും ദൈവദൂതൻ, പ്രവാചകൻ തുടങ്ങി അദ്ദേഹം വഹിച്ച പങ്കുകളെ, കേവലം സ്പർശിക്കുക മാത്രമേ ഞാൻ ചെയ്യുന്നുള്ളൂ.

പങ്ക് (Role) എന്ന വാക്ക് ഉപയോഗിച്ചതുകൊണ്ട് ആദ്യമേ പറയട്ടെ, നേതൃനൈപുണ്യത്തെ മനസ്സിലാക്കുന്നതിനുള്ള സുപ്രധാനമായ ആശയമാണത്. ഒരു നാടകത്തിലെ അഭിനേതാവ് സ്വീകരിക്കുന്ന വേഷത്തെ (Part) സൂചിപ്പിക്കുവാനാണ് ആരംഭദശയിൽ 'പങ്ക്' ഉപയോഗിക്കപ്പെട്ടത്. എന്നാൽ വിശാലമായ ഉപയോഗത്തിൽ ഒരു വ്യക്തിയുടെ സവിശേഷമായ, അദ്ദേഹത്തിൽ നിന്ന് പ്രതീക്ഷിക്കപ്പെടുന്ന, പ്രവർത്തനധർമത്തെ സൂചിപ്പിക്കാൻ ഈ വാക്ക് നിലനിൽക്കുന്നുണ്ട്. ഒരു മനുഷ്യസഞ്ചയത്തിലോ സമൂഹത്തിലോ ഒരു പ്രത്യേക പ്രവർത്തനധർമത്തെ നിർണയിക്കുന്നത് ജനങ്ങളുടെ പ്രതീക്ഷകളാണെന്ന വാദത്തിന് ന്യായമുണ്ട്. ഇംഗ്ലീഷ് ഭാഷയിൽ ആപേക്ഷികമായി അടുത്ത കാലത്ത്[1] അറിയപ്പെട്ടുതുടങ്ങിയ "Role model" എന്ന വാക്ക് നോക്കുക. ഒരു പ്രത്യേക പങ്ക് വഹിക്കാൻ ഏറ്റവും അനുയോജ്യനായ ആളായി മറ്റുള്ളവർ കരുതുന്ന വ്യക്തിയെയാണ് അത് സൂചിപ്പിക്കുന്നത്.

മുസ്ലിംകളെ സംബന്ധിച്ചിടത്തോളം, മൗലികമായ ആദ്യത്തെ നേതാവ് ദൈവമാണ്. ദൈവനിയമം അനുസരിക്കാൻ വിശ്വാസ പ്രകാരം എല്ലാവരും ബാധ്യസ്ഥരുമാണ്. അതുകൊണ്ട് ഒരു സംഘടന യുടെ - അത് വാണിജ്യമോ, രാഷ്ട്രീയമോ മതപരമോ ആകട്ടെ- നേതാവ് ഒന്നാമതായി ദൈവത്താൽ നയിക്കപ്പെടുന്നയാളാണ്. ഈ വസ്തുത ഇസ്ലാമിലെ നേതാക്കൾക്കുമേൽ ചില പരിധികൾ നിർണയിക്കുന്നുണ്ട്.

അതോടൊപ്പം തങ്ങൾ നയിക്കുന്ന ജനങ്ങളോടുള്ള കർത്ത വ്യത്തെ അത് നിർവചിക്കുകയും ചെയ്യുന്നു. ഇസ്ലാമിക ചിന്തയിൽ, മാതൃകായോഗ്യരായ നേതാക്കൻമാർ ഒരേസമയം ഔന്നത്യമുള്ള വരും വിനയമുള്ളവരുമാണ്. കാഴ്ചപ്പാടുകൾ രൂപവത്കരിക്കാനും പ്രചോദിപ്പിക്കാനും ശേഷിയുള്ളവരാണ്. അതേസമയം, ജനസേവ നത്തിനായി സ്വയം സമർപ്പിച്ചവരുമാണ്.

ഇനിയുള്ള താളുകളിൽ ഈ ആദർശത്തോട് മുഹമ്മദ് നബി എത്രത്തോളം അടുത്തുനിൽക്കുന്നു എന്ന് നിങ്ങൾക്ക് മനസ്സി ലാക്കാം. എന്നാൽ മുഹമ്മദ് നബിയുടെ ജീവിതത്തിൽ ഒന്നിലേറെ തവണ പ്രകടമായി കാണാവുന്ന ഈ ആദർശം നേതൃപാടവത്തിന്റെ സ്വഭാവത്തെക്കുറിച്ചും പ്രയോഗത്തെക്കുറിച്ചും നിലനിൽക്കുന്ന നമു ക്കറിവുള്ള പ്രാപഞ്ചികസത്യവുമായി പൊരുത്തപ്പെടുന്നുണ്ട് എന്ന താണ് ഈ പുസ്തകത്തിലൂടെ ഞാൻ സമർഥിക്കുന്നത്.

ഒരു നേതാവിന്റെ പ്രവർത്തനധർമത്തെക്കുറിച്ച് പ്രാപഞ്ചികവും സാമാന്യഗതവുമായ സങ്കൽപങ്ങളുണ്ട്. ഭാഗ്യകരവും യാദൃച്ഛികവു മായ ഒരു കണ്ടെത്തലിനെത്തുടർന്ന് (അധ്യായം 8 കാണുക), ഒരു നേതാവിന്റെ പ്രാപഞ്ചികവും സാമാന്യഗതവുമായ പങ്കിനെ ഞാൻ ഒരു പരിധിവരെ നിർവചിക്കുകയും ചെയ്തിട്ടുണ്ട്. നേതാക്കന്മാരെ തെരഞ്ഞെടുക്കാനും അവർക്ക് പരിശീലനം നൽകാനും അവസരം ലഭിച്ചപ്പോൾ പരീക്ഷണാടിസ്ഥാനത്തിൽ ഈ സിദ്ധാന്തം വിപുല മായി പ്രയോഗിച്ചതിന്റെ ഫലമായി അരനൂറ്റാണ്ടിലേറെക്കാലം തുടർ ച്ചയായി വിജയം കണ്ടിട്ടുണ്ട്. അതുകൊണ്ടാണ് ഇത് സത്യമാണെന്ന് ഞാൻ അവകാശപ്പെടുന്നത്.

ഇത് മുഹമ്മദ് നബിയുടെ ജീവചരിത്രമല്ല എന്ന് ഞാൻ പറ ഞ്ഞല്ലോ. അതുപോലെ ഈ പുസ്തകം നേതൃനൈപുണ്യത്തെ

ക്കുറിച്ചുള്ള കൈപ്പുസ്തകവുമല്ല. സുപ്രധാനമായ സാരാംശങ്ങളെക്കൊണ്ട് ഓരോ അധ്യായവും പൂർത്തീകരിക്കുക എന്നതാണ് എന്റെ രചനാരീതി. ഒരു മണൽത്തരിയുടെ സമീപത്ത് ഒരു മുത്ത് രൂപപ്പെട്ടതായി സങ്കൽപിക്കുക. സുപ്രധാനമായ ഓരോ സാരാംശവും മണൽത്തരിയാണ്. നിങ്ങളുടെ അനുഭവങ്ങളെക്കുറിച്ചും നിങ്ങൾ ഉയർത്തിപ്പിടിക്കുന്ന മൂല്യങ്ങളെക്കുറിച്ചും നിങ്ങൾക്കുണ്ടാകുന്ന വിചാരങ്ങളെ ആ മണൽത്തരികൾക്കുമേൽ പരത്തിയിടുക. അപ്പോൾ മണൽത്തരികൾ പ്രഭ ചൊരിയുന്ന വർണാഭമായ മുത്തുകളായി നിങ്ങൾക്കുമുമ്പിൽ നിലനിൽക്കും. അപ്പോൾ അത് നിങ്ങളുടെ വിവേകത്തിന്റെ മുത്തായി മാറും (Pearl of Wisdom).

ഇനി വ്യക്തിപരമായ ഒരു പരാമർശം. അറബ് ലീജിയൺ (Arab Legion) എന്ന് പൊതുവെ അറിയപ്പെട്ട ജോർഡനിലെ ഹാശിമീ രാജവംശത്തിന്റെ സൈന്യത്തിന്റെ ഭാഗമായ ഒരു ബദവി[2] റെജിമെന്റിലെ കാര്യസ്ഥനായി സേവനമനുഷ്ഠിക്കാനുള്ള ഭാഗ്യം ഇരുപതാം വയസ്സിൽ എനിക്കുണ്ടായി. (അറബ് ലീജിയൺ) എന്ന പേര് വളരെ ഉചിതമായിരുന്നു. കാരണം, ഒമ്പതാം റെജിമെന്റിലെ ബദവി ഓഫീസർമാരും പട്ടാളക്കാരും വിശാല അറേബ്യയിലെ എല്ലാ ഗോത്രങ്ങളിൽ നിന്നും വന്നവരായിരുന്നു. 1954-ൽ ജറൂസലമിലെ റെജിമെന്റിൽ ചേരുമ്പോൾ എനിക്ക് അറബിയിൽ ഒരു വിളിപ്പേര് കിട്ടി; സവാലിം. കൃത്യമായി പറഞ്ഞാൽ അതൊരു പേരല്ല. സൽമാൻ, സുലൈമാൻ തുടങ്ങിയ പേരുകളുടെ വാത്സല്യപൂർണമായ ചുരുക്കരൂപമാണത്. സൗദി അറേബ്യയുടെ വടക്കുള്ള ബദവി ഗോത്രങ്ങൾക്കിടയിൽ ആ വിളിപ്പേര് ഉപയോഗത്തിലുണ്ട്. ഏറെക്കാലംമുമ്പ് എനിക്ക് കിട്ടിയ ആ ബദവി സ്നേഹിതൻമാരോടുള്ള സ്നേഹം ഈ താളുകളിൽ തങ്ങിനിൽക്കുന്നതായി നിങ്ങൾ കാണുമെന്ന് ഞാൻ പ്രതീക്ഷിക്കട്ടെ.

> **"സംശയമില്ല; നിങ്ങൾക്ക് അല്ലാഹുവിന്റെ ദൂതനിൽ മികച്ച മാതൃകയുണ്ട്. അല്ലാഹുവിലും അന്ത്യദിനത്തിലും പ്രതീക്ഷയർപ്പിച്ചവർക്കാണിത്. അല്ലാഹുവെ ധാരാളമായി ഓർക്കുന്നവർക്കും."**
>
> **(ഖുർആൻ -അൽഅഹ്സാബ്: 21)**

കുറിപ്പുകൾ

1. 1955-ലാണ് "Role Model" എന്ന വാക്ക് ഇംഗ്ലീഷിൽ രൂപപ്പെടുന്നത് (വിവ:).
2. നാടോടികളായ അറബികളെയാണ് ബദവികൾ (Bedoui-), ബദുക്കൾ എന്ന് വിളിക്കുന്നത്.

1

ബനൂസഅ്ദിന്റെ കറുത്ത തമ്പുകൾ

"സത്യത്തിൽ ഞാനാകുന്നു നിങ്ങളിലെ ഏറ്റവും സമ്പൂർണ നായ അറബി. എന്റെ വംശവേരുകൾ ഖുറൈശിയിലാണ്. എന്റെ ഭാഷ ബനൂസഅ്ദുമാണ്."

-മുഹമ്മദ് നബി

ക്രിസ്ത്വബ്ദം 570. ഒരു പുലർകാലം. ഒരു ബദവിയും അദ്ദേഹ ത്തിന്റെ ഭാര്യയും മക്കയിൽനിന്ന് വടക്കുകിഴക്ക് ഭാഗത്തുള്ള നജ്ദിലെ[1] തങ്ങളുടെ തമ്പിലേക്ക് യാത്രചെയ്യുകയാണ്. ഹവാസിൻ ഗോത്രത്തിന്റെ ഭാഗമായ ബനൂ സഅ്ദിലെ ഹാരിസ് ബിൻ അബ്ദുൽ ഉസ്സയും ഹലീമ ബിൻത് അബ്ദുല്ലയുമാണത്. ഹാരിസ് തന്റെ ഒട്ടകത്തെ തെളിക്കുകയാണ്. ഹലീമ ഒരു കഴുതപ്പുറത്ത് തന്റെ കുഞ്ഞുമകൻ അബ്ദുല്ലയെയും എട്ടുമാസം പ്രായമായ ഒരുകൈക്കു ഞ്ഞിനെയും വഹിച്ച് അദ്ദേഹത്തിന്റെ പുറകെ സഞ്ചരിക്കുന്നുണ്ട്. മക്കയിലെ ഖുറൈശി ഗോത്രത്തിൽപെട്ട ആ കൈക്കുഞ്ഞിനെ മുല യൂട്ടുവാൻ വീട്ടിലേക്ക് കൊണ്ടുവരുകയാണവർ.

ഒമ്പത് ദിനങ്ങൾ നീണ്ട യാത്രക്കൊടുവിൽ ഒരു താഴ്വരയിൽ കെ ട്ടിയുയർത്തിയ ബനൂസഅ്ദിന്റെ കറുത്ത തമ്പുകളിൽ അവർ എത്തി ച്ചേർന്നു. ഒറ്റയൊറ്റയായി നിൽക്കുന്ന അക്കേഷ്യമരങ്ങളും ആട്ടിൻ പറ്റങ്ങൾക്ക് മേയാനായി നന്നേ ദുർലഭമായ പുല്ലുകളും അതിരിട്ട, വരണ്ടുണങ്ങിയ ഒരു നദീതടമായിരുന്നു ആ താഴ്വര. തമ്പിനടുത്ത് എത്തുമ്പോൾ ഹലീമയുടെ രണ്ട് പെൺമക്കൾ, തിരിച്ചെത്തിയ

തങ്ങളുടെ ഉമ്മയെയും ഉപ്പയെയും കുഞ്ഞനുജനെയും സ്വീകരിക്കാനും തങ്ങളുടെ പുതിയ വളർത്തനുജനുമായി പരിചയപ്പെടാനും ആവേശത്തിന്റെ കരച്ചിലുമായി പുറത്തേക്ക് ഓടിയെത്തി. ഉനൈസ, ജുദാമ (സൗന്ദര്യക്കലയുള്ള പെണ്ണ്) എന്നിങ്ങനെയാണ് അവരുടെ പേരുകൾ (ചില റിപ്പോർട്ടുകളിൽ ശൈമാ എന്നും ജുദാമക്ക് വിളിപ്പേരുണ്ട്). തുടർന്നുള്ള ദിനങ്ങളിൽ മൂത്തവളായ ജുദാമ ഉമ്മയെ സഹായിക്കാനായി വളർത്തനുജൻ മുഹമ്മദിനെ തന്റെ അരക്കെട്ടിനു ചുറ്റും കെട്ടി എടുത്ത് നടന്നതൊക്കെ ഓർക്കുന്നുണ്ട്. മുഹമ്മദ് നബിയുടെ വീടായി മാറാൻപോകുന്ന ആ ബദവിത്തമ്പ്, സ്ത്രീകൾ ആടിന്റെ രോമങ്ങളാൽ നെയ്തെടുത്ത പരുപരുത്ത വസ്ത്രത്തിന്റെ തുണ്ടുകൾകൊണ്ട് കെട്ടിയുയർത്തിയതാണ്. അതുകൊണ്ട് കാലങ്ങളായി ആ മരുഭൂമിയിലൂടെ സഞ്ചരിച്ചിരുന്ന യാത്രക്കാർക്ക് നന്നേ പരിചിതമായ, കടുത്ത കറുപ്പ് നിറമോ ഇരുണ്ട തവിട്ടു നിറമോ ആ തമ്പിനുണ്ടായിരുന്നു. 'ബയ്തുശ്ശഅ്ർ' (രോമം കൊണ്ടുള്ള ഭവനം) എന്ന് അറബിയിൽ വിളിച്ചിരുന്ന ആ വീടിനകം ഒരു കർട്ടൻ താഴ്ത്തിക്കെട്ടി രണ്ടായി പകുത്തിരുന്നു. ഒരു ഭാഗം ഉറക്കറയും - കുട്ടികളും സ്ത്രീകളും പെരുമാറുന്ന സ്ഥലം - മറുഭാഗം വീട്ടുനാഥന്റെ അറയും (അറബിയിൽ മൻസിൽ). വീട്ടുനാഥൻ തന്റെ അതിഥികളെയും ബന്ധുക്കളെയും സൽക്കരിക്കുന്നതും ഒറ്റക്കായിരിക്കുമ്പോൾ തന്റെ ഭാര്യയും മക്കളുമൊത്ത് ഭക്ഷണം കഴിക്കുന്നതും മൻസിലിലാണ്. ഒട്ടകത്തിന്റെ ഇരിപ്പിടങ്ങൾ, ഇരിപ്പിടസഞ്ചികൾ, തലയണകൾ തുടങ്ങിയവ തമ്പിന്റെ ഈ ഭാഗത്തെ അലങ്കരിക്കുന്നുണ്ടാകും. കേന്ദ്രഭാഗത്തായി ഒരടുപ്പുമുണ്ടാകും. അവിടെ എപ്പോഴും വിളമ്പാനായി സജ്ജീകരിച്ച പാചകപ്പാത്രങ്ങളും കാപ്പി തിളച്ചുമറിയുന്ന പിത്തളപ്പാത്രങ്ങളും ഉണ്ടാകും.

ഓടിക്കളിക്കുകയോ തമ്പിറമ്പിൽ നിശ്ചലരായി ഇരിക്കുകയോ ചെയ്യുന്ന ആട്ടിൻകുട്ടികളോടൊപ്പം കളിച്ച ഓർമകളാണ് മുഹമ്മദ് നബിയുടെ ആദ്യകാലസ്മരണകൾ. അമ്മയാട്ടിൻപറ്റങ്ങളോടൊപ്പം ചേരാനാകാത്ത പിഞ്ചു പ്രായത്തിലുള്ള ആട്ടിൻകുട്ടികളായിരുന്നു അവ. ആട്ടിൻപറ്റങ്ങളാകട്ടെ, ഇടയൻമാരുടെ നിയന്ത്രണത്തിൽ അനേകം മൈലുകൾ പകൽച്ചൂടിൽ പുല്ലുകളും പച്ചപ്പുകളും തിന്ന് അലഞ്ഞുനടന്നു. നല്ല ഉത്സാഹശീലരായ ആടുകളെയും, മരുത്തേ

ളുകളെയും, തമ്പിന്റെ വേലിക്കയറിനു ചുറ്റും ക്ഷണിക്കപ്പെടാത്ത അതിഥികളായെത്തുന്ന മറ്റ് ഇഴജന്തുക്കളെയും വേട്ടയാടിത്തിന്നുന്ന പൂച്ചകളെയും ബാലനായ മുഹമ്മദ് നബിക്ക് ഏറെ ഇഷ്ടമായിരുന്നു. പിൽക്കാലത്ത്, തന്റെ വസ്ത്രത്തിൻമേൽ ഉറങ്ങിക്കിടന്നിരുന്ന പൂച്ചയെ അലോസരപ്പെടുത്താതിരിക്കാൻ വസ്ത്രത്തിൽ നിന്ന് ആ ഭാഗം ചതുരാകൃതിയിൽ മുറിച്ചു മാറ്റിയ മുഹമ്മദ് നബിയെക്കുറിച്ചുള്ള 'സംഭവ കഥകൾ' ഉണ്ട്. അവയോടുള്ള നബിയുടെ സ്നേഹം അത്രമേൽ തീവ്രമായിരുന്നു.

അഞ്ചോ ആറോ വയസ്സാകുന്നതുവരെ മുഹമ്മദ് നബി ഹലീമയുടെ കുടുംബത്തോടൊപ്പം താമസിച്ചിരുന്നതായി കാണുന്നു. എന്നാൽ, ഒമ്പതോ പത്തോ വയസ്സാകുന്നതുവരെ വളർത്തുമക്കൾ ബദവികളായ തങ്ങളുടെ 'താൽക്കാലിക രക്ഷിതാക്കളോ'ടൊപ്പം ചിലപ്പോൾ താമസിച്ചെന്നുവരും. തങ്ങളുടെ കുഞ്ഞുങ്ങളെ ബദവി പോറ്റമ്മമാർക്ക് 'കൂലിക്ക്' വളർത്താൻ നൽകുന്ന മക്കക്കാരുടെ പൗരാണികസമ്പ്രദായത്തിന്റെ പ്രധാനപ്രേരകം ആരോഗ്യമായിരുന്നു. ചുറ്റുപാടും തുറസ്സായ കറുത്ത തമ്പുകളിൽ വളരുന്ന കുഞ്ഞുങ്ങൾ അരോഗദൃഢഗാത്രരായിരിക്കും. അതേസമയം, ആൾത്തിരക്കും ശുദ്ധിക്കുറവുമുള്ള വീടുകളിൽ വളരുന്ന മക്കൾ പനിക്കും പകർച്ചവ്യാധിക്കും സാധ്യതയുള്ളവരായിരിക്കും. വരണ്ടുണങ്ങിയ, എന്നാൽ പൊടിപടലങ്ങളില്ലാത്ത 'നജ്ദ്' സമതലത്തിലെ മരുവായു, എപ്പോഴും പുതുമയുള്ള കാറ്റ്, ഏതു രോഗത്തെയും പമ്പകടത്തുന്ന സൂര്യപ്രകശം എന്നിവ ബനൂഹവാസിൻ പോലുള്ള എല്ലാ മരുഭൂനാടോടികളുടെയും തമ്പുകളെ രോഗത്തിൽനിന്ന് സംരക്ഷിച്ചു പോന്നു. മുഹമ്മദ് നബിയുടെ യഥാർഥ മാതാപിതാക്കൾ മക്കയിൽ പനിബാധിതരായി ചെറുപ്രായത്തിലേ മരിച്ചു. ഏഴോ എട്ടോ വയസ്സായപ്പോഴേക്കും നബി അനാഥനായിമാറിയിരുന്നു. അതുകൊണ്ട് ബദവിയായ നബിയുടെ ഉമ്മ ഹലീമക്ക് അദ്ദേഹത്തിന്റെ ജീവിതത്തിൽ ഏറെ പ്രാധാന്യമുണ്ടായിരുന്നു.

ഖുറൈശികളായ കുലീന കുടുംബങ്ങൾ തങ്ങളുടെ മക്കളെ ബദവിത്തമ്പുകളിൽ പോറ്റാനായി അയക്കുന്നതിന് മറ്റൊരു സുപ്രധാന കാരണവുമുണ്ടായിരുന്നു. തങ്ങളെല്ലാം ജന്മംകൊണ്ട് മരുഭൂമിയിലെ നാടോടികളോ, തമ്പുവാസികളോ, ഒട്ടകത്തെയും ആടുക

ളെയും മേയ്ക്കുന്നവരോ, പരന്നുകിടക്കുന്ന അറേബ്യൻ നാട്ടിലെ പ്രവാസികളോ ആണെന്ന യാഥാർഥ്യം എല്ലാ അറബികൾക്കും അറിയാമായിരുന്നു. തങ്ങളുടെ പൂർവികർ ആട്ടിൻതോലുകൊണ്ട് കെട്ടിയുയർത്തിയ കറുപ്പും തവിട്ടും നിറങ്ങളിലുള്ള തമ്പുകളിലെ സ്വതന്ത്ര അധിവാസത്തിന്റെ ഉൽപന്നങ്ങളായിരുന്നു അവരുടെ മൂല്യങ്ങളും സംസ്കാരവും ഭാഷയും. അറബികളുടെ നേതാക്കൻമാരായി പിൽക്കാലത്ത് മാറിയവരുടെ ഉള്ളിൽ അറബിപ്പാലുണ്ടായിരുന്നു. അവരുടെ ഞരമ്പുകളിൽ ഒഴുകിയിരുന്നതാകട്ടെ, ബദവിച്ചോരയും. എല്ലാഅറബികളും ആ ബദവി സംസ്കാരത്തിന്റെ ഭാഗമായിരുന്നു.

മുഹമ്മദ് നബിയുടെ കാലഘട്ടത്തിൽ പോലും അറബികളിൽ ഭൂരിപക്ഷമായിരുന്ന ബദവികൾ ആ ജനതയിലെ ഏറ്റവും ശുദ്ധരും കുലീനരുമായി ഗണിക്കപ്പെട്ടിരുന്നു; കുറഞ്ഞപക്ഷം അവർ സ്വയമേവ അങ്ങനെ കരുതി. മക്കയിലെ നഗരവാസിയായ ഒരാൾ തങ്ങളെ സന്ദർശിക്കുന്ന ഒരു ബദവി മൂപ്പനോട് മരുഭൂമിയിലെ നാടോടി ഗോത്രങ്ങളെ വിലകുറച്ച് കാണിക്കുന്ന എന്തെങ്കിലുമൊരു പ്രസ്താവന നടത്തിയാൽ മാന്യമായ പുച്ഛത്തോടെ മൂപ്പനത് തള്ളിക്കളയുമായിരുന്നു. ഭൂമിയിൽ തങ്ങളെക്കവിഞ്ഞ് ആരുമില്ലെന്ന ആത്മജ്ഞാനം പൗരാണിക അറബി ബദവി ഗോത്രങ്ങൾക്കുണ്ടായിരുന്നു. മരുഭൂമി വിട്ട് ചെറിയ നഗരങ്ങളിലും മരുപ്പച്ചകളിലും ഇഷ്ടികകൊണ്ടും കല്ലുകൊണ്ടും നിർമിച്ച വീടുകളിൽ പാർപ്പുറപ്പിച്ച ഖുറൈശികളെപ്പോലുള്ള അഭിജാതഗോത്രങ്ങൾക്ക് സമാനരോ, അവരെക്കാൾ മേന്മയുള്ളവരോ ആണ് തങ്ങളെന്ന് അവർ അഭിമാനിച്ചു.

ഒന്നാമത്തെയും രണ്ടാമത്തെയും ഖലീഫമാരായിരുന്ന[2] അബൂബക്റും ഉമറും മരുഭൂമികളിലെ തമ്പുകളിൽ ബദവികളായ പോറ്റുരക്ഷാകർത്താക്കളുടെ സംരക്ഷണത്തിൽ വളർന്നവരാണ്. ഒരിക്കൽ മക്കാ മണലാരണ്യത്തിന്റെ കിഴക്കു ഭാഗത്തുള്ള 'ദജ്നാൻ' താഴ്വരയിലൂടെ ഉമർ ഒട്ടകപ്പുറത്ത് പായുകയായിരുന്നു. ആ പരിചിതമായ ഭൂപ്രദേശം, ബദവികൾക്കിടയിൽ ചെലവിട്ട വിദൂരമായ ആ ബാല്യകാലസ്മരണകളെ ഉമറിന്റെ ഉള്ളറകളിൽ ഉണർത്തി.

തന്റെ സഹചാരികളോട് ഉമർ പറഞ്ഞു: "ഒട്ടകത്തെ മേയ്ക്കുന്നവനായി കമ്പിളി മേലങ്കിയണിഞ്ഞ് ഈ മരുപ്രദേശത്തുകൂടെ അലഞ്ഞുനടന്ന ഒരു കാലം എനിക്കുണ്ടായിരുന്നു. ക്ഷീണിച്ച്

വലഞ്ഞ് ഞാനിരിക്കുമ്പോഴൊക്കെ ഉപ്പ എന്നെ അടിച്ചെഴുന്നേൽപിക്കുമായിരുന്നു. ഇപ്പോഴാകട്ടെ, എന്റെ മേൽ ദൈവത്തെയല്ലാതെ മറ്റൊരാളെയുംഎനിക്ക് മാനിക്കേണ്ടതില്ല.''

കുലീനരായ കുടുംബങ്ങൾ തങ്ങളുടെ ആൺമക്കളെ ബദവികളായ രക്ഷാകർത്താക്കളുടെ സംരക്ഷണത്തിൽ വളരുന്നതിനായി നൽകുന്ന കീഴ്വഴക്കം നിലനിർത്തുന്നതിന് മുഹമ്മദ് നബിയുടെ മാതൃക സഹായിച്ചിട്ടുണ്ട്. മുസ്‌ലിംകളുടെ വീക്ഷണത്തിൽ ഏറ്റവും സമ്പൂർണനായ അറബി നബി ആയിരുന്നല്ലോ. ശരീഫു (ഉന്നതകുലജാതൻ, ആദരണീയൻ എന്ന് ഭാഷാർഥം) കൾക്കിടയിൽ പത്തൊമ്പതാം നൂറ്റാണ്ടിൽ പോലും ഈ പതിവ് വ്യാപകമായിരുന്നു. മുഹമ്മദിന്റെ നേർവംശാവലിയിൽ പെട്ടവരെന്ന് അഭിമാനിച്ചിരുന്ന ഹാശിം കുടുംബം ഉൾപ്പെടെയുള്ള കുടുംബങ്ങളെയാണ് ശരീഫുകൾ എന്ന് വിളിച്ചിരുന്നത്. അറബികൾക്കിടയിലെ മറ്റു പ്രമുഖ ഭരണകർത്താക്കളുടെ കുടുംബങ്ങളും ഈ നാട്ടുനടപ്പ് പിന്തുടർന്നിട്ടുണ്ട്. ഖത്തർ അമീറിന് മുഹമ്മദ് നബിയെപ്പോലെ പോറ്റുമ്മയുണ്ട്. നാളത്തെ അമീർ (നേതാവ്) ബദവിയായ തന്റെ ഉമ്മയുടെ മുലപ്പാലിൽനിന്ന് വലിച്ചെടുക്കുന്നത് ബദവികളുടെ ജീവിതരീതികളെക്കുറിച്ചും ശൈലികളെക്കുറിച്ചുമുള്ള അറിവുകളാണ്. ഭരണകുടുംബങ്ങൾ നാളെ സമാധാനത്തോടെ ഭരിക്കുന്ന യുദ്ധത്തിൽ നയിക്കുന്നതും ഈ ബദവികളെയാണ്. അറബിഭാഷയിൽ, ഈ ജീവിതരീതിയെ അഥവാ, നാട്ടുനടപ്പായി അനുഷ്ഠിച്ചു പോരുകയും വെട്ടിത്തെളിക്കുകയും ചെയ്ത പാരമ്പര്യത്തിന്റെ വഴികളെ - പ്രാമാണികമായ നിയമത്തെ - 'സുന്നത്ത്' എന്ന് വിളിക്കുന്നു.

മുഹമ്മദ് നബി മക്കയിലേക്ക് തിരിച്ചുവന്ന് മൂന്നോ നാലോ വർഷങ്ങൾ പിന്നിട്ടപ്പോൾ ഉമ്മ ആമിന മരണപ്പെട്ടു. പിന്നീടദ്ദേഹം വളർന്നത് വല്യുപ്പ അബ്ദുൽ മുത്തലിബിന്റെ വീട്ടിലാണ്. മുഹമ്മദ് നബി ഏറെ ആദരിക്കുകയും ബഹുമാനിക്കുകയും ചെയ്ത വല്യുപ്പയും മരണപ്പെട്ടപ്പോൾ, നബിയുടെ സംരക്ഷണച്ചുമതല മൂത്താപ്പയായ അബൂത്വാലിബിന് കൈമാറി.

സംഭവവിവരണങ്ങൾപറയുന്നതുപോലെ,നബിയുടെപോറ്റുമ്മ ഹലീമ മക്കയിൽ പോകുമ്പോഴെല്ലാം നബിയെ സന്ദർശിക്കുമായിരുന്നു. തങ്ങളുടെ വീടിന്റെ ഭാഗത്തേക്ക് ഹലീമ വരുന്നത് കാണു

മ്പോൾ 'ഉമ്മാ, ഉമ്മാ' എന്ന് വിളിച്ച് നബി ഓടിച്ചെല്ലുമായിരുന്നു. അദ്ദേഹം ഹലീമയുടെ കൈപിടിച്ച് വീടിനകത്തേക്ക് ആനയിക്കും. തറയിൽ അഭായ്[3] വിരിച്ച് തന്നോടൊപ്പം അതിലിരിക്കാൻ ആവ ശ്യപ്പെടും. അഭിവന്ദ്യരായ അഗതികൾക്കായി പ്രത്യേകം പ്രകടിപ്പി ക്കുന്ന ബദവി മര്യാദയാണത്. പിന്നീടൊരിക്കൽ വരൾച്ചക്കാലത്ത് നബി ധനികയായ തന്റെ സഹധർമിണി ഖദീജയുടെ കൈയാൽ ഹലീമക്ക് സമ്മാനം നൽകി. ഒരു ഒട്ടകവും നാൽപത് ആടുകളും.

അമ്പത് വർഷം പിന്നിടുമ്പോൾ, ബനൂസഅ്ദിലെ നബിയുടെ രണ്ടാമത്തെ കുടുംബം അദ്ദേഹത്തിന്റെ സ്നേഹത്തിന്റെ അക്ഷയ പാത്രത്തിൽ നിന്ന് വീണ്ടും ലാഭം കൊയ്തു. മുലകുടി സാഹോദര്യ ബന്ധം രക്തബന്ധമെന്ന പോലെ ബദവികൾക്കിടയിൽ അത്ര ശക്ത മായിരുന്നു. പവിത്രമായ കുലബന്ധമായിരുന്നു അത്.

* * *

സംഭവം ഇങ്ങനെയാണ്: ബനൂഹവാസിൻ ഗോത്രത്തിന്റെ തമ്പു കളിൽ നബി ബാല്യം ചെലവഴിച്ച് 50 വർഷം പിന്നിട്ടപ്പോൾ, കൃത്യ മായി പറഞ്ഞാൽ ക്രി. 630 ഫെബ്രുവരിയിൽ നാലായിരം പേരടങ്ങിയ ഹവാസിൻ ഗോത്രക്കാർ തങ്ങളുടെ മൂന്നുമടങ്ങ് വലുപ്പം വരുന്ന മുസ്‌ലിം സൈന്യത്തിനെതിരെ ഒളിയാക്രമണം നടത്തി. യാത്രാസു രക്ഷയെക്കുറിച്ച് അന്വേഷിക്കാൻ നിരീക്ഷണസംഘത്തെ വിടാതെ മുസ്‌ലിം സൈന്യം മുന്നേറാൻ ശ്രമിച്ചതാണ് കുഴപ്പം ക്ഷണിച്ചുവരു ത്തിയത്. ഒളിയാക്രമണത്തിന് പറ്റിയ സ്ഥലമായിരുന്നു അത്. പെട്ടെന്ന് ഇരുവശങ്ങളിലുമുള്ള കുന്നുകളിൽനിന്ന് യുദ്ധത്തിന്റെ അലകളുയർത്തി ബനൂഹവാസിൻ പോരാളികളൊന്നാകെ ആർത്തി രമ്പി വന്നു. കുന്തവും വാളും പ്രദർശിപ്പിച്ച് ബദവികൾ ഒട്ടകപ്പു റത്തും കുതിരപ്പുറത്തും വരുന്നതു കണ്ടപ്പോൾ മുസ്‌ലിം അണി കൾ പരിഭ്രാന്തരായി. മുന്നിട്ടുവരുന്ന സംഘം അണികൾ ഭേദിച്ച് താഴ്വരയാകെ പരന്നൊഴുകുകയും മുസ്‌ലിം നിരകളിലേക്ക് പ്രവേ ശിക്കുകയും ചെയ്തു. ഇത് അവരിൽ ആശയക്കുഴപ്പം സൃഷ്ടിച്ചു. ഒരു കാലാൾപ്പടയ്ക്ക് ചെയ്യാവുന്ന ഏറ്റവും ദൗർഭാഗ്യകരമായ കാര്യം കുതിരപ്പുറത്തിരിക്കുന്ന ശത്രുസൈന്യത്തിന്റെ കുന്തങ്ങൾ ക്കായി തങ്ങളുടെ പിൻഭാഗം കാണിച്ചുകൊടുക്കുകയെന്നതാണ്. മുസ്‌ലിംകൾ ചെയ്തതും അതുതന്നെ. ഹുനൈൻയുദ്ധം പരാമർ

ശിച്ചുകൊണ്ട് ഖുർആൻ പറഞ്ഞു: ''പ്രവിശാലമായിരുന്നിട്ടും ഭൂമി അഭയം നൽകാനാവാത്തവിധം ചെറുതായി നിങ്ങൾക്ക് തോന്നി. അപ്പോൾ നിങ്ങൾ പിന്തിരിഞ്ഞോടി'' (അത്തൗബ: 25).

അറുപത് പിന്നിട്ട നബിതിരുമേനി അപ്പോൾ താഴ്വരയിലുണ്ടായിരുന്നു. 'നിങ്ങൾ പിന്തിരിഞ്ഞോടി' എന്ന് ഖുർആൻ വിശേഷിപ്പിച്ച പരിഭ്രാന്തിയുടെ ആ നിമിഷം അദ്ദേഹം നേർക്കുനേരെ കണ്ടു. പടയങ്കിയണിഞ്ഞ് കോവർ കഴുതയുടെമേൽ ഇരിക്കുകയായിരുന്ന നബി തനിക്കുചുറ്റുമുള്ള സമർപ്പിതരായ അംഗരക്ഷകരോടൊപ്പം അവിടെ നിലയുറപ്പിച്ചു. ''കൂട്ടരേ, നിങ്ങളെങ്ങോട്ടാണീ പോകുന്നത്? ഞാൻ ദൈവദൂതനാണ്. അബ്ദുൽ മുത്തലിബിന്റെ മകനുമാണ്,'' ശബ്ദകോലാഹലങ്ങൾക്കിടയിൽ നബിയുടെ ശബ്ദമുയർന്നു.

ഒടുവിൽ ബനൂഹവാസിനുമായി നേർക്കുനേർ പൊരുതാൻ മുസ്‌ലിം പോരാളികളെ നേതാക്കൾ പ്രേരിപ്പിച്ചതോടെ പലരും തിരികെയെത്തി പോരാടാൻ തുടങ്ങി. ഇരുസൈന്യവും തമ്മിൽ ഏറ്റുമുട്ടൽ രൂക്ഷമായി. 'ഇപ്പോൾ കളം ചൂടുപിടിച്ചിരിക്കുന്നു' പ്രവാചകൻ ഉറക്കെപ്പറഞ്ഞു. യുദ്ധത്തിന്റെ അലയൊലികൾ ഉയർന്നുതാഴുമ്പോൾ പ്രവാചകൻ ആകാംക്ഷയോടെ മുന്നോട്ടാഞ്ഞുനിന്ന് നോക്കിക്കൊണ്ടിരുന്നു. ആദ്യം മുന്നോട്ടുവന്നപ്പോഴുണ്ടായ വീര്യം നിലനിർത്തി ശത്രുക്കളെ ചകിതരാക്കാൻ കഴിഞ്ഞില്ലെങ്കിൽ നീണ്ട ഏറ്റുമുട്ടലിന് തയ്യാറാകുന്ന പതിവ് ബദവികൾക്കുണ്ടായിരുന്നില്ല. കാരണം, അവർക്ക് വേണ്ടിയിരുന്നത് യുദ്ധമുതലും ബഹുമതിയുമായിരുന്നു. മരണത്തെ അവർ ആഗ്രഹിക്കുന്നില്ല. അധികം വൈകിയില്ല, ഹവാസിൻ ഗോത്രം പിന്തിരിഞ്ഞ് ജീവനുംകൊണ്ടോടി.

യുദ്ധക്കളത്തിനു ചാരെ കെട്ടിയുയർത്തിയ ബനൂഹവാസിൻ തമ്പുകളിൽനിന്ന് മുസ്‌ലിം സൈന്യം പിടികൂടിയവരിൽ ബനൂസഅ്ദിലെ ഒരു ബദവി വൃദ്ധയുമുണ്ടായിരുന്നു. താൻ 'മുഹമ്മദിന്റെ സഹോദരിയാണ്' എന്ന് അവർ ഉറക്കെ അവകാശപ്പെടുന്നുണ്ടായിരുന്നു. മുസ്‌ലിം പടയാളികൾ ആദ്യം അവരെ പരിഹസിച്ച് ചിരിച്ചു. എന്നാൽ, വൃദ്ധ പിടിവാശിയിൽ ഉറച്ചുനിന്നതോടെ രണ്ട് പടയാളികൾ അവരെ മുഹമ്മദ് നബിയുടെ അടുത്തേക്ക് കൊണ്ടുപോയി. നബിക്കായി പ്രത്യേകം ചുവന്ന നിറം പിടിപ്പിച്ച തുകൽതുണ്ടുകൾ

കൊണ്ട് പണിതുയർത്തിയ തമ്പായിരുന്നു അത്. അവരെ അഭിസം ബോധന ചെയ്യാൻ നബി ഇറങ്ങിവന്നപ്പോൾ വൃദ്ധ മുന്നോട്ടുനീങ്ങി.

'മുഹമ്മദ്, ഞാൻ നിന്റെ പെങ്ങളാണ്,' അവർ കൂസലന്യേ പറഞ്ഞു. നോക്കൂ, മുഹമ്മദ് എന്ന് പേരെടുത്താണ് വിളിച്ചത്. ഈ പുസ്തകത്തിൽ വിശദീകരിച്ചിട്ടുള്ള നാടോടിജീവിതത്തിന്റെ പരവ താനിയിൽ തുന്നിപ്പിടിപ്പിച്ച സ്നേഹനിർഭരമായ ആദരവിന്റെയും പ രിചിതഭാവത്തിന്റെയും നിറപ്പകിട്ടുള്ള നൂലിഴകൾ ആ സ്ത്രീയുടെ പെരുമാറ്റത്തിൽ പ്രകടമാണ്.

'നിങ്ങൾക്കതിന് തെളിവുണ്ടോ?' നബി ചോദിച്ചു. മുഖം കണ്ടിട്ട് അദ്ദേഹത്തിന് മനസ്സിലായില്ല.

തന്റെ കുപ്പായത്തിന്റെ കൈയുയർത്തിക്കൊണ്ട്, അവർ തവിട്ട് നിറത്തിലുള്ള തൊലിയിൽ പല്ലുകൊണ്ട് കടിച്ച പാടുകൾ കാണിച്ചു കൊടുത്തു. 'ഓർക്കുന്നോ, സിർഹാർ വാദിയിലൂടെ നിന്നെ ഒക്കത്തെ ടുത്ത് ആട്ടിടയന്മാരുടെ അടുത്തേക്ക് ഞാൻ പോയ ആ ദിനത്തിൽ നീ തന്നതാണിത്.'

ജുദാമയായിരുന്നു അത്. നബിയുടെ പോറ്റുപെങ്ങൾ. അവരെ വീണ്ടും കണ്ടപ്പോൾ നബി ആഹ്ലാദത്താൽ മതിമറന്നു. അവരെ ഹൃദ്യ മായി നബി വാരിപ്പുണർന്നു. കാലം മായ്ക്കാത്ത നാട്ടുപാരമ്പര്യം പിന്തുടർന്ന് നബി തന്റെ കുപ്പായം തറയിൽ വിരിച്ചു. അവരോട് തന്റെ അടുക്കൽ ഇരിക്കാൻ പറഞ്ഞു. വൈകുവോളം തങ്ങളുടെ കുട്ടിക്കാലത്തെപ്പറ്റി പരസ്പരം സംസാരിച്ചുകൊണ്ടിരുന്നു. തന്റെ പഴയ കുടുംബാംഗങ്ങളുടെ വിശേഷം നബി അവരോട് ചോദിച്ച റിഞ്ഞു. പിറ്റേന്ന് തനിക്കും തന്റെ കുടുംബത്തിനും കൈനിറയെ സമ്മാനവുമായി അവർ മരുഭൂമിയിലെ തമ്പിലേക്ക് തിരിച്ചു.

ജുദാമയുടെ കഥകേട്ടപ്പോൾ ബനൂഹവാസിനിലെ ബനൂസഅ്ദ് കുലത്തിന്റെ മൂപ്പൻമാർ അത് തങ്ങൾക്കുള്ള അവസരമായി കണ്ടു. അവർ നബിയെ സമീപിച്ച് പറഞ്ഞു: 'ദൈവദൂതരേ, കുഞ്ഞായിരു ന്നപ്പോൾ താങ്കളെ മുലയൂട്ടുകയും കുട്ടിയായിരുന്നപ്പോൾ താങ്കളെ പരിപാലിക്കുകയും ചെയ്ത സ്ത്രീകൾ ഞങ്ങളുടെ കുലത്തിലുള്ള വരാണ്. അതുകൊണ്ട് ഈ ദുരിതത്തിലകപ്പെട്ട ഞങ്ങളോട് ദയവു കാണിച്ചാലും.'

നബി അവരോട് ചോദിച്ചു: 'ആരെയാണ് നിങ്ങൾക്കേറെ ഇഷ്ടം. നിങ്ങളുടെ ഭാര്യാസന്താനങ്ങളെയോ ആടുമാടുകളെയോ?'

'ഞങ്ങളുടെ ഭാര്യമാരെയും മക്കളെയും തിരിച്ചുതരിക' - അവർ ഒന്നടങ്കം പറഞ്ഞു. ബദവി 'സമ്പ്രദായ'മനുസരിച്ച്, യുദ്ധം കഴിഞ്ഞാൽ ബന്ധനസ്ഥരായ സ്ത്രീകളെയും കുട്ടികളെയും കൊല്ലുന്ന പതിവുണ്ടായിരുന്നില്ല. അവർ ഉപദ്രവിക്കപ്പെട്ടിരുന്നുമില്ല. പക്ഷേ, അടിമച്ചന്തകളിൽ അവർ വിൽക്കപ്പെടാനുള്ള സാധ്യതയുണ്ടായിരുന്നു. കാരണം, യുദ്ധവിജയം നേടിയ ശേഷമുള്ള ആർജിതസ്വത്തുക്കളിൽ അവരും ഉൾപ്പെട്ടിരുന്നു. അറബികളെ യുദ്ധച്ചന്തയിൽ വിൽക്കുന്നത് നിരോധിച്ചുകൊണ്ട് ഉമർ നിയമം കൊണ്ടുവരുന്നതുവരെ അതായിരുന്നു പതിവ്.

ബനൂസഅ്ദ് ഗോത്രത്തലവൻമാരുടെ അപേക്ഷ സ്വീകരിക്കേണ്ട കടമ തീർച്ചയായും നബിക്കുണ്ടായിരുന്നു. എന്നാൽ, ദുർബലരായ ആണുങ്ങളും സ്ത്രീകളും കുട്ടികളും ഉൾപ്പെട്ട യുദ്ധാർജിത വരുമാനത്തിൽ നിന്ന് മുസ്‌ലിം യോദ്ധാക്കൾ തങ്ങളുടെ പങ്ക് പ്രതീക്ഷിച്ചിരുന്നു. പ്രശംസനീയമായ പ്രത്യുൽപന്നമതിത്വത്തിലൂടെ നബി ആ പ്രശ്നം പരിഹരിച്ചതിങ്ങനെ:

മധ്യാഹ്നപ്രാർഥനക്കായി തന്റെ അനുയായികൾ ഒരുമിച്ചുകൂടും വരെ കാത്തിരിക്കാൻ ബനൂസഅ്ദ് ഗോത്രമുഖ്യന്മാരോട് നബി പറഞ്ഞു. 'ഞങ്ങളുടെ ഭാര്യമാരെയും മക്കളെയും സ്വതന്ത്രരാക്കുവാൻ മുസ്ലീങ്ങളോട് ശുപാർശ ചെയ്യാൻ ദൈവദൂതരോടും, ദൈവദൂതരോട് ശിപാർശ ചെയ്യാൻ മുസ്‌ലിംകളോടും ഞങ്ങൾ ആവശ്യപ്പെടുന്നു.' നബി നൽകിയ നിർദേശങ്ങൾ അക്ഷരംപ്രതി പാലിച്ച് അവർ ഉച്ചത്തിൽ നിലവിളിച്ചു. മദീനയിലെ പടയാളികൾ പ്രവാചകൻ ആഗ്രഹിക്കുന്നതുപോലെ കാര്യങ്ങൾ മുന്നോട്ടുനീക്കാനായി തങ്ങളുടെ പങ്ക് നബിക്ക് നൽകി. എന്നാൽ, നബിക്കൊപ്പമുണ്ടായിരുന്ന ബദവിഗോത്രങ്ങളിലെ രണ്ട് സംഘങ്ങൾ (ബനൂ ഫസാറ, ബനൂ തമീം) ഈ മാതൃക പിന്തുടർന്നില്ല. അതുപോലെ ബനൂ സുലൈം മുഖ്യനും നീരസം പ്രകടിപ്പിച്ചു. എന്നാൽ തങ്ങളുടെ നേതാവിന്റെ അപ്രീതി വകവെക്കാതെ സുലൈം ഗോത്രക്കാർ പറഞ്ഞു: 'ഏയ്, അങ്ങനെയല്ല. ഞങ്ങൾക്കുള്ള വിഹിതം നബിയുടെതാണ്.'

തീരുമാനമെടുക്കാൻ തുല്യസ്വാതന്ത്ര്യമുണ്ടായിരുന്ന അറബികൾ മണിക്കൂറുകളോളം സദസ്സിലിരുന്ന് തർക്കിച്ചു. വാദം ചൂടുപിടിച്ചു. പ്രശ്നത്തിന്റെ സങ്കീർണത വിലകുറച്ച് കാണരുതല്ലോ. അറബികൾക്കിടയിൽ ഒരു പഴമൊഴിയുണ്ട്: 'പ്രാപ്പിടിയൻ ചാകുമ്പോഴും അതിന്റെ കണ്ണ് ഇരയുടെ മേലായിരിക്കും' (ചത്താലും കുറുക്കന്റെ കണ്ണ് കോഴിക്കൂട്ടിൽത്തന്നെ). ബദവികളുടെ ഇര യുദ്ധമുതലാണ്. പ്രാപ്പിടിയനെപ്പോലെ അത് നേടിയെടുക്കുന്ന കാര്യത്തിൽ അവർക്ക് തീവ്രമായ ആവേശമുണ്ടാകും. മുഹമ്മദ് നബി ശരിയായ അവസരം കാത്ത് ക്ഷമയോടെ നിലയുറപ്പിച്ചു. അവസരം വന്നപ്പോഴാകട്ടെ, അദ്ദേഹം ന്യായമായ ഒത്തുതീർപ്പിന് സന്നദ്ധനായിരുന്നു.

'തടവുകാരുടെ പങ്ക് കിട്ടണമെന്ന് ശാഠ്യമുള്ളവർ അവരെ ഇപ്പോൾ തന്നെ മോചിപ്പിക്കട്ടെ. നമുക്ക് കിട്ടുന്ന യുദ്ധാർജിത മുതലിൽനിന്ന് ആൾക്കൊന്നിന് ആറ് ഒട്ടകങ്ങൾ എന്ന കണക്കിന് ഞാനതിന് പരിഹാരം നൽകാം.'

മുഹമ്മദ് നബി കൽപനയൊന്നും പുറപ്പെടുവിച്ചില്ല. തന്റെ സംഘത്തോട് അഭ്യർഥന നടത്താൻ സഅ്ദ് ഗോത്രത്തിലെ പുരുഷന്മാരോട് നബി ആവശ്യപ്പെട്ടു. അവർക്ക് കൃത്യമായ ഉപദേശം നൽകുന്നതിൽ അദ്ദേഹം പ്രായോഗികബുദ്ധി സ്വീകരിച്ചു. തന്റെ സ്വാധീനം ചെലുത്തേണ്ട കൃത്യസമയം തെരഞ്ഞെടുക്കാനുള്ള യുക്തിയും അദ്ദേഹത്തിനുണ്ടായിരുന്നു. ഒരു ഭാര്യയെ സംരക്ഷിക്കുന്ന അധിക ഭാരത്തേക്കാൾ ആറ് ഒട്ടകങ്ങളാണ് നല്ലതെന്ന് ബദവികൾ അംഗീകരിക്കുമെന്ന് നബിക്കറിയാമായിരുന്നു. നബിയോട് സംസാരിക്കുന്നതിനുവേണ്ടി മുസ്‌ലിംനേതാക്കളുടെ പക്കൽ അപേക്ഷയുമായി ചെല്ലാൻ ബനൂസഅ്ദ് നേതാക്കളോട് അദ്ദേഹം നിർദേശിച്ചത് നോക്കുക. തങ്ങളുടെ ഹൃദയവിശാലത പ്രകടിപ്പിക്കുന്നതുവഴി പരസ്യമായ അഭിമാന പ്രകടനത്തിനുള്ള അവസരം മുസ്‌ലിംകൾക്ക് നൽകുകയാണ് നബി ചെയ്തത്. ആ അറബി നാടോടികളെ നബിക്കറിയാമായിരുന്നു. അതുപോലെ, ഷേക്സ്പിയറുടെ വാക്കുകൾ കടമെടുത്താൽ, അവരുടെ 'ജന്മസിദ്ധമായ സ്വഭാവങ്ങളും.'

ഹുനൈൻ യുദ്ധാനന്തരം മുഹമ്മദ് നബി നൽകിയ സമ്മാനങ്ങൾ ലഭിച്ചവരിൽ യുവാവായ ബദവി 'ഖാഇദ്' (നേതാവ്) മാലികുബ്നു ഔഫും ഉണ്ടായിരുന്നു. മക്ക പിടിച്ചടക്കിയതിന്റെ പകരമെന്നോണം മുസ്‌ലിംകൾക്കെതിരെ യുദ്ധംചെയ്യാൻ ഹവാസിൻ ഗോത്രത്തെ നിർബന്ധിച്ചത് മാലികുബ്നു ഔഫായിരുന്നു. ഗോത്രത്തിലെ തലമുതിർന്ന നേതാവായ ദുറൈദുബ്നു സ്വിമ്മയുടെ ബുദ്ധിപൂർവമായ ഉപദേശം വകവെക്കാതെയാണ് മാലിക് അങ്ങനെ ചെയ്തത്.

ദുറൈദ് വയോധികനായ യുദ്ധനേതാവായിരുന്നു. കുതിരപ്പുറത്തേറി ദീർഘയാത്രകൾ നടത്തിയതിനാൽ പ്രായമേറിയതോടെ അദ്ദേഹത്തിന്റെ കാലുകളുടെ തൊലി കടലാസ് പോലെയായിരുന്നുവെന്ന് പറയപ്പെടുന്നു. രോഗത്താൽ പ്രയാസപ്പെട്ടിട്ടും ദുറൈദ് ബദവിമുഖ്യന്റെ ധീരതയും അന്തസ്സും കൈവിടാതെ യുദ്ധത്തിനായി പുറപ്പെട്ടു. എടുത്തുചാട്ടക്കാരായ ചില യുവാക്കൾ ആക്ഷേപിച്ചതുപോലെ, മുഹമ്മദ് നബിക്കെതിരെ മാലിക് നടത്തിയ യുദ്ധപ്രഖ്യാപനത്തെ എതിർക്കാൻതന്നെ പ്രേരിപ്പിച്ചത് ഭീരുത്വമല്ല എന്ന് പ്രകടിപ്പിക്കുകയായിരുന്നു അദ്ദേഹത്തിന്റെ ലക്ഷ്യം. ഒരു ഒട്ടകമഞ്ചത്തിലേറിയാണ് ദുറൈദ് യുദ്ധത്തിനായി പുറപ്പെട്ടത്. എന്നാൽ, ഹവാസിൻ യുദ്ധത്തിൽ പരാജയപ്പെട്ട് മടങ്ങവേ, മുസ്‌ലിംപക്ഷംചേർന്ന് പോരാടിയ ബനൂസുലൈം ബദവി ഗോത്രത്തിലെ ഒരു യുവാവ് ദുറൈദിന്റെ മഞ്ചത്തിലേക്ക് ചാടിക്കയറി. ഒട്ടകത്തിന്റെ മൂക്കുകയർ പിടിച്ച് തന്റെ കുന്തംകൊണ്ട് ദുറൈദിനെ കുത്തി. എന്നാൽ, നൈപുണിതീണ്ടാത്ത അവലക്ഷണം പിടിച്ച കുത്തായിരുന്നു അത്.

'നിന്റെ ഉമ്മായുടെ വളർത്തുദോഷം' തീർത്തും നിർവികാരനായി ദുറൈദ് പറഞ്ഞു. തന്റെയോ മറ്റുള്ളവരുടെയോ മരണാസന്ന വേളയിൽ ബദവികൾ തീർത്തും നിർവികാരരായിരിക്കും. തന്നെ എങ്ങനെകൊല്ലണമെന്ന് ആ പുതുമുഖ യോദ്ധാവിനെ ദുറൈദ് ഉപദേശിക്കാൻ തുടങ്ങി: 'ദാ, ഈ മഞ്ചത്തിന്റെ പിന്നിലെ വാളെടുത്ത് എന്റെ മുതുകിന്റെയും ശിരസ്സിന്റെയും മധ്യത്തിൽ വെട്ടുക. ചോരത്തിളപ്പിന്റെ നാളുകളിൽ എതിരാളികളെ ഞാനങ്ങനെയാണ് കൈകാര്യം ചെയ്തിരുന്നത്. എന്നിട്ട് നിന്റെ ഉമ്മയോട് പോയി പറയുക, ഞാൻ ദുറൈദിനെ വകവരുത്തിയെന്ന്. നിന്റെ ഗോത്ര

ത്തിലെ പെണ്ണുങ്ങളുടെ ജീവൻ രക്ഷിച്ച ദിവസങ്ങൾ എന്റെ ജീവിതത്തിലേറെയുണ്ട്.' ആ യുവാവിന്റെ ഉമ്മയെയും ഉമ്മുമ്മയെയും ദുറൈദ് രക്ഷിച്ചിരുന്നു. എന്നാൽ, ഹുനൈൻ യുദ്ധക്കളത്തിൽ ദുറൈദിന് അത് ഒരുതരത്തിലും ഉപകാരപ്പെട്ടില്ല.

സാരാംശങ്ങൾ

1. സമൂഹം തന്നിൽനിന്ന് പ്രതീക്ഷിക്കുന്നതും, അവർക്ക് ആവശ്യമായതും, അവരുടെ ആദരവ് പിടിച്ചുപറ്റുന്നതുമായ കാര്യങ്ങൾ നേതാവ് ചെയ്യുന്നു. ഉദാഹരണമായി, സേനാനായകൻ ധൈര്യം പ്രകടിപ്പിക്കുന്നു. 'സൈനികന്റെ സദ്ഗുണം ധൈര്യമാണെന്ന്' അതെപ്പറ്റി ഷേക്സ്പിയർ പറഞ്ഞിട്ടുണ്ട്.

2. മുഹമ്മദ് നബി ഹുനൈനിൽ പ്രകടിപ്പിച്ചത് ധൈര്യമാണ്. ഭയലേശമന്യേ, അപകടം നേരിടുന്നതിന് ജനങ്ങളെ പ്രാപ്തരാക്കുന്നതും പിരിമുറുക്കത്തിന്റെ പ്രതികൂലസാഹചര്യത്തിൽ ധീരരായി പ്രവർത്തിക്കാൻ വഴിയൊരുക്കുന്നതും, ആപത്ത് സഹിക്കാൻ ശക്തിയേകുന്നതും പ്രസ്തുത ഗുണമാണ്.

3. പ്രത്യേകലക്ഷ്യത്തിനായി ഒരുമിച്ച കൂട്ടായ്മ, സംഘടനകൾ, സമുദായങ്ങൾ എന്നിവയുടെ ഭാഗമായിവരുന്ന എല്ലാ അംഗങ്ങളും ഒരു കാര്യം പൊതുവായിചെയ്യുന്നുവെന്നത് ചരിത്രത്തിലിന്നോളം കണ്ടുവരുന്ന സംഗതിയാണ്. പൊതുവായ, സ്ഥിരതയുള്ള മനുഷ്യപ്രകൃതിയോടുകൂടിയ വ്യക്തികളാണവർ.

4. നല്ല, ദയ, മനുഷ്യത്വം, കാരുണ്യം തുടങ്ങിയ മാനുഷിക ഗുണങ്ങൾവ്യതിരിക്തമായി പ്രകടിപ്പിക്കുന്ന വ്യക്തിയായിരിക്കും സാർവ ലൗകിക നേതാവ്. മുഹമ്മദ് നബിയിൽ ഈ ഗുണങ്ങൾ നിങ്ങൾ കണ്ടില്ലേ?

5. ഒരു നേതാവിനുണ്ടാകേണ്ട മറ്റൊരു പൊതുഗുണമാണ് വിനയം. Humility (വിനയം) എന്ന വാക്ക് Humus (മണ്ണ്, തറ) എന്ന ലാറ്റിൻ പദത്തിൽനിന്നാണ് വരുന്നത്. Homo (മനുഷ്യൻ) എന്ന വാക്കുമായി അത് ബന്ധപ്പെട്ടിരിക്കുന്നു. മുഹമ്മദ് തന്റെ മേൽമുണ്ട് തറയിൽ വിരിച്ച് മറ്റ് മനുഷ്യരുമായി ഒരേ വിതാനത്തിൽ ഇരിക്കുമ്പോൾ, വിനയമാണതിലൂടെ പ്രകടമാകുന്നത്. തന്റെ പ്രജകൾക്കുമുന്നിൽ ഉയർന്ന സിംഹാസനത്തിലിരിക്കുന്ന രാജാവിനെ നോക്കുക.

പ്രകടമായിത്തന്നെ, അവരെ ഇകഴ്ത്തുകയാണ് അദ്ദേഹം ചെയ്യുന്നത്. ഘാനയിൽ ഒരു ചൊല്ലുണ്ട്: 'മുഖ്യൻതന്നെ തറയിലിരിക്കുമ്പോൾ കസേര കിട്ടുമെന്ന് പ്രതീക്ഷിക്കരുത്.'

'ചെയ്യേണ്ടതെങ്ങനെയെന്ന് ഗോത്രമാണ് മുഖ്യനോട് പറയുന്നത്.'

- അറബി പഴമൊഴി

കുറിപ്പുകൾ

1. മധ്യ അറേബ്യയില നഫൂദ്-റുബ്ഉൽ ഖാലി പ്രവിശ്യയിലെ ഒരു മരുഭൂമിയാണ് നജ്ദ്. ഈ പ്രദേശം സമുദ്രനിരപ്പിൽ നിന്ന് 1500 മീറ്റർ (5000 അടി) ഉയരത്തിലുള്ള സമതലമാണ് (ഗ്രന്ഥകാരൻ).
2. മുഹമ്മദ് നബിയുടെ പിന്തുടർച്ചക്കാരായ ഭരണാധിപന്മാരെ അങ്ങനെയാണ് വിളിച്ചിരുന്നത്.
3. നീളമുള്ള കൈയില്ലാത്ത വസ്ത്രം.

2

ആട്ടിടയൻ

'ആട്ടിടയനായി ജോലിചെയ്യാത്ത ഒരു പ്രവാചകനുമില്ല'

-മുഹമ്മദ് നബി

'താങ്കളും അത് ചെയ്തിട്ടുണ്ടോ?'
ഒരിക്കൽ ഒരാൾ ചോദിച്ചു.
'ഉണ്ട്. കുട്ടിയായിരുന്നപ്പോൾ ഞാൻ ആടിനെ മേയ്ച്ചിട്ടുണ്ട്.'

പ്രവാചകൻ എപ്പോൾ, എത്രകാലം, ആർക്കുവേണ്ടി ആട്ടിടയനായി എന്ന വിവരം നമുക്ക് ലഭ്യമല്ല. എന്നാൽ, ആ നാളുകളിലേക്ക് പിന്തിരിഞ്ഞു നോക്കിയ അദ്ദേഹം അത് ദൈവാനുഗ്രഹമായി മനസ്സിലാക്കി. പ്രവാചകനെന്ന് വിളിക്കപ്പെടാൻ ആവശ്യമായ ഉപാധിയായി അദ്ദേഹം ഇടയവൃത്തിയെ തിരിച്ചറിഞ്ഞു. തന്റെ നിയോഗമെന്തെന്ന് അറിയുന്നതിനു മുമ്പാണ് അദ്ദേഹം ആട്ടിടയനായി പ്രവർത്തിച്ചിരുന്നത്.

സൂര്യതാപത്താൽ വെന്തുരുകുന്ന മക്കയിലെ കുന്നുകൾക്കും മലനിരകൾക്കുമിടയിലൂടെ നൂലിഴചേർത്തതുപോലെ കിടക്കുന്ന താഴ്വാരങ്ങളിലൂടെ ദിനരാത്രങ്ങളോളം ആടിനെ മേയ്ച്ചുനടന്ന, ബുദ്ധികൂർമതയും നിരീക്ഷണപാടവവുമുള്ള ഒരു യുവാവിന്റെ അനുഭവത്തിൽ നിന്ന് മുഹമ്മദ് നബി പഠിച്ചെടുത്ത നേതൃപാഠങ്ങളെക്കുറിച്ച് ഒരൽപം ചിന്തിക്കാനാണ് ഈ അധ്യായത്തിൽ ഞാൻ നിങ്ങളോട് ആവശ്യപ്പെടുന്നത്. ആഴ്ചകളോളം ദൈവവുമായി തനിച്ചാകാൻ കൊതിച്ച് അദ്ദേഹം ഗുഹയിലേക്ക് പോയിത്തുടങ്ങിയത് ഏതാണ്ട് ക്രിസ്ത്വബ്ദം 610 - കളിലെ ആ ദിനരാത്രങ്ങളിലൊന്നിലല്ലേ?

ഇസ്രായേലിന്റെ ഭരണസാരഥ്യമേറ്റെടുക്കുമ്പോൾ ദാവീദിന് പ്രായം 30. തുടർന്ന് അദ്ദേഹം 40 വർഷക്കാലം ഇസ്രായേൽ ഭരിക്കുകയുംചെയ്തു. ഖുർആൻ അദ്ദേഹത്തെ പ്രവാചകനെന്ന് വിളിച്ചു. സങ്കീർത്തനങ്ങളുടെ രചയിതാവായി അദ്ദേഹത്തെ കണക്കാക്കുന്നു. ഈ വാക്കുകളിൽ സങ്കീർത്തകൻ തന്റെ വചനങ്ങൾ ചുരുക്കുന്നു:

അവൻ തന്റെ ദാസനായ ദാവീദിനെ തെരഞ്ഞെടുത്തു;

ആട്ടിൻ തൊഴുത്തുകളിൽ നിന്ന് അവനെ വരുത്തി

തന്റെ ജനമായ യാക്കോബിനെയും തന്റെ

അവകാശമായ ഇസ്രായേലിനെയും

മേയ്ക്കേണ്ടതിന് അവൻ

അവനെ തള്ളയാടുകളെ

നോക്കുന്ന വേലയിൽനിന്ന്

കൊണ്ടുവന്നു.

അങ്ങനെ അവൻ പരമാർഥ ഹൃദയത്തോടെ അവരെ മേയ്ച്ചു;

കൈമിടുക്കോടെ അവരെ നടത്തി.

(സങ്കീർത്തനങ്ങൾ 78: 70–72)

'ഇടയൻ' എന്ന പദം ജനനായകനെ പരിചയപ്പെടുത്താൻ പൗരാണികകാലത്ത് നിലനിന്ന ഏറ്റവും ശക്തിമത്തായ രൂപകമാണ് എന്നത് ഈ ഖണ്ഡികയിൽനിന്ന് വ്യക്തമാണ്. പൗരാണിക ഗ്രന്ഥകാരന്മാരായ ഹോമറും സെനോഫെനും (Xenophon) ഈ രൂപകം ഉപയോഗിച്ചിട്ടുണ്ട്. നേതൃപാടവത്തെക്കുറിച്ചുള്ള നമ്മുടെ ഇപ്പോഴത്തെ അറിവനുസരിച്ച് അത് അർഥസമ്പുഷ്ടമായ രൂപകമാണെന്ന് കാണാം.

നേതൃസ്ഥാനം വഹിക്കുന്ന ആൾ പരസ്പരബന്ധമുള്ള മൂന്ന് അടിസ്ഥാന കർത്തവ്യങ്ങൾ ചെയ്തുതീർക്കേണ്ടതായുണ്ട് എന്ന് നമുക്കറിയാം:

ഒന്ന്, ഏറ്റെടുത്ത ജോലി പൂർത്തിയാക്കുക.

രണ്ട്, തന്റെ ഗ്രൂപ്പിനെ ഒരൊറ്റ ഏകകമായി ഒരുമിച്ചുനിർത്തുക.

മൂന്ന്, ഓരോ വ്യക്തിയുടെയും വ്യക്തിഗതമായ ആവശ്യങ്ങൾ നിവർത്തിക്കുക. അടിസ്ഥാനപരമായി നേതൃത്വം എന്നത് ഒരു 'സഞ്ചാര പദമാണ്' (Journey word).[1] ഇപ്പോൾ വിവരിച്ച രണ്ട് ഉൾക്കാഴ്ചകൾ 'ഇടയൻ' എന്ന രൂപകം അർഥസമ്പന്നവും ധ്വനിസാന്ദ്രവുമാണെന്ന് നമുക്ക് മനസ്സിലാക്കിത്തരുന്നു. ഭാവിയിലെ നേതാവിന് ലളിതവും ഉപയോഗാത്മകവുമായ മാതൃകയാണ് ഇടയൻ എന്നത്. എന്നാൽ, അതിൽനിന്ന് പഠിക്കേണ്ടതായ പാഠങ്ങൾ അത്ര സുവ്യക്തമല്ല; അത് കുറെക്കൂടി അന്തർലീനമാണ്.

മുന്നിൽ നിന്ന് നയിച്ച് ഇടയൻ തന്റെ ആട്ടിൻപറ്റങ്ങൾക്ക് വഴി കാണിച്ചുകൊടുക്കുന്നു. പലപ്പോഴും ഇരുപതു മൈലുകളോളം അയാൾക്ക് വന്യതയിൽ വളരുന്ന ദുർലഭമായ പുല്ലുകൾ അന്വേഷിച്ച് നടക്കേണ്ടതായി വരുന്നു. വേനൽച്ചൂടിൽ കരിഞ്ഞുപോകുന്ന പുല്ലുകളും പൂക്കളും പച്ചയിടുന്ന മരുഭൂമിയിലെ 'വസന്തകാലത്ത്', മരുഭൂമിയിലെ പുൽപുറങ്ങൾ (സങ്കീർത്തനങ്ങൾ 65:12; ജോൺ 2:22) പോലും സ്വാഗതമോതുന്നു. ആട്ടിൻകുട്ടികൾ സ്വാഭാവികമായി പിന്തുടരുന്നത് തങ്ങളുടെ അമ്മമാരെയാണ്. എന്നാൽ, വളർച്ചയെത്തിയ കൂട്ടങ്ങളിൽ ജീവിക്കുന്ന ആടുകൾ തങ്ങളിൽ പ്രബലനായ മുട്ടനാടിനെ പിന്തുടരുന്നു. മണം പരത്തുന്ന കുളമ്പ് ഗ്രന്ഥികൾ (Hoof- Gland) ഉപയോഗിച്ചാണ് ആടുകൾ വഴിയടയാളങ്ങൾ അവശേഷിപ്പിക്കുന്നത്. മെഡിറ്ററേനിയൻ നദീതടങ്ങളിലെ പ്രാചീന മനുഷ്യർ ക്രിസ്തുവിന് 6000 വർഷങ്ങൾക്ക് മുമ്പ് ഈ പ്രതിഭാസം മനസ്സിലാക്കി. മുട്ടനാടിനുപകരം മനുഷ്യനായ ഇടയനെ അനുഗമിക്കത്തക്കവിധം വിധേയത്വമുള്ള ആടുകളായി പറ്റത്തെ മാറ്റിയെടുക്കാമെന്ന് പഠിച്ചു. കുന്നിൻപുറങ്ങളിലും മരുപ്രദേശങ്ങളിലുമുള്ള ഇടയന്മാർക്ക് നായകളുടെ സഹായമുണ്ടായിരുന്നു. ആട്ടിൻ പറ്റങ്ങളെ വളഞ്ഞുപിടിക്കാനോ ഓടിക്കാനോ അല്ല, അവയെ സംരക്ഷിക്കുന്നതിനാണ് നായകളെ കൂട്ടിയിരുന്നത്.

പൊതുവെ ഇടയൻമാർ ആട്ടിൻപറ്റങ്ങൾക്കു മുമ്പേ നടക്കുന്നു. എന്നാൽ, പലപ്പോഴും അവയുടെ പിന്നാലെയും അവർ നടക്കാറുണ്ട്. വൈകുന്നേരങ്ങളിൽ തൊഴുത്തിലേക്ക് തിരിച്ചുനടക്കുമ്പോഴോ, വഴിതെറ്റിപ്പോകുന്നവരെ കൂട്ടത്തിൽ ചേർക്കാനോ, ഒളിച്ചിരിക്കുന്ന ചെന്നായ്ക്കളിൽനിന്ന് അവയെ രക്ഷിക്കാനോ ആണ് ഇടയന്മാർ

പിന്നാലെ ഗമിക്കുന്നത്. ആട്ടിൻപറ്റങ്ങളുടെ അരികുചേർന്നും ഇട യൻമാർ നടക്കാറുണ്ട്. വഴിതെറ്റിപ്പോകാതിരിക്കാൻ വരച്ചവരകളുടെ മധ്യഭാഗത്തായി വലിയ ആട്ടിൻപറ്റങ്ങൾ ഉണ്ടാകുമ്പോൾ മുഖ്യ ഇടയൻ മുന്നിൽ നടക്കുന്നു; സഹ ഇടയൻ പിൻഭാഗത്തും. ആട്ടിൻ പറ്റങ്ങളെ വഴിതെറ്റാതെ കൂട്ടമായി നിർത്തേണ്ടത് അവയുടെ സുര ക്ഷക്ക് അത്യന്താപേക്ഷിതമാണ്. കഴുതപ്പുലി, ചെന്നായ തുടങ്ങിയ വേട്ടമൃഗങ്ങൾ ആട്ടിൻപറ്റങ്ങളെ ചിതറിയോടിച്ച് ഒറ്റപ്പെടുത്തി കൊല്ലുകയാണ് ചെയ്യുന്നത്.

അതുകൊണ്ട് ഇടയൻമാരെ സംബന്ധിച്ചിടത്തോളം ആട്ടിൻ പറ്റങ്ങൾ കൂട്ടം തെറ്റാതെ ഒന്നിച്ചുനിൽക്കേണ്ടത് പ്രധാനപ്പെട്ട കാര്യ മാണ്. അലഞ്ഞുപോകുന്ന ആടുകളെ അവർ തിരിച്ചുവിളിക്കുന്നു. എന്നിട്ടും നടന്നകലുന്നവയെ അവർ കവണ ഉപയോഗിച്ച് കല്ലെറി യുന്നു. കല്ല് ദൂരെയെങ്ങും പോയിവീഴാതെ, തിടുക്കത്തിൽ പറ്റത്തിൽ ചേരാനുള്ള പ്രേരണയായി തിരിച്ചുവിളിക്കും വിധമാണ് എറിയുക. ജുദായി മരുഭൂമിയിലെ 'കുന്നുകളിലോ മലയിടുക്കുകളിലോ ഉഴന്നു പോയ' ആടിനെ അന്വേഷിച്ച് (മത്തായി 18:12) തന്റെയടുത്തുള്ള ആട്ടിൻപറ്റത്തെ വിട്ടേച്ച് പോകണമോ എന്ന് ഇടയന് തീരുമാനി ക്കേണ്ടി വരുന്നു. ഒരു പറ്റത്തെ നോക്കാൻ അനേകം ഇടയന്മാരു ണ്ടാകുമ്പോൾ അതിലൊരാൾക്ക് അന്വേഷിച്ചു പോകാൻ എളുപ്പ മാണ്. അപ്പോഴും ഇടയൻമാരുടെ സാമൂഹിക ശക്തിയെ ആ തിരി ഞ്ഞുപോക്ക് ദുർബലപ്പെടുത്തും. കാരണം, പണ്ടത്തെപ്പോലെ അറേ ബ്യൻ നാട്ടിലെ മലയിടുക്കുകളിൽ അലഞ്ഞു നടക്കുന്ന ഹിംസ്ര ജന്തുക്കളല്ല, സായുധരായ കാട്ടുകള്ളൻമാരാണ് ആട്ടിൻപറ്റങ്ങ ളുടെ പ്രധാനഭീഷണി.

അതുകൊണ്ട് ആട്ടിടയൻ ഐക്യത്തിന്റെ ആൾരൂപമാണ്. യേശു ഉദ്ധരിക്കുന്ന ഒരു പഴമൊഴിയുണ്ട്: 'ഇടയനെ വെട്ടുക. അപ്പോൾ ആട്ടിൻപറ്റങ്ങൾ ചിതറിപ്പൊയ്ക്കൊള്ളും.' രാത്രിയിൽ തങ്ങളുടെ ആട്ടിൻപറ്റങ്ങളെ സുരക്ഷിതരാക്കുവാൻ അപകടസമയത്ത് ഇടയ ന്മാർ അവറ്റകളെ കുന്നുകളിൽ ധാരാളമായി കണ്ടുവരുന്ന കുമ്മായ ക്കൽ ഗുഹകളിലേക്ക് തെളിക്കുമായിരുന്നു. അല്ലെങ്കിൽ കൽഭിത്തി കൊണ്ട് ആട്ടിൻതൊഴുത്തുകൾ അവർ പണിയും. കല്ലുകൾ ദുർലഭ മായ മറ്റുപ്രദേശങ്ങളിൽ മുൾച്ചെടി ഉപയോഗിച്ചിട്ടാകും തൊഴുത്തു

കൾ കെട്ടുക. ചിലപ്പോൾ കാവൽ നായ്ക്കളെ വകവെക്കാതെ ചെന്നായകൾ ഈ അതിർവരമ്പുകൾ ഭേദിച്ച് ആട്ടിൻപറ്റങ്ങളെ ആക്രമിക്കും. അതുകൊണ്ട് ഇടയൻമാർ രാത്രികാലങ്ങളിൽ ചില ആടുകളെയും ആട്ടിൻകുഞ്ഞുങ്ങളെയും തങ്ങളുടെ തമ്പുകളുടെ സമീപത്ത് നില നിർത്തും. സോളമന്റെ സങ്കീർത്തനങ്ങളിൽ രചയിതാവ് പാടുന്നു: ''സ്ത്രീകളിൽ അതിസുന്ദരിയേ, ആടുകളുടെ കാൽച്ചുവട് തുടർന്നു ചെന്ന് ഇടയന്മാരുടെ കൂടാരങ്ങളുടെ അരികെ നിന്റെ കുഞ്ഞുങ്ങളെ മേയ്ക്കുക.''

അറേബ്യൻ നാടുകളിൽ ചെമ്മരിയാടുകളും കോലാടുകളും ഉൾപ്പെട്ടതായിരിക്കും ആട്ടിൻപറ്റങ്ങൾ. കോലാടുകൾ ചെമ്മരിയാടുകളുടെയത്ര അച്ചടക്കമുള്ളവയല്ല. കോലാടുകൾക്ക് കറുത്ത നിറമാണുണ്ടാകുക. ചെമ്മരിയാടുകൾ താരതമ്യേന വെളുത്തിരിക്കും. അതുകൊണ്ട് വിദൂരത്തുനിന്നു പോലും അവയെ വേർതിരിച്ചറിയാം. ഇളം ഇലകളും കുറ്റിച്ചെടികളുമാണ് കോലാടുകൾക്ക് പ്രിയം. ചെമ്മരിയാടുകൾക്കാകട്ടെ, കിട്ടുമെങ്കിൽ പുതുതായി വളർന്നു നിൽക്കുന്ന പുല്ലുകളാണ് ഇഷ്ടം. അതിനാൽ, ചെമ്മരിയാടുകളും കോലാടുകളും സന്തോഷത്തോടെ ഒരുമയോടെ ജീവിക്കുകയില്ല. അവക്കിടയിൽ അനുരഞ്ജനമുണ്ടാക്കേണ്ടത് ഇടയന്റെ പണിയാണ്. അക്കാരണത്താൽ ആട്ടിൻപറ്റങ്ങളിൽ കോലാടുകളെയും ചെമ്മരിയാടുകളെയും വേർതിരിച്ചുനിർത്തേണ്ടത് അത്യാവശ്യമായി വരുന്നു. സമാനമായി, എല്ലാ മനുഷ്യവിഭാഗങ്ങളിലും സംഘടനകളിലും ആന്തരിക വൈജാത്യത്തിന്റേതായ സമാനമനോഭാവങ്ങൾ ഉണ്ടാകും.

ഇടയൻമാരുടെയും ആട്ടിൻപറ്റങ്ങളുടെയും തുടർച്ചയായ യാത്രകൾ അവർക്ക് അപകടങ്ങളും പ്രയാസങ്ങളും സൃഷ്ടിക്കുന്നു. ആട്ടിൻപറ്റങ്ങളും ഇടയൻമാരും ഒരുപോലെ അപകട ഭീഷണിയിലാണെന്നു പറയാം. ഒരു സഞ്ചി, പണസഞ്ചി, വടി, കവണ ഇത്രയുമാണ് ഇടയന്റെ സാമഗ്രികൾ. വേനൽ താപമേറ്റ് പകൽ അവർ വെന്തുരുകുന്നു. രാത്രിയിൽ തണുത്ത കാറ്റിൽ വിറകൊള്ളുന്നു. വന്യജീവികളുടെ ആക്രമണമോ കുമ്മായക്കല്ലുകൾക്കിടയിൽ പതിയിരിക്കുന്ന വിഷപ്പാമ്പുകളുടെ ദംശനമോ ആണ് അവർക്ക് നേരിടേണ്ടി വരുന്ന അപകടങ്ങൾ. ഇടയൻമാർ തങ്ങളുടെ സംരക്ഷണത്തിലുള്ള ആട്ടിൻപറ്റങ്ങളെ സ്നേഹിക്കുമെന്ന കാര്യം വിശ്വസിക്കാനൊട്ടും

പ്രയാസമില്ലല്ലോ. ഓരോ ആടിനെയും വേർതിരിച്ച് പേരിട്ട് അവർ വിളിക്കും. അതുകൊണ്ട് ശ്രദ്ധാലുവും സംരക്ഷണബോധമുള്ള വനുമായ ആട്ടിടയനെ ദൈവത്തിന്റെ രൂപകമായി സ്വീകരിച്ചതിൽ തെല്ലും അതിശയോക്തിയില്ല. സങ്കീർത്തനങ്ങൾ: 23, ഒരു 'ആടിന്റെ' പാട്ടാണ്. തന്റെ എല്ലാ ആവശ്യവും ദൈവമാകുന്ന ഇടയൻ പൂർത്തീ കരിച്ചുകൊടുക്കുന്നു എന്നതാണ് പ്രമേയം.

എല്ലാ താരതമ്യവിഷയങ്ങളിലുമെന്നപോലെ, ജനനായകന് നൽകുന്ന ആട്ടിടയന്റെ രൂപകം ആത്യന്തികമായി ഒത്തു പോകാ തെവരും. കാരണം നിരവധി കാര്യങ്ങളിൽ വ്യക്തികളും ആട്ടിൻപറ്റ ങ്ങളും തമ്മിൽ വ്യത്യാസങ്ങളുണ്ട്. എങ്കിലും നേതൃഗുണത്തിന്റെ വിശാലാർഥത്തിലുള്ള ധർമങ്ങൾ ആട്ടിടയൻ എന്ന രൂപകത്തിൽ ഉൾക്കൊള്ളുന്നു. ആട്ടിൻപറ്റങ്ങളുടെ മൂന്ന് ആവശ്യങ്ങളാണ് ഇടയ ന്മാർ നിവർത്തിച്ചുകൊടുക്കുന്നത്. അവക്ക് ഭക്ഷണം വേണം. അതു കൊണ്ട് ഇടയൻ ആവശ്യമായ ലക്ഷ്യസ്ഥാനത്തേക്ക് അവയെ നയി ക്കുന്നു. കൂട്ടംതെറ്റിപ്പോകാതെ ഐക്യത്തോടെ അവയെ ഒരുമിച്ചു ചേർക്കുന്നു. ഒടുവിലായി, ഓരോ ആടിന്റെയും വ്യക്തിഗതമായ ആവശ്യങ്ങൾ ഇടയൻ നിറവേറ്റുന്നു. ഓരോ ആടിനെയും പേരെ ടുത്ത് അറിയാവുന്നയാളാണ് ഇടയൻ. അവക്ക് ശരിയായ ഭക്ഷ ണവും വെള്ളവും കിട്ടുന്നുണ്ടോയെന്ന് അവൻ ഉറപ്പുവരുത്തുന്നു. ഓരോ ആടിന്റെയും മുള്ള് കുത്തിയ മുറിപ്പാടിൽ അവർ എണ്ണ പുരട്ടുന്നു. രോഗം ബാധിച്ച ആട് ശക്തി വീണ്ടെടുക്കുന്നതുവരെ അതിനെ പരിചരിക്കുന്നു.

പ്രഭാതത്തിൽ ആടിനെ പുറത്തേക്ക് തെളിച്ചാനയിച്ച ഇടയൻ അവയെ പ്രദോഷത്തിൽ തൊഴുത്തിലേക്ക് സുരക്ഷിതമായി തിരികെ യെത്തിക്കുന്നതോടെ ആ നിമിഷങ്ങൾ ആഹ്ലാദകരമായി മാറുന്നു. ആടുകളെ നയിച്ച് യാത്രപോകുന്നത് ഒരു കാര്യമാണ്. അവരെ തിരിച്ച് വീട്ടിലേക്ക് സുരക്ഷിതമായി കൊണ്ടുവരുന്നത് അത്രതന്നെ പ്രാധാന്യമുള്ള മറ്റൊരു കാര്യമാണ്. എല്ലാ തരത്തിൽപെട്ട നേതൃ ത്വത്തിനും ഈ ഉപമ ചേരുന്നുണ്ട്. സൈന്യത്തെ സുരക്ഷിതമായി വീട്ടിലെത്തിക്കുന്നയാളാണ് വിജയിച്ച സേനാനായകൻ. വിജയിച്ച സൈന്യത്തിന്റെ നായകനെ വീടണഞ്ഞതിന്റെ എല്ലാ ആഹ്ലാദാരവ ങ്ങളോടുംകൂടി വരവേൽക്കുന്നു. ഏതുകാലഘട്ടത്തിലും അതിനേ

ക്കാൾ മധുരമായ അനുഭവം ഒരു പട്ടാളക്കാരനുപോലുമുണ്ടാകുക യില്ല.

മോശയും ദാവീദും ഇടയവൃത്തി സ്വീകരിച്ചവരായിരുന്നു. അതിന്റെ വിവക്ഷ, ഇടയവൃത്തിയിൽനിന്ന് പഠിച്ചെടുത്ത ഗുണങ്ങളും കഴിവുകളും ജനങ്ങളെയും, ആത്യന്തികമായി രാഷ്ട്രത്തെയും നയിക്കുന്നതിനുവേണ്ടിയുള്ള നൈപുണിയായി പരാവർത്തനം ചെയ്യാൻ അവർക്കായി എന്നതാണ്. ദൈവം ഭരമേൽപിച്ച മനുഷ്യ രുടെ സഞ്ചയത്തെ 'കൈമിടുക്കോടെ' ദാവീദ് നയിച്ചു. യൗവന കാലത്ത് ഗലീലിയാ കുന്നുകൾക്കിടയിലെ തന്റെ കുടുംബക്കാ രുടെയും അയൽവാസികളുടെയും ആട്ടിൻപറ്റത്തെ സുരക്ഷിത മായി മേയ്ച്ചുനടത്താനുള്ള അവസരം യേശുവിനും ലഭിച്ചു എന്ന് വിശ്വസിക്കാൻ പ്രയാസമില്ല. കാരണം, നേതൃനൈപുണ്യത്തെക്കു റിച്ച് അദ്ദേഹത്തിന്റെ അധ്യാപനങ്ങളിൽ ഇടയവൃത്തിയുടെ രൂപകം നിലനിൽക്കുന്നുണ്ട്. 'താൻ നല്ലൊരു ആട്ടിടയനാണ്' (ജോൺ/ യോഹ 10-14) എന്ന യേശുവിന്റെ വാക്ക് എടുക്കുക. 'നല്ല' (Good) എന്ന നാമവിശേഷണത്തിനുള്ള ഗ്രീക്ക് പദം 'Kalos' എന്നാണ്; അതിന്റെ അർഥം കൈമിടുക്ക്, വൈഭവം എന്നും. ഇതിനെതിരായ ശബ്ദം 'Agathos' എന്നാണ്. അതായത്, ആത്മീയവീക്ഷണത്തിൽ നോക്കിയാൽ 'ധാർമികമായ നന്മകളുള്ളവൻ' (Morally Good). നല്ല ഇടയനേതാക്കന്മാർ നേതൃഗുണങ്ങൾ ആർജിക്കുന്നു. അവർ തങ്ങ ളുടെ പ്രവൃത്തികളെക്കുറിച്ച് അറിവുള്ളവരാണ്. അപകടത്തിന്റെ സൂചന കണ്ടാലുടൻ ഓടിയൊളിക്കുന്ന, പണം മാത്രം ലാക്കാക്കി വന്ന കൂലിപ്പണിക്കാരല്ല അവർ. ആവശ്യമെങ്കിൽ തങ്ങളെ വിശ്വസി ച്ചേൽപിച്ച ആടുകൾക്കു വേണ്ടി സ്വന്തം ജീവൻ ബലികഴിക്കാനും അവർ തയ്യാറാണ്.

പൗരാണികലോകത്ത്, നയിക്കാനാരുമില്ലാത്ത ജനതയെ ഇടയ നില്ലാത്ത ആട്ടിൻപറ്റത്തോട് ഉപമിച്ചിരുന്നത് നേതാവിന്റെ ആവശ്യ കതയെയാണ് കുറിക്കുന്നത്. ലോകത്തെ ഏറ്റവും പൗരാണികമായ എഴുത്തായി അറിയപ്പെടുന്ന, ക്യൂണിഫോം (ത്രികോണാകൃതിയി ലുള്ള) ലിപികൾ ഉപയോഗിച്ച് കളിമൺ ഫലകങ്ങളിൽ ഉല്ലേഖനം ചെയ്യപ്പെട്ട ലിഖിതങ്ങളിൽ 'ഇടയനില്ലാത്ത ആട്ടിൻപറ്റങ്ങളെ പോലെ യാണ് നായകനില്ലാത്ത പോരാളികൾ' എന്ന സുമേറിയൻ പഴമൊഴി കണ്ടെടുക്കപ്പെട്ടിട്ടുണ്ട്.

ജനങ്ങൾ നേതാവിനെ ആവശ്യപ്പെടുന്ന ഘട്ടത്തിൽ അത് സ്വീകരിച്ചുകൊണ്ട് മുന്നോട്ടുവരാൻ ദൈവം വ്യക്തിയോട് ആഹ്വാനം ചെയ്യുന്നു. ആ ആഹ്വാനം മോശ സ്വീകരിച്ചു. സമയമായപ്പോൾ തന്റെ പിൻഗാമിയായി ജോഷ്വയെ അദ്ദേഹം നിയോഗിച്ചു. 'യഹോവയുടെ സഭ ഇടയനില്ലാത്ത ആടുകളെപ്പോലെ ആകാതിരിപ്പാൻ തക്കവണ്ണം അവർക്കുമുമ്പേ പോകാനും അവർക്കുമുമ്പേ വരുവാനും അവരെ പുറത്ത് കൊണ്ടു പോകുവാനും അകത്ത് കൊണ്ടു വരുവാനും' (സംഖ്യാപുസ്തകം27:17)കഴിവുള്ള മോശയുടെ ആത്മാവ് വഹിച്ചവനായിരുന്നു ജോഷ്വ.

ഒരിക്കൽ മുഹമ്മദ് നബി മദീനയിലെ ഈന്തപ്പനകളുടെ തണൽ പറ്റി തന്റെ അനുയായികളോടൊപ്പം നടക്കുകയായിരുന്നു. അപ്പോൾ ഏതാനും കുട്ടികൾ ഒരു കുട്ട ചെറിപ്പഴവുമായി അതുവഴി കടന്നു പോയി. നബി തന്റെ അനുചരൻമാരെ നോക്കി, 'അതാ, ആ പഴങ്ങളിൽ കറുത്തത് നോക്കി എടുക്കുക, അവക്ക് മധുരമുണ്ട്.' എന്ന് പറഞ്ഞു. 'അജ്യാദിൽവെച്ച് മക്കയിലെ ആട്ടിൻപറ്റങ്ങൾക്ക് ഭക്ഷണം കൊടുക്കുമ്പോൾ ഞാൻ പെറുക്കിയ പോലത്തെ പഴങ്ങളാണ് വേണ്ടത്.' അദ്ദേഹത്തിന് ഏറ്റവും ഇഷ്ടമുള്ള പഴങ്ങൾ നോക്കിയെടുത്ത് അവർ കൊണ്ടുവന്നു.

'ഇടയവൃത്തി ചെയ്യാത്ത ഒരു പ്രവാചകനും ഉയർന്നുവന്നിട്ടില്ല.' അങ്ങനെത്തന്നെയായിരുന്നു താനുമെന്ന് ഉണർത്തുംപോലെ നബി അതാവർത്തിച്ചു.

* * *

സാരാംശങ്ങൾ

1. നേതൃത്വം 'മുന്നിൽ' നിന്ന് നയിക്കുന്നു. മനുഷ്യരെ സംബന്ധിച്ചിടത്തോളം ഒരു നേതാവ് ഭൗതികശരീരവുമായി ജനതയുടെ മുന്നിൽതന്നെ എപ്പോഴും ഉണ്ടായിരിക്കണമെന്നില്ല. ഇടയന്മാർ പലപ്പോഴും ആട്ടിൻപറ്റങ്ങളുടെ പിറകെ നടക്കാറുണ്ടല്ലോ. പക്ഷേ, 'ആത്മീയമായി അദ്ദേഹം മുന്നിൽ നിന്ന് അവരെ നയിക്കുന്നവനാണ്.'

2. നേതൃത്വത്തിൽ, എല്ലാം മാതൃകയാണ്. മുസ്ലിം സ്പെയിനിലെ ഒരു പഴമൊഴി: 'ഇടയൻ ദുഷിച്ചാൽ ആട്ടിൻപറ്റങ്ങളും ദുഷിക്കും.'

3. പുൽമേടുകളിലേക്കും വന്യതയിലെ ജലസ്രോതസ്സുകളിലേക്കും പറ്റങ്ങളെ നയിക്കുന്നതുകൂടാതെ, ഇടയൻമാർ അവയെ കൂട്ടായി ചേർത്തു നിർത്തുകയും ഓരോ ആടിന്റെയും സംരക്ഷണം ഏറ്റെടുക്കുകയും ചെയ്യുന്നു. അവർക്ക് ഓരോ ആടിനെയും പേരെടുത്ത് അറിയാം. അപ്രകാരം ആടുകൾക്ക് തങ്ങളുടെ ഇടയന്റെ ശബ്ദവും തിരിച്ചറിയാം.

4. നല്ല (ഗ്രീക്ക്: 'Kalos' - വൈഭവമുള്ള) ഇടയൻ ആട്ടിൻപറ്റങ്ങൾക്കായി സംവേദനക്ഷമമായ മൂന്നുതരം ആവശ്യങ്ങൾ നിറവേറ്റുന്നു. അത് ചരിത്രത്തിലെമ്പാടും എല്ലാ മനുഷ്യവിഭാഗങ്ങളിലും നിലനിൽക്കുന്ന ആവശ്യങ്ങളാണ്.

a. പൊതുവായ കർത്തവ്യം ചെയ്തുതീർക്കുക.

b. ഏകപ്രവർത്തനസംഘം എന്ന നിലക്ക് എല്ലാവരെയും ഒന്നിപ്പിക്കുക.

c. വ്യക്തിത്വമികവു പുലർത്തുന്ന ആളുകൾ സംഘത്തിന്റെ മുമ്പാകെ അവതരിപ്പിക്കുന്ന ആവശ്യങ്ങൾ നിറവേറ്റിക്കൊടുക്കുക.

'ഒരു നല്ല (ഗ്രീക്ക്: 'Agathos' - ധാർമിക ഗുണങ്ങളുള്ള) ഇടയൻ തന്റെജനങ്ങളുടെ ക്ഷേമത്തിൽ തൽപരനായിരിക്കും. ഒരിക്കലും അവരെ സാമ്പത്തികമായി ചൂഷണം ചെയ്യുകയില്ല. ആദരവ് പിടിച്ചുപറ്റുന്ന നേതാക്കൾക്കു വേണ്ടി ജനങ്ങൾ പ്രവർത്തിക്കുന്നു. ഏവരും പുകഴ്ത്തും വിധം വ്യക്തിത്വമികവു കാട്ടുന്നതോടെ അവരുടെ ആധികാരികത സ്ഥാപിതമാകുന്നു.'

ഹുയാൻ സാങ് (ചൈനീസ് തത്ത്വചിന്തകൻ, നാലാം നൂറ്റാണ്ട്.)

കുറിപ്പുകൾ

1. Leader എന്ന പദത്തിന്റെ മൂലാർഥം 'വഴി, പാത' എന്നിങ്ങനെയാണ്.

3

സാർഥവാഹക സംഘത്തിന്റെ നായകൻ

'യാത്ര ചെയ്യുമ്പോൾ നിങ്ങളിലൊരുവനെ നേതാവാക്കുക, നിങ്ങൾ കേവലം മൂന്നുപേരേ ഉള്ളൂവെങ്കിലും.'

- മുഹമ്മദ് നബി

നജ്ദ് മരുഭൂമിയിലെ ബനൂ കിനാന എന്നറിയപ്പെട്ട വിശാലമായ ഗോത്ര സമൂഹത്തിന്റെ ഭാഗമായിരുന്നു മുഹമ്മദ് നബിയുടെ ഗോത്രമായ ഖുറൈശ്. കുന്നും കുഴികളുമുള്ള, ഊഷരമായ മലയിടുക്കുകൾക്കിടയിലെ സസ്യം മുളക്കാത്ത ഒരു താഴ്വരയിൽ എല്ലാ വർഷവും ഹജ്ജിന് (തീർഥാടനം) വരുന്ന മറ്റ് ബദവി ഗോത്രങ്ങളോടൊപ്പം കൂടിച്ചേരുന്ന ചടങ്ങ് അവർക്കിടയിൽ ഉണ്ടായിരുന്നു.

അവിടെയാണ് ഒരുനാൾ തണുത്ത വെള്ളം പേറുന്ന പുണ്യ നീരുറവ 'സംസം' പൊട്ടിപ്പുറപ്പെട്ടത്. അതിനടുത്ത് അസാധാരണമായി ഒരു കറുത്ത ശില നിൽപ്പുണ്ടായിരുന്നു. പൂർവികരായ ബദവികൾ ഒരുകാലത്ത് ഈ ശിലയെ ആരാധിച്ചിട്ടുണ്ടാകാം. മുഹമ്മദിന്റെ കാലത്ത് മൃഗത്തെ ബലി നൽകി തീർഥാടനത്തിൽ നിന്ന് വിരമിക്കുന്നതിനു മുമ്പായി അവർ ഈ കറുത്ത കല്ലിനെ (ഹജറുൽ അസ്വദ്) സ്പർശിക്കുകയും ചുംബിക്കുകയും ചെയ്യുമായിരുന്നു.

കാലക്രമേണ ഈ പുണ്യനാട് അറബിയിൽ മക്ക എന്നറിയപ്പെട്ടു. ടോളമി ഈ വാക്കിന്റെ മറ്റൊരു രൂപം - മക്കോറബ - ഉപയോഗിച്ചിട്ടുണ്ട്. അതിൽനിന്ന് നമുക്കതിന്റെ അർത്ഥം മനസ്സിലാക്കാം. നിരവധി സെമിറ്റിക് ഭാഷകളിൽ ഈ വാക്കിന്റെ അർഥം അമ്പലം (Temple)

എന്നാണ്. ഈജിപ്ഷ്യനോ ഗ്രീക്ക് റോമനോ ആയ ഒരു വാസ്തു രൂപത്തിലുള്ള കെട്ടിടത്തെപ്പറ്റിയാണ് നാം അമ്പലമെന്ന് പറയുമ്പോൾ ചിന്തിക്കുന്നത്. എന്നാൽ, പൗരാണിക സെമിറ്റിക് പശ്ചാത്തലത്തിൽ Temple എന്നത് ഒരു വേലിക്കെട്ടാണ്. ഒരു പുണ്യസ്ഥലത്തിന് ചുറ്റും കല്ലുകൊണ്ടും പാറകൊണ്ടും കെട്ടിയുയർത്തിയ ഒരു ചെറിയ ഭിത്തി. ആദ്യകാലങ്ങളിൽ തെരുവുമൃഗങ്ങളുടെ ശല്യമുണ്ടാകാതിരിക്കാനാണ് പുണ്യസ്ഥലത്തിനു ചുറ്റും അങ്ങനെ ഭിത്തികെട്ടിയിരുന്നത്. ഒരുപക്ഷേ, അതേ കാരണം കൊണ്ടുതന്നെയാവണം, കറുത്ത ശിലക്ക് ചുറ്റും കഅ്ബയാൽ (ക്യൂബ്/സമചതുരക്കട്ട) ഒരു സംരക്ഷണ വലയം ഉണ്ടായത്.

ഖുറൈശികളുടെ ഒരു മുഖ്യനായിരുന്നു ഖുസയ്യ്. അവർ മരുഭൂമിയിൽ താമസിച്ചുവരുമ്പോൾ, മക്കാ ദേവാലയത്തിന്റെ സംരക്ഷകനായി സ്വയം അവരോധിച്ച ബനൂഖൂസാഅ ഗോത്രപ്രമുഖന്റെ മകളെ ഖുസയ്യ് വിവാഹം കഴിക്കാനിടയായി. ഭാര്യാപിതാവിന്റെ മരണശേഷം കിനാന ഗോത്രക്കാരുടെ സഹായത്തോടെ ഖുസയ്യ് ഖുസാഅക്കാരെ കീഴ്പ്പെടുത്തുകയും മക്കയുടെ നിയന്ത്രണം ഏറ്റെടുക്കുകയും ചെയ്തു. തുടർന്ന് ഖുസാഅയെ മക്കയിൽനിന്ന് ആട്ടിപ്പായിച്ചു. തങ്ങളുടെ തമ്പുകൾ ഒട്ടകപ്പുറത്തേറ്റി, നജ്ദിലെ പൂർവകാല നാടോടി ജീവിതത്തിലേക്ക് അവർ മടങ്ങിപ്പോയി.

ആ ക്ഷേത്ര വേലിക്കെട്ടിനു ചുറ്റും കല്ലുകൊണ്ടുള്ള പാർപ്പിടം പണിയുകയും ഭാഗികമായ ലാഭത്തിനുവേണ്ടി വാർഷിക തീർഥാടനം നിയന്ത്രിക്കുകയും ചെയ്തത് ആദ്യമായി ഖുസയ്യ് ആണ്. ദരിദ്രരും അശരണരുമായ തീർഥാടകരെ സംരക്ഷിക്കാൻ തന്റെ സഹഗോത്രക്കാർക്കുമേൽ അദ്ദേഹം നികുതി ചുമത്തിയിരുന്നു. ഉദാരമായ ആതിഥേയത്വത്തിന് വലിയ വിലകൽപിച്ചിരുന്ന മരുഭൂഗോത്രങ്ങൾക്കിടയിൽ ആ പ്രവൃത്തി അദ്ദേഹത്തിനു വലിയ സ്ഥാനം നൽകി. നബി അനാഥനായിരുന്നപ്പോൾ രണ്ടു വർഷക്കാലം അദ്ദേഹത്തെ പരിപാലിച്ചിരുന്ന അബ്ദുൽ മുത്തലിബ് ഖുസയ്യിന്റെ പൗത്രന്റെ മകനായിരുന്നു. തന്റെ സഹഗോത്രക്കാർക്ക് ഖുസയ്യ് അവശേഷിപ്പിച്ച സന്ദേശം ഇതായിരുന്നു:

''നിങ്ങൾ ദൈവത്തിന്റെ അയൽക്കാരാണ്. അവന്റെ പുണ്യഗേഹത്തിന്റെയും ആരാധനാലയത്തിന്റെയും ആളുകളാണ്. തീർഥാടകർ

ദൈവത്തിന്റെ അതിഥികളും അവന്റെ ആരാധനാലയം സന്ദർശിക്കുന്നവരുമാണ്. നിങ്ങളുടെ ഔദാര്യത്തിൽ അവർക്ക് വലിയ അവകാശമുണ്ട്. അതുകൊണ്ട് തീർഥാടനവേളയിൽ ഈ നാട് വിട്ടുപോകുന്നതുവരെ അവർക്ക് ഭക്ഷണവും വെള്ളവും നൽകുക.'

വാർഷിക തീർഥാടന വേളകളിൽ മക്കക്ക് ചുറ്റുമുള്ള പ്രദേശങ്ങളിൽ യുദ്ധവും ആക്രമണങ്ങളും നിരോധിച്ചുകൊണ്ടുള്ള ഉത്തരവിലൂടെ പുണ്യഭവനത്തിൽ തിങ്ങിക്കൂടുന്ന ദൈവഭക്തരായ തീർഥാടകർക്ക് ഖുറൈശികൾ ഫലത്തിൽ ജീവസുരക്ഷ ഉറപ്പുവരുത്തുകയായിരുന്നു.

പശ്ചിമ അറേബ്യയിലെ മലനിരകൾ നിറഞ്ഞ ഹിജാസിലെ കാർഷിക, വാണിജ്യ നഗരങ്ങളിലൊന്നായിരുന്നു മക്ക. ഗൾഫ് തീരപ്രദേശമായ യമനിലെ ഈന്തപ്പനത്തോട്ടങ്ങൾ വളരുന്ന മരുപ്പച്ചകളിൽ താമസമുറപ്പിച്ച സമുദായങ്ങളും അന്ന് ജീവിച്ചിരുന്നു. ഈ നഗരങ്ങളിലധികവും കമ്പിളിവസ്ത്രങ്ങൾ, ഇടയവൃത്തി നടത്തി ജീവിച്ചിരുന്നവർക്കുള്ള തുകലുകൾ, ധാന്യങ്ങൾ, ഒലിവെണ്ണ, വീഞ്ഞ് തുടങ്ങിയ ആഡംബര വസ്തുക്കളുടെ കൈമാറ്റത്തിനുള്ള കമ്പോളമായിരുന്നു. ക്രി. 500-കളിൽ ഹിജാസിൽ വിലപിടിപ്പുള്ള ലോഹങ്ങൾക്കായി ഖനനമാരംഭിച്ചതോടെ ആ നഗരത്തിനു പുതിയ മാനം കൈവന്നു. ബനൂ സുലൈം പോലുള്ള ബദവി ഗോത്രങ്ങളാണ് ചില ഖനികൾ സ്വന്തമാക്കിയതും അത് പ്രവർത്തിപ്പിച്ചതും. വിലപിടിപ്പുള്ള ലോഹങ്ങളുടെ ഉൽപാദനം പ്രദേശത്തിന്റെ അഭിവൃദ്ധിക്ക് കാരണമായി. ജനാധിവാസ പ്രദേശങ്ങളിലെ ഉൽപന്നങ്ങളുടെ പ്രധാന ഉപഭോക്താക്കളാകാനുള്ള സാമ്പത്തികശേഷി ഏതാനും ചില ബദവി ഗോത്രങ്ങൾക്കെങ്കിലും കൈവന്നു. സിറിയയിൽ നിന്നു സാധനങ്ങൾ ഇറക്കുമതി ചെയ്യുന്നതിന് കച്ചവടക്കാരുടെ സംഘങ്ങൾ ഏറിവന്നു. അവർ തങ്ങളുടെ കച്ചവടസംഘങ്ങൾക്ക് സമാധാനത്തോടെ കടന്നുപോകാൻ കഴിയുംവിധം ഗോത്രങ്ങൾക്കിടയിൽ സൗഹൃദബന്ധങ്ങൾ ഉണ്ടാക്കി.

പതിറ്റാണ്ടുകൾ പിന്നിടവേ, മരുക്കിണറിനും മരുപ്പച്ചക്കും ചുറ്റുമായി വളർന്നുവികസിച്ച ചെറുപട്ടണങ്ങളിലും ഗ്രാമങ്ങളിലും അധിവാസമുറപ്പിച്ച നാട്ടുവാസികളായ അറബികൾ മരുഭൂമിയിലെ നാടോടികളായ തങ്ങളുടെ ബദവി ബന്ധുക്കളേക്കാൾ വ്യത്യസ്തത പുലർ

ത്തുന്നവരായി മാറി. മാന്യത, വിട്ടുവീഴ്ച, മിതത്വം, സഹനശീലം തുടങ്ങിയ ഗുണങ്ങൾ അടങ്ങിയ 'ഹിൽമ്' തങ്ങൾക്കുണ്ടെന്ന് അവർ അഭിമാനിച്ചു. പെട്ടെന്ന് വികാരവിക്ഷോഭത്തിന് വശംവദരാകുന്ന വരും, വിശ്വസിക്കാൻ കൊള്ളാത്തവരുമായി ബദവി ഗോത്രങ്ങളെ അവർ കണക്കാക്കി. പക്ഷേ അവരുടെ സൈനികനൈപുണ്യം മരുഭൂമിയിലെ നിഴൽ യുദ്ധങ്ങൾക്ക് ആവശ്യമായിരുന്നു; അതുപോലെ അവരുടെ പരുക്കൻ സ്വഭാവവും. പക്ഷേ അത് മെരുക്കിയെടുത്ത് നിയന്ത്രിച്ചുനിർത്തണം. എന്നാൽ, ബദവികളുടെ ഗോത്രത്തലവന്മാർ തങ്ങളുടെ അടിസ്ഥാനസ്വാതന്ത്ര്യവും സ്വാശ്രയത്വവും ആർക്കും അടിയറവെക്കാതെത്തന്നെ നഗരങ്ങളിൽ പാർക്കുന്ന ഉയർന്ന പദവിയുള്ള നേതൃത്വത്തെ സ്വീകരിക്കാൻ സന്നദ്ധരായിരുന്നു. സന്ദർഭം ആവശ്യപ്പെടുമ്പോഴെല്ലാം മക്കയിലെ ഖുറൈശ്, ത്വാഇഫിന് സമീപമുള്ള സഖീഫ് തുടങ്ങി പ്രബലഗോത്രങ്ങളുടെ നേതൃത്വം അവർ അംഗീകരിച്ചു.

ഒന്നാം ലോകയുദ്ധത്തിന്റെ കാലത്ത് ഈ അവസ്ഥയുടെ ഒരു ആധുനിക ഭാഷ്യം ഉണ്ടായി. മുഹമ്മദ് നബിയുടെ നേർ പിന്തുടർച്ചക്കാരും ഖുറൈശി ഗോത്രത്തിലെ ഹാശിം വംശക്കാരുമായ മക്കയിലെ ശരീഫും നാലു മക്കളും ബ്രിട്ടീഷ്-ഫ്രഞ്ച് സഖ്യകക്ഷികളുടെ പിന്തുണയിലും സാമ്പത്തിക സഹായത്തിലും, തുർക്കി ആധിപത്യത്തിനെതിരെ അറേബ്യൻ വിപ്ലവം നയിച്ചു. ഫൈസൽ രാജാവിന്റെ കീഴിലുള്ള ശരീഫിന്റെ സൈന്യം 1918-ൽ ഡമസ്കസിൽ പ്രവേശിച്ചു. ഈ സൈന്യത്തിൽ നഗരവാസികളായ അറബ് സൈനികരുടെ എണ്ണം കുറവായിരുന്നു. തുർക്കി സൈന്യത്തെ ഉപേക്ഷിച്ചുപോന്നവരായിരുന്നു അവരിൽ ഭൂരിപക്ഷവും. എന്നാൽ, സൈന്യത്തിലെ ബദവി ഗോത്രപ്പോരാളികളിലേറെയും ഡമസ്കസിലേക്കുള്ള പാതയോര പ്രദേശങ്ങളിൽ പാർത്തിരുന്നവരായിരുന്നു. ഉദാഹരണത്തിന്, ഹുവൈത്വാത്ത് ഗോത്രമുഖ്യനായിരുന്ന ഔദാ അബൂതായി (അദ്ദേഹത്തെപ്പറ്റി അടുത്ത അധ്യായത്തിൽ വിവരിക്കുന്നുണ്ട്) ഈ സൈനിക ദൗത്യത്തിന്റെ വഴിത്തിരിവായി മാറിയ അഖബ തുറമുഖം പിടിച്ചെടുക്കുന്നതിൽ പങ്കുവഹിച്ചുകൊണ്ട് തന്റെ ഗോത്രക്കാരെ നയിച്ചയാളാണ്.[1] മക്കയിലെ ശരീഫിന്റെ മക്കളിലൊരാളായ ജോർഡൻ രാജാവ് അബ്ദുല്ലയും, പുത്രൻ ഹുസൈനും യുദ്ധത്തെ അതിജീവി

ച്ചത് പ്രവാചകഗോത്രത്തിന്റെ പിന്തുടർച്ചക്കാരായ നേതാക്കൾക്കു വേണ്ടി തങ്ങളെ സമർപ്പിക്കാനുള്ള ബദവി ഗോത്രങ്ങളുടെ നിശ്ചയ ദാർഢ്യത്തെ ആശ്രയിച്ചതുകൊണ്ടാണ്.

നബിക്ക് തന്റെ പിതാമഹനോട് ഏറെ ആദരവുണ്ടായിരുന്നു. ഹുനൈൻ യുദ്ധത്തിൽ തന്റെ വ്യക്തിപരമായ യുദ്ധാഹ്വാനമെന്നോണം അദ്ദേഹം ഉറക്കെ വിളിച്ചുപറഞ്ഞത് നിങ്ങൾ ഓർക്കുന്നുണ്ടാകും: 'ഞാൻ മുഹമ്മദ്, അബ്ദുൽ മുത്തലിബിന്റെ മകൻ.' അറബികൾ ഏറെ വിലമതിക്കുകയും ഒരു നേതാവിൽ നിന്ന് പ്രതീക്ഷിക്കുകയും ചെയ്യുന്ന മഹിതമൂല്യങ്ങളുടെ ആൾരൂപമായിരുന്ന അബ്ദുൽ മുത്തലിബ് മഹത്തായ അറബി പാരമ്പര്യത്തിലെ മുഖ്യനോ ശൈഖോ ആയിരുന്നു. അദ്ദേഹത്തിന്റെ ബഹുമാനാർഥം പ്രശംസാ കീർത്തനങ്ങൾ എഴുതിപ്പാടാൻ നിയോഗിക്കപ്പെട്ട ഒരു കവി ഇങ്ങനെ പാടി:

കഷ്ടം! മൺമറഞ്ഞുപോയല്ലോ
ഉദാരമതിയായ
ജനങ്ങളുടെ ഇടയൻ.
വാനലോകം വർഷിക്കാൻ വിസമ്മതിച്ചപ്പോൾ,
തീർത്ഥാടകർക്ക് വെള്ളം നൽകിയവൻ;
നമ്മുടെ പുകഴുയർത്തിയവൻ,
ദിക്കറിയാതെ വലഞ്ഞ അതിഥികളെ
സ്വന്തം തമ്പുകളിലേക്ക് ആനയിച്ചവൻ;

'ജനങ്ങളുടെ ഇടയൻ' എന്ന പ്രയോഗം നോക്കുക. നാം കഴിഞ്ഞ അധ്യായത്തിൽ ചർച്ചചെയ്ത വിഷയം ഒരു പല്ലവിപോലെ ആവർത്തിച്ചു വരുന്നത് കാണാം. മുഹമ്മദ് നബി തന്റെ കുട്ടിക്കാലത്ത് ആട്ടിടയനാകണമെന്ന് സ്വപ്നം കണ്ടിരുന്നുവോ?

വ്യത്യസ്ത വിഭാഗങ്ങളും വംശപരമ്പരകളും തമ്മിൽ നീണ്ടുനിന്ന സംഘട്ടനങ്ങളുടെ കാരണം ഖുറൈശികൾക്ക് സർവസമ്മതനായ ഒരു ഗോത്രത്തലവൻ ഉണ്ടായിരുന്നില്ല എന്നതാണ്. ആ അർഥത്തിൽ ഇടയനില്ലാത്ത ആട്ടിൻപറ്റമായി അവരെ കണക്കാക്കാവുന്നതാണ്. എന്നാൽ, പിൽക്കാലത്ത് തങ്ങൾക്ക് തലവേദന സൃഷ്ടിച്ച മനുഷ്യനെ കൈകാര്യം ചെയ്യുന്നതിനുവേണ്ട ബുദ്ധിയും

പ്രഭാവവുമുള്ള ഒരു നേതാവ് ഖുറൈശികൾക്ക് ഇല്ലാതിരുന്നത് മുഹമ്മദ് നബിക്ക് നേട്ടമായി ഭവിച്ചു.

സങ്കീർണമായ കീഴ്‌വഴക്കങ്ങളിലൂടെ ഖുറൈശി കുടുംബങ്ങൾ നേതൃത്വത്തിന്റെ കടമകൾ തങ്ങൾക്കിടയിൽ വീതംവെച്ചെടുത്തു. ദേവാലയത്തിന്റെ സംരക്ഷണം, ദേവാലയത്തിന്റെ സമീപത്തുള്ള ആലോചനാലയത്തിന്റെ നടത്തിപ്പ്, യുദ്ധത്തിൽ കുലത്തിന്റെ പതാകയേന്തൽ, ദരിദ്രരായ തീർഥാടകർക്ക് പരിചരണവും സഹായവുമെത്തിക്കുന്നതിനായി ഫണ്ടുശേഖരണം, ഒരു കാലത്ത് ഗോത്ര ദൈവങ്ങൾക്കുമുമ്പിൽ നടന്നിരുന്ന ഭാവി പ്രവചനങ്ങളെ മുഖ്യ ദേവാലയത്തിലേക്ക് പ്രതിഷ്ഠിച്ച 'ഹുബൽ' പോലുള്ള ദൈവങ്ങളുടെ സാന്നിധ്യത്തിൽ ആക്കിയത് തുടങ്ങി പല ഉത്തരവാദിത്വങ്ങളും അവർ പങ്കിട്ടെടുത്തു.

സർവാംഗീകൃതമായ കൂടിയാലോചനാ സമിതിയായ ബദവി മജ്‌ലിസിൽ (ഇരിക്കുന്നസ്ഥലം) വെച്ച് എല്ലാ കുടുംബങ്ങളുടേയും അധിപന്മാർ ഐക്യകണ്ഠ്യേന തീരുമാനങ്ങളെടുത്തിരുന്നു. എല്ലാ വശങ്ങളും കാറ്റ് കയറുംവിധം തുറന്നിട്ട, ഒറ്റ നിലയുള്ള ആലോചനാലയമാണ് ദേവാലയത്തിന്റെ തൊട്ടടുത്ത് ഉണ്ടായിരുന്നത്. കാഴ്ചയിൽ കല്ലുകൊണ്ട് കെട്ടിയുയർത്തിയ, ബദവി മുഖ്യന്റെ കൂടിയാലോചനക്കുള്ള തമ്പുപോലെയായിരുന്നു അത്.

പിന്നീട് ഖലീഫയോ സുൽത്താനോ അമീറോ അനുമതി നൽകുന്ന പൊതു സദസ്സിനെ കുറിക്കാനാണ് ഇസ്‌ലാമിനു കീഴിൽ 'മജ്‌ലിസ്' എന്ന പദം ഉപയോഗിക്കപ്പെട്ടത്. എന്നാൽ, രാഷ്ട്രീയ കാര്യങ്ങളും നിയമവിധികളും നടത്താനുള്ള 'പൊതുസഭ' എന്ന അർഥം അത് സ്വീകരിച്ചു. ഇംഗ്ലീഷിൽ പാർലമെന്റ് എന്ന് വിളിക്കപ്പെട്ടത് ഈ പൊതുസഭയാണ്. ('സംസാരിക്കുക' എന്നർഥമുള്ള 'parler' എന്ന ഫ്രഞ്ച് വാക്കിൽനിന്നാണ് പാർലമെന്റ് ഉദ്ഭവിക്കുന്നത്. സംസാരിക്കൽ, പ്രഭാഷണം, സമ്മേളനം, ചർച്ച തുടങ്ങിയ പ്രവർത്തനങ്ങളെയാണ് അടിസ്ഥാനപരമായി ഈ വാക്ക് ധ്വനിപ്പിക്കുന്നത്. അങ്ങനെയാണ് പൊതു പ്രാധാന്യമുള്ള കാര്യങ്ങൾ ചർച്ച ചെയ്യാൻ രാജാവ് വിളിച്ചുചേർക്കുന്ന സമിതിയെ പാർലമെന്റ് എന്ന് വിളിക്കാനിടയായത്).

കൽപിക്കാൻ അധികാരമില്ലെങ്കിലും ഒരു പോലിസ് ശക്തിയുടെ അഭാവത്തിൽ ആളുകളെ നയിക്കാൻ ഗോത്രമുഖ്യനെ പ്രാപ്തനാക്കുന്നത് അദ്ദേഹത്തിന്റെ വ്യക്തിപ്രഭാവവും തീരുമാനങ്ങൾ എടുക്കാനുള്ള ബുദ്ധിശക്തിയും ആജ്ഞാശക്തിയുമാണ്.

പത്തൊമ്പതാം നൂറ്റാണ്ടിൽ അറേബ്യയിലെ ഇംഗ്ലീഷ് സഞ്ചാരിയായ ചാൾസ് ഡോട്ടി തന്റെ ശ്രദ്ധേയമായ ആഖ്യാനത്തിൽ ഫുഗാറ ഗോത്രമുഖ്യനായ ശൈഖ് മുത്‌ലഖിന്റെ മജ്‌ലിസിനെ ഇപ്രകാരം വിവരിച്ചു:

'തന്റെ തമ്പിൽ നിരവധി തവണ
മജ്‌ലിസ് സമ്മേളിക്കുമ്പോൾ
ആതിഥേയനും വലിയ ശൈഖുമായ
മുത്‌ലഖ് അഭിമാനാർഹമായ വിനയ
ത്തോടെ തന്റെ ദൃഷ്ടികൾ താഴോട്ടാക്കി
സാധാരണക്കാർക്കിടയിൽ
ഇരിക്കുമായിരുന്നു, അദ്ദേഹത്തിന്റെ
മനസ്സ് ഉണർവോടെ നിരീക്ഷിച്ച്
ഇരിക്കുമ്പോഴും, ദൃഷ്ടികൾ
മറ്റുള്ളവരെ ഇടക്കിടക്ക് പാളിനോക്കുന്നുണ്ടാകും.
അച്ചടക്കമില്ലാത്ത ബദുക്കളെ ഒറ്റ
വാക്കുകൊണ്ട് അടക്കിഭരിക്കുവോളം
അങ്ങനെയൊരവസരം ഉണ്ടാവുന്നതുവരെ
അദ്ദേഹത്തിന്റെ ആജ്ഞാസ്വരം
നിദ്രയിലായിരിക്കും.
നാടോടി ഗോത്രത്തിന്റെ ശൈഖ്
അടിച്ചമർത്തി ഭരിക്കുന്ന ദുഷ്പ്രഭു
ആയിരുന്നില്ല. തന്റെ ഗോത്രക്കാരനെ
മർദിക്കുന്ന വലിയ ശൈഖ് അതുവഴി
സ്വന്തം അഭിമാനത്തിനാണ് ക്ഷതമേൽപിക്കുന്നത്.'

അത്തരമൊരു കൂടിയാലോചനാ യോഗത്തെ ഫലപ്രദമായ തീരുമാനമെടുക്കുന്നതിലേക്ക് നയിക്കാൻ പദവിയുടെ അധികാരത്തിനും,

വ്യക്തിപരമായ അന്തസ്സിനും അപ്പുറത്ത് തികഞ്ഞ നൈപുണ്യം ആവശ്യമായിരുന്നു. ആ നൈപുണ്യം കരസ്ഥമാക്കാനായി എല്ലാ വശവും തുറന്നിട്ട ആലോചനാലയത്തിന്റെ അരികിൽ ബാലനായ മുഹമ്മദ് നബി ഇരിക്കുന്നത് സങ്കൽപിക്കാനാകുന്നുണ്ടോ? ഞാനങ്ങനെ സങ്കൽപിക്കുന്നു.

ആ സാധ്യതയെ വ്യക്തമായി വരച്ചുകാട്ടുന്ന ആധുനിക കാലത്തെ ഒരു ഗോത്രമാതൃകയുണ്ട്. ദക്ഷിണാഫ്രിക്കയിലെ തെമ്പു ഗോത്രത്തലവൻ ചെറിയകുട്ടിയായ തന്റെ മകൻ നെൽസൺ മണ്ടേലയെ വലിയ കൊട്ടാരത്തിലേക്ക് (Great Palace) കൊണ്ടുപോകുമായിരുന്നു. ഗോത്രമുഖ്യപ്രധാനിയായ മോഹികെസ്‌വിനി, മറ്റു ഗോത്രമുഖ്യന്മാരോടും അവിടെ സമ്മേളിച്ചിട്ടുള്ള തെമ്പുകളോടും ഗോത്രകാര്യങ്ങൾ ചർച്ച ചെയ്യുന്നത് ആ വലിയ കൊട്ടാരത്തിൽവെച്ചായിരുന്നു. നേതാക്കന്മാരുടെ ആ നേതാവിനു ചുറ്റും സഭാവാസികൾ ഇരിപ്പുറപ്പിച്ചിട്ടുണ്ടാവും. മണ്ടേല പിന്നീട് തന്റെ ആ ഓർമകൾ അയവിറക്കുന്നത് ശ്രദ്ധിക്കുക: ‘‘വലിയ മുഖ്യനെ അങ്ങനെ നിരീക്ഷിക്കുന്നത് നേതൃത്വത്തെക്കുറിച്ചുള്ള എന്റെ പിൽക്കാല നേതൃസങ്കൽപങ്ങളെ ആഴത്തിൽ സ്വാധീനിച്ചിട്ടുണ്ട്. വലിയ കൊട്ടാരത്തിൽ പതിവായി വിളിച്ചുചേർത്തിരുന്ന ഗോത്ര കൂടിയാലോചനാ യോഗങ്ങളെ നിരീക്ഷിക്കുകയും അതിൽനിന്നേറെ പഠിക്കുകയും ചെയ്തിട്ടുണ്ട് ഞാൻ. അവിടെ ഞാൻ കണ്ടറിഞ്ഞ കൂടിയാലോചനയുടെ താത്ത്വിക വശങ്ങൾ പിന്നീട് ഒരു നേതാവെന്ന നിലയിൽ ഞാൻ പിന്തുടർന്നു.

‘‘സ്വന്തം അഭിപ്രായം പ്രകടിപ്പിക്കുന്നതിനുമുമ്പ് ചർച്ചയിൽ പങ്കെടുക്കുന്ന ഓരോരുത്തർക്കും പറയാനുള്ള കാര്യങ്ങളെ സൂക്ഷ്മമായി ഞാൻ കേൾക്കും. പലപ്പോഴും എന്റെ അഭിപ്രായം ചർച്ചയിൽ കേട്ട അഭിപ്രായങ്ങളുടെ സമന്വയമായിരിക്കും.’

* * *

ഒരുപക്ഷേ, നബിക്ക് 14 വയസ്സായിട്ടുണ്ടാകും. മരുഭൂമിയിൽ പൊട്ടിപ്പുറപ്പെട്ട ഒരു യുദ്ധത്തിൽ ചേരുന്ന കാര്യം തീരുമാനിക്കാൻ ഖുറൈശി മുഖ്യൻമാർ മജ്‌ലിസ് ചേർന്നപ്പോൾ നബി അക്കൂട്ടത്തിലുണ്ടായിരുന്നു. ഹവാസിൻ ഗോത്രക്കാർ ഏതോ ഒരു കച്ചവട സംഘത്തെ ആക്രമിക്കുകയും വഴികാട്ടിയെ വധിക്കുകയും ചെയ്തു.

അയാൾ കിനാന ഗോത്രക്കാരനായിരുന്നു. ആ ഗോത്രത്തിന്റെ സംര ക്ഷണത്തിലായിരുന്നു കച്ചവടസംഘത്തിന്റെ യാത്ര. മക്കാ നഗരി യുടെ പരിസരങ്ങളിൽ ആക്രമണങ്ങൾ ശക്തമായി വിലക്കപ്പെട്ട ഹജ്ജിനു മുമ്പുള്ള മാസത്തിലാണ് സംഭവം ഉണ്ടായതെന്നത് കാര്യ ങ്ങളെ കൂടുതൽ വഷളാക്കി. എന്തിനേറെ പറയുന്നു, അഞ്ചുവർ ഷക്കാലം നീണ്ടുനിന്ന യുദ്ധത്തിലാണ് അത് പര്യവസാനിച്ചത്. മക്കക്കാർ ആരോടൊപ്പം ചേർന്നുവെന്നത് പ്രത്യേകിച്ച് പറയേണ്ട തില്ലല്ലോ. ഒരു യുദ്ധത്തിൽ തന്റെ അമ്മാവന്മാരോടൊപ്പം മക്കാ സൈനിക സഖ്യത്തിൽ നബിയും പങ്കെടുത്തു. യുദ്ധക്കളത്തിൽ വീണ അമ്പുകൾ പെറുക്കിയെടുത്ത് അദ്ദേഹം അവരെ സഹായിച്ച തായി പറയപ്പെടുന്നു.

തങ്ങൾ ആഗ്രഹിച്ചിട്ടും മരുഭൂമിയിലെ രാഷ്ട്രീയത്തിൽനിന്ന് മക്കക്കാർക്ക് ഒഴിഞ്ഞുനിൽക്കാനായില്ല എന്ന് ഈ സംഭവം പറഞ്ഞു തരുന്നു. എന്നാൽ, മുഹമ്മദ് നബിക്ക് ഒരു കച്ചവടസംഘത്തിന്റെ നേതാവായിക്കൊണ്ടല്ലാതെ ആ രാഷ്ട്രീയം അറിയാൻ മറ്റൊരു വഴി യുമുണ്ടായിരുന്നില്ല. ഒരു യുവാവ് ആയിരിക്കെ അദ്ദേഹം അതിന് പ്രാപ്തനായെന്ന് ഞാൻ ഊഹിക്കുന്നു.

കച്ചവടക്കാരായ ഖുറൈശികൾ സാർഥവാഹകസംഘങ്ങളായി യാത്ര പോകുമായിരുന്നു. വടക്കുഭാഗത്ത് സിറിയയിലും തെക്കു ഭാഗത്ത് യമനിലും വിപുലമായരീതിയിൽ അവർ കച്ചവടം ചെയ്തു. ഡമസ്കസിലേക്കും അവിടെ നിന്ന് തിരിച്ചും അവരുടെ കച്ചവട സംഘങ്ങൾക്ക് ആയിരം മൈലുകൾ താണ്ടേണ്ടതുണ്ടായിരുന്നു. അവരുടെ യാത്രകളിൽ, നിറം പിടിപ്പിച്ചതും നന്നായി കരവേല ചെയ്തതുമായ തുകൽ സാമഗ്രികളാണ് മറ്റുവസ്തുക്കളോടൊപ്പം വിൽപനക്കായി കൊണ്ടുപോയത്. തീർഥാടനമാസങ്ങളിൽ നടക്കുന്ന വലിയ ചന്തകളിൽ വെച്ച് ബദവി ഗോത്രങ്ങളുടെ പക്കൽനിന്ന് അവർ തുകലുകൾ വാങ്ങുമായിരുന്നു.

ഓരോ വലിയ സാർഥവാഹക സംഘങ്ങളെയും നയിച്ചത് 'ഖാഇദ്'എന്ന് വിളിക്കപ്പെടുന്ന നേതാവാണ്. വഴികാട്ടി അല്ലെങ്കിൽ ആക്രമണ സംഘത്തിന്റെ നേതാവ് അല്ലെങ്കിൽ സൈന്യാധിപൻ തുടങ്ങിയ വിപുലമായ അർഥങ്ങളാണ് അറബിയിൽ ഖാഇദ് എന്ന പദത്തിനുള്ളത്. ഇരുപത് വയസ്സുള്ളപ്പോൾ ഞാനും സേവന

മനുഷ്ഠിച്ചിരുന്ന അറബ് സൈന്യത്തിലെ ബദവി റെജിമെന്റിന്റെ തലവന്നും ആ പേരുണ്ടായിരുന്നു. 'ഖിയാദ' അഥവാ 'നേതൃത്വം' (നയിക്കൽ - To Lead) എന്നർഥം നൽകാവുന്ന ക്രിയാനാമം - infinitive-അറബിയിലില്ല.)[2] എന്ന അറബി പദത്തിന്റെ മൂലം 'യഖൂദു' ('അവൻ നയിക്കുന്നു') എന്നാണ്. ഇതിൽനിന്ന് നിഷ്പതിച്ച മറ്റൊരു വാക്കാണ് 'മിഖ്‌വദ്.' കുതിരയെയോ ഒട്ടകത്തെയോ തലക്കുപിടിച്ച് നടത്താൻ സഹായിക്കുന്ന മൂക്കുകയർ. ശരിക്കുപറഞ്ഞാൽ അറബ് സമൂഹത്തിലെ ആരും സ്വയം 'ഖാഇദ്' എന്ന് വിളിക്കാറില്ല. മൗലി കമായി അത് മറ്റുള്ളവർ നൽകുന്ന അംഗീകാരമോ വിശേഷണമോ ആണ്. ഇംഗ്ലീഷിൽ 'Leader' എന്ന പദത്തിനും സമാനമായ രൂപാ ന്തരം സംഭവിച്ചിട്ടുണ്ട്.

അറബി ഭാഷയും ഇംഗ്ലീഷ് ഭാഷയും എത്രത്തോളം അടുത്തി രിക്കുന്നുവെന്ന് ഈ ഘട്ടത്തിൽ നമുക്ക് മനസ്സിലാക്കാം. നേതാവ്, നേതൃത്വം, നയിക്കൽ (Leader, Leadership, To Lead) തുടങ്ങിയ പദ സഞ്ചയങ്ങളുടെ മൂലരൂപം പാത, വഴി, കപ്പലിന്റെ കടൽവഴി തുട ങ്ങിയ അർഥങ്ങൾക്കുപയോഗിക്കാവുന്ന ആംഗ്ലോ - സാക്സൺ പദ മായ 'Laed' ആണ്. 'പോകുക', 'യാത്രപോകുക' തുടങ്ങിയ അർഥ ങ്ങളും 'യാത്രപോകാൻ വഴിയൊരുക്കുക', 'അതിന് കാരണമുണ്ടാ ക്കുക' തുടങ്ങിയ നിദാനക്രിയകളെ (Causative Form) സൂചിപ്പി ക്കുന്ന 'laedan' എന്ന ക്രിയക്ക് 'Lead' മായി ബന്ധമുണ്ട്. ഈ വാക്ക് വടക്കൻ യൂറോപ്യൻ മൂലപദമാണ്. പഴയ നോർവീജിയൻ, ഡച്ച്, ജർമൻ ഭാഷകളിൽ ഇതിന് സമാനമായ ശബ്ദങ്ങളുണ്ട്. നേതൃത്വം എന്നത് ഒരു യാത്രാ സങ്കൽപമാണ്. ഭാഷാർഥം കണക്കിലെടു ത്താൽ ആദ്യം യാത്ര തുടങ്ങിക്കൊണ്ട് വഴികാട്ടുന്നയാളാണ് നായ കൻ. മറ്റുള്ളവർക്കുകൂടി യാത്രപോകാൻ വഴിയൊരുക്കുകയും അതിന് കാരണമുണ്ടാക്കുകയും ചെയ്യുന്നയാളാണ് അയാൾ. സ്വയം മുറിഞ്ഞുപോകാതെ പരസ്പരം ഒരൊറ്റ ഘടകമായി എല്ലാവരെയും ഒന്നിച്ചുചേർക്കുന്നയാളാണ് നായകൻ. ആട്ടിടയനെ ഓർക്കുക!

'ലീഡർഷിപ്' എന്ന വാക്കിലെ 'Ship' എന്ന പ്രത്യയം 'To Shape' (രൂപപ്പെടുത്തുക) എന്ന ആംഗ്ലോ - സാക്സൺ ക്രിയയിൽനിന്നാണ് നിഷ്പതിച്ചത്. Ship എന്ന പ്രത്യയത്തിന് (Suffix) രണ്ട് വ്യത്യസ്ത അർ ഥങ്ങളുണ്ട്. ആശയക്കുഴപ്പമുണ്ടാക്കാൻ സാധ്യതയുള്ള അർഥങ്ങൾ:

(1) ഒരു നേതാവിന്റെ ഔദ്യോഗികാലയം, സ്ഥാനം, അന്തസ്സ് തുടങ്ങിയവയെ അത് ധ്വനിപ്പിക്കുന്നു.

(2) നേതൃസ്ഥാനം. ഒരു നേതാവിന്റെ ഗുണങ്ങളെയും സവിശേഷതകളെയും അത് സൂചിപ്പിക്കുന്നു (നേതൃനൈപുണ്യം).

ഈ വ്യത്യാസം കുറെക്കൂടി വ്യക്തമാക്കുന്ന ഒരു കാര്യമുണ്ട്. ജനനം കൊണ്ടോ, തെരഞ്ഞെടുപ്പിലൂടെയോ, നിയമനത്തിലൂടെയോ നേതൃസ്ഥാനം കൈക്കൊള്ളുന്ന ഒരാൾക്ക് നയിക്കേണ്ടതെങ്ങനെയെന്നതിനെക്കുറിച്ച അറിവോ അതിനുള്ള പ്രാപ്തിയോ ഉണ്ടാകണമെന്നില്ല. ഗെയിസ് അന്റോണിയസ് എന്ന പേരുള്ള റോമാ ചക്രവർത്തിയെ ചരിത്രകാരനായ പ്ലൂട്ടാർക്ക് വിശേഷിപ്പിച്ചത് നോക്കുക: 'ഒരു നിലക്കും നേതൃത്വത്തിന് ആവശ്യമായ സഹജഗുണം ഇല്ലാത്തയാൾ; നല്ല ഗുണങ്ങളുമില്ല, ചീത്തഗുണങ്ങളുമില്ല.' അങ്ങനെയുള്ള ഭരണാധികാരിയെ വിശേഷിപ്പിക്കാനായി ആഫ്രിക്കക്കാരുടെ ഒരു പഴമൊഴിയുണ്ട്. 'വർഷങ്ങളോളം നദിയിൽ കിടന്നാലും മരക്കഷ്ണം മുതലയാകില്ല.'

'ഒരു കമാന്ററോ മാനേജറോ ആയി നിങ്ങൾക്ക് നിയമനം ലഭിച്ചേക്കാം. പക്ഷേ, നയിക്കപ്പെടുന്നവരുടെ മനസ്സിലും ഹൃദയത്തിലും ആ നിയമനം അംഗീകാരം നേടുന്നതുവരെ നിങ്ങൾ നായകൻ ആകില്ല' എന്ന് മറ്റൊരു മൊഴി. ഒരുപക്ഷേ, കച്ചവടസംഘത്തെ നയിക്കുമ്പോഴാണ് നേതൃനൈപുണ്യത്തിന്റെ സഹജമായ വാസനകൾ തനിക്കുണ്ടെന്ന് മുഹമ്മദ് നബി തിരിച്ചറിഞ്ഞിട്ടുണ്ടാകുക. നിങ്ങൾക്ക് എന്തുതോന്നുന്നു?

* * *

കച്ചവടസംഘത്തിന്റെ നേതാവിന് വലിയ ഉത്തരവാദിത്വങ്ങൾ ഉണ്ടായിരുന്നു. സംഘം മക്കയിൽനിന്ന് പുറപ്പെടുന്നതിന് മുമ്പുതന്നെ നൂറോ അതിൽപരമോ ഒട്ടകങ്ങളെയും അവയെ തെളിക്കുന്നവരെയും കണ്ടെത്തി ഒരുക്കി നിർത്തണം. ഒട്ടകത്തിനായി ചുമടുകൾ ശേഖരിക്കണം. പാഥേയങ്ങളും തമ്പുകളും വാങ്ങി ഒട്ടകത്തിൽ കയറ്റണം. ആയുധങ്ങൾ ശരിയാക്കിവെക്കണം. യാത്രാമധ്യേയുള്ള ചെലവുകൾക്കും ഒട്ടകത്തെ തെളിക്കുന്നവർക്കുള്ള വേതനത്തിനുമായി പണം സംഘടിപ്പിക്കണം.

വടക്കു ഭാഗത്തേക്ക് പോകുന്ന വഴികളിലൂടെ മരുഭൂമിയിലേക്കിറങ്ങിക്കഴിഞ്ഞാൽ കച്ചവടസംഘത്തിന്റെ ഉത്തരവാദിത്വം മുഴുവൻ യാത്രാനായകന്റെ ചുമലുകളിലാണ്. മക്കാ നഗരി കണ്ണിൽനിന്ന് മറഞ്ഞാൽ അയാൾക്ക് സാമഗ്രികളുടെ ഉടമകളുമായി ആശയവിനിമയം സാധ്യമേയല്ല. മാത്രമല്ല, കച്ചവടസംഘത്തിന്റെ സുരക്ഷാബാധ്യത നിർണയിച്ചിട്ടുണ്ടാവില്ല (Insured). തങ്ങളുടെ സംരക്ഷണത്തിലുള്ള വസ്തുക്കൾക്ക് കേടുപാടുകൾ സംഭവിക്കുകയോ അവകൾ മോഷ്ടിക്കപ്പെടുകയോ ചെയ്താൽ യാത്രാസംഘത്തലവനും അദ്ദേഹത്തിന്റെ ബന്ധുക്കളുമാണ് ഉടമകൾക്ക് നഷ്ടപരിഹാരം നൽകേണ്ടത്.

തങ്ങളുടെ അതിർത്തിപ്രദേശങ്ങളിലൂടെ നീങ്ങുന്ന യാത്രാ സംഘത്തിൽ നിന്ന് സുരക്ഷാചുങ്കം ഈടാക്കിയാണ് ബദവീ ഗോത്രങ്ങൾ വരുമാനം കണ്ടെത്തിയിരുന്നത്. യാത്രാമധ്യേയുള്ള ഗോത്രസംഘങ്ങളിൽ നിന്ന് ആരോടൊക്കെ, നിശ്ചിത പ്രതിഫലത്തിനുപകരമായി, സംരക്ഷണകരാറിലേർപ്പെടാം എന്ന് തീരുമാനിക്കലാണ് യാത്രാസംഘത്തിന്റെ നേതാവിന്റെ പ്രധാന ചുമതല. മരുഭൂമിയിലെ നാടോടികൾ ഉന്നതമായ കുലമഹിമയെ മാനിച്ചിരുന്നു. അതുകൊണ്ട് മരുഭൂമിയിലൂടെ മുന്നേറുന്ന കച്ചവട സംഘത്തിന്റെ ഏറ്റവും ശക്തമായ സുരക്ഷാ ഉറപ്പ് നേതാവിന്റെ വ്യക്തിപരമായ അഭിമാനത്തിന്റെ വിഷയംകൂടിയായിരുന്നു. എന്നല്ല, മക്കയിലെ പ്രശസ്തമായ കുടുംബാംഗമെന്ന നിലക്ക് അത് അദ്ദേഹത്തിന് ലഭിക്കുന്ന ആദരവുമാണ്. അതുകൊണ്ട് നിങ്ങൾ പ്രതീക്ഷിച്ചതുപോലെ, കച്ചവടസംഘത്തോടൊപ്പം ഖാലിദും അനുഗമിക്കാറുണ്ടായിരുന്നു.

നബിയുടെ കാലത്ത് ബൈസാന്റിയൻ ഗ്രീക്കുകാർ കച്ചവടസംഘത്തിന്റെ നേതാവിനെ 'സിനഡധിപൻ' (Synodiarch) എന്ന് വിളിച്ചു. ഒരു സഭയുടെയോ ആലോചനാസമിതിയുടെയോ മുഖ്യനെയും ഭരണാധികാരിയെയും നേതാവിനെയും സൂചിപ്പിക്കുന്ന പദമാണ് സിനഡധിപൻ എന്നത്. വടക്കേ അറേബ്യയിലെ വിശാല മരുപ്പച്ചയാർന്ന നഗരപ്രദേശമായ പാൽമിറയിൽ, ഒരു സംഘം പാൽമിറയൻ കച്ചവടക്കാർ തങ്ങളുടെ കൃതജ്ഞതക്ക് പാത്രമായ യാത്രാ സംഘത്തലവനുവേണ്ടി ക്രി. 193-ൽ പണികഴിപ്പിച്ച ഒരു സ്മാരകമുണ്ട്. അതിന്റെ താഴെ ഇങ്ങനെ ഉല്ലേഖനം ചെയ്യപ്പെട്ടിരിക്കുന്നു:

'സിനഡധിപനായ തൈമാർസുവിന്, ഷറാക്സിൽ നിന്ന് അദ്ദേഹത്തോടൊപ്പം യാത്രചെയ്ത കച്ചവട സംഘങ്ങൾ ആദരപൂർവം സമർപ്പിക്കുന്ന സ്മാരകം. അവരുടെ ചെലവുകൾ അദ്ദേഹം കൊടുത്തുവീട്ടിയതിനും (പഴയമൂല്യത്തിൽ മുന്നൂറ് സ്വർണനാണയം) അവരെ തൃപ്തരാക്കിയതിനും ഒരു നന്ദിപ്രകാശനം.'

* * *

യാത്രാവേളയിൽ ജനങ്ങളുടെ നേതാവ് അവരുടെ സേവകനാണെന്ന് മുഹമ്മദ് നബി ഒരിക്കൽ പറഞ്ഞു. എന്താണദ്ദേഹം ഉദ്ദേശിച്ചത്? താൻ നയിക്കുന്നവരുടെ 'സേവകനാണ്' ഒരു ശരിയായ നേതാവ്. ഒരു സംഘമെന്ന നിലക്കും - സുരക്ഷിതമായി യാത്ര പൂർത്തീകരിക്കാനുതകുംവിധം അവരുടെ ആവശ്യങ്ങൾ നിറവേറ്റാനും യോജിപ്പുള്ള ഒരൊറ്റ സംഘമെന്ന നിലക്ക് അവരെ കൂട്ടി യോജിപ്പിക്കാനും-വ്യക്തികളുടെ കൂട്ടമെന്ന നിലക്കും അവരെ അദ്ദേഹം സേവിക്കുന്നു. യാത്ര തുടരുമ്പോൾ ഓരോ വ്യക്തിക്കും ചെറിയ ആവശ്യങ്ങളും ചെറിയ പ്രശ്നങ്ങളുമുണ്ടാകുന്നു. ഒരേസമയം എപ്പോഴും പ്രവർത്തനനിരതനായ സേവകന്റെയും നേതാവിന്റെയും റോളിൽ നമുക്ക് നബിയെ കാണാൻ കഴിയും.

വഹബുബ്നു കൈസാൻ ഒരു യാത്രയിൽ നബിയെ അനുഗമിക്കുകയുണ്ടായി. മദീനയിൽ നിന്ന് അവർ യാത്രതിരിക്കുമ്പോൾ ക്ഷീണിതനായ ഒട്ടകപ്പുറത്തേറിയാണ് വഹബ് യാത്ര തുടങ്ങിയത്. തുടർന്നങ്ങോട്ടുള്ള സംഭവങ്ങൾ വഹബിന്റെ വാക്കുകളിലൂടെ:

''തിരികെ വരുമ്പോൾ സംഘം മുന്നേറുകയായിരുന്നു. അൽപം പതുക്കെയാണ് ഞാൻ സഞ്ചരിച്ചത്. പ്രവാചകൻ എന്നെ മുൻകടന്ന് പോകുകയും 'എന്തുപറ്റി' എന്ന് ചോദിക്കുകയും ചെയ്തു. 'ഒട്ടകം വൈകിപ്പിക്കുകയാണ്' - ഞാൻ പറഞ്ഞു. അതിനെ മുട്ടുകാലിൽ നിർത്താൻ എന്നോട് നബി പറഞ്ഞു. ഞാൻ അപ്രകാരം ചെയ്തപ്പോൾ നബിയും അദ്ദേഹത്തിന്റെ ഒട്ടകത്തെ മുട്ടുകാലിൽ നിർത്തി. നിന്റെ കൈയിലുള്ള വടി തരുക. അല്ലെങ്കിൽ മരത്തിൽനിന്ന് ഒരു കമ്പൊടിക്കുക. (നബി രണ്ടിലേതാണ് പറഞ്ഞതെന്ന് വഹബ് കൃത്യമായി ഓർക്കുന്നില്ല). നബി വടിയെടുത്ത് കുറഞ്ഞസമയത്തിനുള്ളിൽ ഒട്ടകത്തെ കുത്തിയെഴുന്നേൽപിച്ചു. പിന്നീട് എന്നോട്

ഒട്ടകപ്പുറത്തേറാൻ പറയുകയും ഞങ്ങൾ ഓടിച്ച് പോവുകയുംചെയ്തു. നബിയെ സത്യസന്ദേശവുമായി അയച്ചവനാണ് സത്യം. എന്റെ (പഴയ) ഒട്ടകം നബിയുടെ പെണ്ണൊട്ടകത്തിന്റെ വേഗതയിലെത്തി.''

ഞങ്ങൾ അങ്ങനെ സംസാരിച്ചുകൊണ്ടിരിക്കെ, എന്റെ ഒട്ടകത്തെ വിൽക്കുന്നുണ്ടോയെന്ന് നബി ആരാഞ്ഞു. ഞാനത് വെറുതെ തരാമെന്ന് പറഞ്ഞപ്പോൾ, താനത് വിലകൊടുത്തേ വാങ്ങൂവെന്ന് നബി ശഠിച്ചു. ഒരു വില പറയാൻ ഞാൻ നബിയോട് ആവശ്യപ്പെട്ടു. ഒരു ദിർഹം തരാൻ തയ്യാറാണെന്ന് നബി. അതു പറ്റില്ലെന്ന് ഞാൻ പറഞ്ഞു. 'അത് ആളെ പറ്റിക്കലാണ്.' എങ്കിൽ രണ്ടുദിർഹം തരാമെന്നായി നബി. ഞാൻ നിരസിച്ചുകൊണ്ടേയിരുന്നു. അതനുസരിച്ച് നബി വാഗ്ദത്ത തുക ഉയർത്തിക്കൊണ്ടേയിരുന്നു. ഒടുവിലത് ഒരൗൺസ് സ്വർണ നാണയത്തിലെത്തി. താങ്കൾ തൃപ്തനാണോയെന്ന് ഞാൻ ചോദിച്ചു. 'അതെ', അദ്ദേഹം സമ്മതിച്ചു. 'എങ്കിൽ ഒട്ടകം താങ്കൾക്കുള്ളതാണ്,' ഞാൻ പറഞ്ഞു.

ഞാൻ വിവാഹിതനാണോയെന്ന് പിന്നീടദ്ദേഹം തിരക്കി. അതെയെന്ന് പറഞ്ഞപ്പോൾ അവൾ കന്യകയോ അതോ വിവാഹമോചിതയോ എന്ന് ചോദിച്ചു. വിവാഹമോചിതയെയാണ് സ്വീകരിച്ചതെന്നറിഞ്ഞപ്പോൾ അദ്ദേഹം പറഞ്ഞു: 'നിനക്ക് ഒത്തുരസിക്കാൻ ഉത്തമം കന്യകയായ പെൺകുട്ടിയാണ്.' ഏഴ് പെൺകുട്ടികളെ വിട്ടേച്ചുകൊണ്ട് എന്റെ പിതാവ് ഉഹുദ്‌യുദ്ധത്തിൽ കൊല്ലപ്പെട്ടുവെന്നും അവരുടെ കാര്യങ്ങൾ കൃത്യമായി നോക്കാൻ ഉമ്മയെപ്പോലെ ഒരു സ്ത്രീയെ വിവാഹം കഴിക്കേണ്ടത് ആവശ്യമായിരുന്നുവെന്നും ഞാൻ പറഞ്ഞു.

'ദൈവനിശ്ചയത്താൽ നീ നല്ല കാര്യമാണ് ചെയ്തത്,' നബി പറഞ്ഞു. 'നാം സിറാറിൽ (മദീനയിൽനിന്ന് മൂന്ന് മൈലുകൾക്കപ്പുറം) എത്തിയാൽ ഒട്ടകങ്ങളെ അറുക്കാൻ പറയാം. എന്നിട്ടവിടെ ഒരു ദിവസം താമസിക്കാം. അപ്പോൾ താങ്കളുടെ ഭാര്യ നമ്മൾ എത്തിച്ചേർന്നുവെന്നറിഞ്ഞ് തലയണ പൊടി തട്ടി വൃത്തിയാക്കും' – നബി പറഞ്ഞു.

'ദൈവമാണേ, ഞങ്ങൾക്ക് തലയണയില്ലല്ലോ,' ഞാൻ മറുപടി നൽകി.

'അവിടെയെത്തുമ്പോൾ ഉണ്ടാവും' -നബി പറഞ്ഞു. 'തിരിച്ചു ചെല്ലുമ്പോൾ ബുദ്ധിപൂർവം പ്രവർത്തിക്കുക.'

ഞങ്ങൾ സിറാറിൽ എത്തിയപ്പോൾ ഒട്ടകത്തെ അറുക്കുന്നതിന് നബി കൽപന നൽകി. ഞങ്ങൾ ഒരു ദിവസം അവിടെ തങ്ങി. രാത്രിയായപ്പോൾ നബി വീട്ടിൽ പോയി. ഞങ്ങളും വീടുകളിലേക്ക് തിരിച്ചു. ഞാൻ ഭാര്യയോട് വിശേഷമൊക്കെ പറഞ്ഞു. കൂട്ടത്തിൽ നബിയുമായി ഉണ്ടായ സംഭാഷണവും വിവരിച്ചു.

'നോക്കിനടക്കുക. നബി കൽപിക്കുന്നതുപോലെ പ്രവർത്തിക്കുക.' അവൾ പറഞ്ഞു. പിറ്റേന്ന് ഞാൻ ഒട്ടകത്തെ കൊണ്ടുപോയി നബിയുടെ വീടിന്റെ മുന്നിൽ മുട്ടുകുത്തിച്ചു. എന്നിട്ട് സമീപത്തുണ്ടായിരുന്ന പള്ളിയിൽ ഇരുന്നു. നബി പുറത്തിറങ്ങുമ്പോഴതാ ഒരൊട്ടകം! കാര്യമെന്താണെന്ന് ചുറ്റുമുള്ളവരോട് തിരക്കി. അത് ഞാൻ കൊണ്ടുവന്ന ഒട്ടകമാണെന്ന് അവിടെയുള്ളവർ പറഞ്ഞു. എന്നെ പ്രവാചകൻ അന്വേഷിച്ചു. ഞാൻ പ്രവാചകന്റെ അടുക്കൽ ചെന്നു.

'എന്റെ സഹോദരപുത്രാ.' സ്നേഹപുരസ്സരം അദ്ദേഹം വിളിച്ചു. 'ഒട്ടകത്തെ നീയെടുക്കുക. ഇത് നിന്റേതാണ്.' നബി ബിലാലിനെ വിളിച്ച് എനിക്ക് സ്വർണം നൽകാൻ കൽപിച്ചു.''

മുഅദ്ദിനായി (പ്രാർഥനക്ക് ബാങ്ക് കൊടുക്കുന്നയാൾ) നബി നിയമിച്ച ബിലാൽ മുമ്പ് അടിമയായിരുന്നു. അദ്ദേഹം വഹബിന് ഒരൗൺസ് സ്വർണം നൽകി. നബി അതിലേക്ക് കുറച്ചുകൂടി സ്വർണം ചേർത്തുവെച്ചു.

ഈ കഥയിൽ ശ്രദ്ധേയമായ ഒന്നാമത്തെ കാര്യം, ഒരു യുവാവ് പ്രായം ചെന്ന ഒട്ടകവുമായി ബുദ്ധിമുട്ടുന്നത് നബി ശ്രദ്ധിക്കുകയും അദ്ദേഹത്തെ സഹായിക്കാനായി തന്റെ ഒട്ടകത്തെ നിർത്തുകയും ചെയ്തതാണ്. രസത്തോടെ, നബി ഒട്ടകത്തിനുവേണ്ടി യുവാവുമായുള്ള വിലപേശൽ ആസ്വദിക്കുന്നു. ഒട്ടകത്തെ വാങ്ങാനുള്ള ഉദ്ദേശ്യം ഇല്ലാതിരുന്നിട്ടും വഹബിനെ അടുത്തറിയാനാണ് നബി അത് ചെയ്തത്. ഉഹുദിൽ മരണപ്പെട്ട ഒരാളുടെ മകനെന്ന നിലക്ക് - 'എന്റെ സഹോദരപുത്രൻ' - ഉദാരമായ സമ്മാനം സ്വീകരിക്കാൻ അർഹനായിരുന്നു അദ്ദേഹം. കഥ അവിടെ പര്യവസാനിക്കുകയാണ്.

ഒരറബി മുഖ്യൻ എപ്രകാരമായിരുന്നോ പെരുമാറേണ്ടത് അപ്രകാരം നബി പെരുമാറി. അപ്പോഴും തന്റെ സവിശേഷമായ മാന്യതയും ഫലിതബോധവും നബിയുടെ പെരുമാറ്റത്തിലുണ്ടായിരുന്നു.

സാരാംശങ്ങൾ

1. സ്വഭാവഗുണത്തിന്റെ കാര്യത്തിൽ മുഹമ്മദ് നബി തന്റെ പിതാവിനെയും പിതാമഹനെയുമാണ് മാതൃകയാക്കിയത്.

അറബികൾ 'മുറൂഅത്'എന്ന് വിളിക്കുന്ന പൗരുഷഗുണങ്ങൾ ഒത്തിണങ്ങിയ ആളായിരുന്നു അദ്ദേഹം. ധീരത, ഔദാര്യം, പ്രായോഗികബുദ്ധി, ബഹുമതി എന്നീ ഗുണങ്ങളെല്ലാം അറബി സംസ്കാരത്തിൽ ഏറെ വിലമതിക്കപ്പെട്ടിരുന്നു, ഇതേ ഗുണങ്ങൾതന്നെയാണ് നാം നബിയിലും കാണുന്നത്.

2. ഗ്രീക്കുകാർ 'ഫ്രോണെസിസ്' എന്ന് വിളിക്കുന്ന പ്രായോഗിക ബുദ്ധിയുടെ നിർവചനം, ശരിയായ സമയത്ത് ശരിയായ രീതിയിൽ ശരിയായ കാര്യം ചെയ്യാനുള്ള അറിവ് എന്നാണ്. ദീർഘവീക്ഷണം ചെയ്യാനും കാര്യങ്ങൾ എപ്രകാരം ഉരുത്തിരിയും എന്ന് മുൻകൂട്ടിക്കാണാനും പ്രവൃത്തിയുടെ അനന്തരഫലമെന്താകുമെന്ന് തിരിച്ചറിയാനുമുള്ള കഴിവുകൾ അതുൾക്കൊള്ളുന്നു.

3. ഒരു കച്ചവടസംഘത്തിന്റെ നേതാവിന് - എല്ലാ നേതാക്കന്മാർക്കും - അത്തരമൊരു പ്രായോഗിക ബുദ്ധിയും കാര്യങ്ങളെ മുൻകൂട്ടി നിർണയിക്കാനുള്ള കഴിവും ആവശ്യമാണ്.

അതായത്, യുക്തമായ നിഗമനങ്ങളിൽ എത്തിച്ചേരാനും, അതിനെ അടിസ്ഥാനമാക്കി ബുദ്ധിപൂർവമായ തീരുമാനങ്ങളെടുക്കാനും, അതിലൂന്നിനിന്നുകൊണ്ട് നിശ്ചയദാർഢ്യത്തോടെ പ്രവർത്തിക്കാനുമുള്ള കഴിവാണത്.

4. ആരും വിവേകശാലിയായി ജനിക്കുന്നില്ല. പ്രകൃതിദത്തമായ അഭിരുചി, പരിശീലനം, ഗൗരവചിന്ത തുടങ്ങിയവയിലൂടെ പ്രയോഗിക ബുദ്ധി നേടിയെടുത്തുകൊണ്ട് ഒരു നേതാവ് ബുദ്ധിമാനായി മാറുകയാണ് ചെയ്യുന്നത്. വ്യത്യസ്ത തരത്തിലുള്ള മരത്തടിയിൽ നിർമിച്ചെടുത്ത ഒരറേബ്യൻ വില്ലുപോലെയാണ് വിവേകം. അതിന് ബുദ്ധിശക്തി, അനുഭവം, നന്മ എന്നിങ്ങനെ മൂന്ന് ഘടകങ്ങൾ ഉണ്ടാവും.

5. തനിക്കറിയുന്ന വഴിയടയാളങ്ങളിലൂടെ ഒട്ടകസംഘത്തെ നയിക്കുന്ന ഔദ്യോഗിക വഴികാട്ടി (ദലീൽ) യല്ല കച്ചവടസംഘത്തിന്റെ തലവൻ.

ഒരു നേതാവിന്റേതായ പൊതു/പ്രാപഞ്ചിക ധർമം നിറവേറ്റുന്ന ആളാണ് 'ഖാഇദ്'. അയാൾ തന്റെ കർത്തവ്യങ്ങൾ വിജയകരമായി പൂർത്തിയാക്കുകയും, സംഘത്തിന്റെ ഐക്യവും ഏകോപനവും ഉറപ്പുവരുത്തുകയും, ഓരോ വ്യക്തിയുടെയും ആവശ്യങ്ങൾ പൂർത്തീകരിക്കുകയും ചെയ്യുന്നു.

6. പരസ്പരബന്ധമുള്ള ഈ ആവശ്യങ്ങൾ നിറവേറുന്നതിന് കഴിവ് ആവശ്യമാണ്. എന്നാൽ, ഒരു സേവന താൽപര്യത്തോടെയാകും ഈ ധർമങ്ങൾ നിർവഹിക്കുക.

നായകനാകാൻ സേവിക്കുക. നബി ആ മഹത്തായ പാഠം പഠിച്ചു. താൻ നായകനായി പങ്കെടുത്ത യാത്രയിൽ തന്റെ അനുചരനെ നബി സേവിക്കുന്നതാണ് മുകളിൽ വിവരിച്ചത്.

'യാത്രയിൽ ജനനായകൻ ജനസേവകനാണ്.'

-മുഹമ്മദ് നബി

കുറിപ്പുകൾ

1. David Lean സംവിധാനം ചെയ്ത Lawrence of Arabia എന്ന ചലച്ചിത്രം ഈ സൈനിക പര്യടനത്തെയും, മക്കയിലെ ശരീഫ്, അബൂതായ, ഫൈസൽ രാജാവ് തുടങ്ങിയ വ്യക്തികളേയും മനസ്സിലാക്കാൻ നമ്മെ സഹായിക്കും. (വിവ:)
2. ഇവിടെ ഗ്രന്ഥകാരന്റെ നിരീക്ഷണത്തിൽ പിഴവുണ്ട്. 'ഖാദയഖൂദു' എന്ന ക്രിയയുടെ മൂലരൂപമാണ് (ക്രിയാധാതു) 'ഖിയാദ' അഥവാ നേതൃത്വം എന്നത്. അത് ക്രിയാനാമത്തിന്റെ (infintive) അർഥത്തിൽ ഉപയോഗിക്കാവുന്നതാണ്. (വിവ:)

4

മരുഭൂ നിവാസികൾ

'നിന്റെ വീട്ടുപടിക്കൽ ബദവി വന്നാൽ അവന്റെ ഒട്ടകത്തിന് കയറാൻവണ്ണം നിന്റെ വാതിൽ മലർക്കെ തുറക്കുക.'

അറബി പഴമൊഴി

'സ്വർഗത്തിൽ ഒട്ടകമുണ്ടോ?' ആവേശത്തോടെ ഒരു ബദവി ഒരു നാൾ നബിയോട് ചോദിച്ചു.

ആദ്യകാല മുസ്‌ലിം രചയിതാക്കളിലൊരാൾ പറയുന്ന സംഭവകഥയുണ്ട്. പ്രഭാഷണചതുരനായിരുന്ന ഒരറബിയെ ക്രി. 531-ൽ പേർഷ്യൻ ചക്രവർത്തിയായ ഖുസ്റു (കോസ്റോസ്) വിന്റെ സദസ്സിലേക്ക് പറഞ്ഞയച്ചു. അറബിയുടെ നാട്ടുകാരെക്കുറിച്ചാണ് ചക്രവർത്തിക്ക് അറിയേണ്ടിയിരുന്നത്; പ്രത്യേകിച്ചും കൽഭിത്തികളിൽ തീർത്ത നഗരങ്ങളുടെ സംരക്ഷണമില്ലാതെ, മരുപ്രദേശങ്ങളിൽ എന്തുകൊണ്ടവർ താമസിക്കുന്നുവെന്നത്.

അറബി പറഞ്ഞു: 'രാജൻ, അവർ ആ നാടുകളുടെ യജമാനന്മാരാണ്. നാടുകൾ അവരുടെ യജമാനന്മാരല്ല. അവർക്ക് കോട്ടയോ ഭിത്തിയോ ആവശ്യമില്ല. അവരുടെ സംരക്ഷണത്തിന് മൂർച്ചയേറിയ വാളിന്റെ അറ്റവും കൂർത്ത കുന്തങ്ങളും തന്നെ ധാരാളം.'

ഖുസ്റു ചോദിച്ചു: 'ജീവൻ നിലനിർത്താൻ എന്താണവർ ഭക്ഷിക്കുന്നത്?'

അറബി പറഞ്ഞു: 'മാംസം, പാൽ, ഈന്തപ്പഴം, ഒപ്പം അതിന്റെ വീഞ്ഞും.'

'അവരുടെ പ്രത്യേകതകൾ എന്തൊക്കെയാണ്?' ഖുസ്റു ചോദിച്ചു.

'ധൈര്യം, അഭിമാനം, ഹൃദയവിശാലത, അതിഥിക്കായി തുറന്നിട്ട ആതിഥേയ മര്യാദ, ഉപഭോക്താക്കളുടെ ജീവന്റെ സംരക്ഷണം, ദുർബലർക്ക് അഭയംനൽകൽ, ഉപകാരങ്ങൾക്ക് ഉചിതമായ പ്രത്യുപകാരം, ഔദാര്യം.'

വാക്കുകൾക്കും ശൈലികൾക്കും പഞ്ഞമില്ലാത്ത ഒരു കവിയെപ്പോലെ അറബി പറഞ്ഞുനിർത്തി. എന്നിട്ട് തുടർന്നു: 'നിനച്ചിരിക്കാതെ മിന്നലാക്രമണമുണ്ടാകുന്ന ഭൂമിയിലൂടെ അവർ യാത്രചെയ്യുന്നു. മരുഭൂവാസികൾ ഏകാന്തതയുടെ നല്ല ആതിഥേയരാണ്. ഭക്ഷിക്കുമ്പോഴും മിതത്വം പാലിക്കുന്നതാണ് അവരുടെ ശീലം. പരാധീനതയും വിധേയത്വവുമുള്ള ദാസ്യഭാവം അവർ വെറുക്കുന്നു. പ്രതികാരംചെയ്ത് ശീലമുള്ളവർ; അപമാനത്തെ വെറുക്കുന്നവർ. സ്വന്തം അഭിമാനം കാത്തുസൂക്ഷിക്കാനായി എന്തുചെയ്യാനും മടിക്കാത്തവർ.' ഈ കഥയിൽ സമകാലിക അറബ് സ്വഭാവത്തിന്റെയും ജീവിതരീതിയുടെയും എല്ലാ അടിസ്ഥാനഘടകങ്ങളും വരച്ചിട്ടിരിക്കുന്നു. എന്നാൽ, കഥയുടെ കേന്ദ്രഭാഗത്തുള്ളത് ഒരറബ് വക്താവിന്റെ ഭാഷണചാതുരിയാണ്. എല്ലാ അറബികളും മരുഭൂനിവാസികളാണെന്ന കാര്യം അദ്ദേഹം വ്യക്തമാക്കുന്നത് ശ്രദ്ധിക്കുക. വാസ്തവത്തിൽ ഭാഷ അറബിയായതുകൊണ്ടും, മരുഭൂമിയിലെ നാടോടികൾ അറബികളെന്നോ അറബ് ജനങ്ങളെന്നോ വിദൂരകാലം മുതൽ സ്വയം പരിചയപ്പെടുത്തുന്നതുകൊണ്ടും അവരുടെ അയൽക്കാരാൽ വിശേഷിപ്പിക്കപ്പെടുന്നതുകൊണ്ടുമാണ് അറബികൾ എന്ന പേരുണ്ടായത്. എന്നാൽ, പിൽക്കാലത്ത് നാടോടികളും നഗരവാസികളും തമ്മിലുള്ള വ്യത്യാസങ്ങൾ കുറെക്കൂടി വ്യക്തമായി. ആട്ടിടയന്മാരായി മരുഭൂ ജീവിതത്തിന് വിധേയരായ നാടോടികളെ അറബിയിൽ ബദവിയെന്ന് വിളിച്ചു. ആ നാടോടികൾ തങ്ങളുടെ ഒട്ടകങ്ങളും ആടുമാടുകളു മായി ചുറ്റിസഞ്ചരിക്കുന്ന, പാറയും കല്ലും മണൽപ്പരപ്പും നിറഞ്ഞ പുല്ലു മുളക്കാത്ത മഹാവന്യതയെ വിശേഷിപ്പിക്കാനുപയോഗിച്ച അറബി വാക്കായ ബ-ദ്-വ് എന്ന മൂലപദത്തിൽനിന്നാണ് ഈ വാക്കിന്റെ ഉദ്ഭവം. ബദവി എന്ന വാക്ക് ഇംഗ്ലീഷിൽ പല രീതിയിൽ എഴുതാറുണ്ട്. ഈ പുസ്തകത്തിൽ ഞാനുപയോഗിച്ചിരിക്കുന്നത് Bedouin എന്നാണ്. ഒരേസമയം ഏക

വചനമായും ബഹുവചനമായും ഈ വാക്കുപയോഗിക്കാറുണ്ട്. ബൈസാന്റിയൻ കാലം മുതൽ കുരിശുയുദ്ധത്തിന്റെ അവസാന ഘട്ടം വരെ, സിറിയയിലെയും അറേബ്യയിലേയും - കുറച്ചുകൂടി വിശാലമായി പറഞ്ഞാൽ, അറേബ്യ മുഴുവനും - മരുഭൂ നിവാസികളെ സാരസൻ[1] എന്നാണ് വിളിച്ചിരുന്നത്. എന്നാൽ അവരാകട്ടെ, തങ്ങളെ വിശേഷിപ്പിച്ചിരുന്നത് അറബികളെന്നുതന്നെയാണ്.

* * *

മുഹമ്മദ് നബിയുടെ ജനനത്തിന് മുമ്പുള്ള മൂവായിരം വർഷ ക്കാലം ഒറ്റപ്പൂഞ്ഞയുള്ള ഒട്ടകത്തിന്റെ പുറത്തേറി യാത്രചെയ്തവ രായിരുന്നു അറബികൾ. ബി.സി 671ൽ അസീറിയൻ രാജാവായ എസാർഹദ്ദോൻ ശിലയിൽ ഉല്ലേഖനം ചെയ്തുവെച്ചത് വായിക്കുക: 'എല്ലാ അറബി രാജാക്കന്മാരുടേയും ഒട്ടകങ്ങളെ ഞാൻ ഒരുമിച്ച് കെട്ടുകയും അവയുടെ പുറത്ത് വെള്ളം നിറച്ച തോൽസഞ്ചി കയ റ്റുകയും ചെയ്തിട്ടുണ്ട്.'

ഈജിപ്തിനെ ആക്രമിക്കുന്നതിനുവേണ്ടി സിറിയൻ മരുഭൂമി താണ്ടുമ്പോൾ അദ്ദേഹത്തിന് അപ്രകാരം പാഥേയമൊരുക്കേണ്ടി വന്നു. പിൽക്കാലത്ത് പേർഷ്യൻ ഭരണാധികാരിയായ കാമ്പിസെസും അറ്റാസെർസസും ഈ മാതൃക പിൻപറ്റി. ആയിരക്കണക്കിന് ഒട്ടക ങ്ങളുടെ സാർഥവാഹകസംഘത്തെയാണ് അവർക്ക് ഒരുമിച്ചുകൂട്ടേ ണ്ടിവന്നത്. അധികമൊന്നും അധ്വാനിക്കാത്ത, നന്നായി പുല്ലുമേയുന്ന ഒരൊട്ടകത്തിന് ഭക്ഷണത്തിന്റെ ഈർപ്പത്തിൽ നിന്ന് അതിനാവശ്യ മായ ജലം ശേഖരിക്കാൻ കഴിയും. പത്തുമാസം വരെ അതിന് വെള്ളമില്ലാതെ സഞ്ചരിക്കാനാകും. അത്യാവശ്യഘട്ടത്തിൽ സ്വന്തം ശരീരത്തിൽ സംഭരിച്ച വെള്ളം ഉപയോഗപ്പെടുത്തുകയാണ് പതിവ്. അങ്ങനെ വരുമ്പോൾ കാര്യമായ ശാരീരിക ക്ഷീണമൊന്നുമില്ലാതെ നാലിലൊന്ന് ഭാരം അതിന് നഷ്ടപ്പെട്ടിട്ടുണ്ടാകും. 500 പൗണ്ട് (227 കിലോ) വരുന്ന ഭാരം ചുമന്ന് ദിനേന 25 മൈൽ (37.5കി.മീ) എന്ന കണക്കിൽ മൂന്നു ദിവസം തുടർച്ചയായി ഒട്ടകത്തിന് നട ക്കാൻ കഴിയും. ഭാരമൊഴിവാക്കിയാൽ മണിക്കൂറിൽ പത്തുമൈ ലെന്ന തോതിൽ ഒറ്റയടിക്ക് 18 മണിക്കൂറോളം അതിന് ഓടാനാകും. തുള്ളിച്ചാടി നടന്നാൽ മണിക്കൂറിന് അഞ്ച് മൈൽ വേഗമെന്ന തോതിൽ തുടർച്ചയായി 24 മണിക്കൂർ അത് ഓടിക്കൊണ്ടിരിക്കും. ദിവസങ്ങളോളം അത് നടന്നുപോകും.

മരംകൊണ്ടുണ്ടാക്കിയ, തുകൽവിരിച്ച് കൂടൊരുക്കിയ ഒട്ടകത്തിന്റെ ജീനിപ്പുറത്ത് മന്ദചലനത്തിൽ ഇളകി മണിക്കൂറുകളോളം യാത്രചെയ്യുന്നത് ക്ഷമയുടെയും സഹനത്തിന്റെയും പരീക്ഷണമാണ് എന്നതിന് ഞാൻ സാക്ഷി. മരുഭൂമിയുടെ നിറം മാറുകയും സൂര്യൻ താണുപോകുകയും ചെയ്യുമ്പോൾ ജീനിയിലിരുന്ന് ക്ഷീണിച്ച യാത്രക്കാരൻ കറുത്ത കൂട് കാണാൻ കൊതിക്കും. അവിടെയാണ് ആതിഥേയത്വത്തിന്റെ സ്വാഗത വാക്കുകൾ അയാളെ കാത്തിരിക്കുന്നത്. സുഗന്ധമുള്ള വിറകുകൊള്ളികൾ, കത്തിയുയരുന്ന തീജ്വാലയുടെയും കാപ്പിയുടെയും ഭക്ഷണത്തിന്റെയും ദൃശ്യങ്ങൾ; രജതവെളിച്ചം പൊഴിക്കുന്ന താരങ്ങളുടെ മേലാപ്പിൻ കീഴെ രാത്രിയിൽ ഒരു കിടക്ക.

തന്റെ കുഞ്ഞുങ്ങളെയും പറ്റങ്ങളെയും പിരിഞ്ഞ് യാത്ര ചെയ്യുന്ന പെണ്ണൊട്ടകം ദിവസങ്ങളോളം ദുഃഖത്തോടെ കരയും. അതിന്റെ പിറുപിറുപ്പ് പലപ്പോഴും മാസങ്ങൾ നീണ്ടുനിൽക്കും. ദിനരാത്രങ്ങളിൽ അതിന്റെ കരച്ചിലിന്റെ ശബ്ദം നമുക്ക് കേൾക്കാം. മനുഷ്യപ്പറ്റങ്ങളോടുള്ള ദൈവത്തിന്റെ സ്നേഹത്തെ വിശേഷിപ്പിക്കാൻ ഒട്ടകത്തിന്റെ വികാര നിർഭരമായ മാതൃസ്നേഹത്തെ വിശേഷിപ്പിക്കുന്ന സെമിറ്റിക് വാക്കാണ് ബൈബിളിൽ ഉപയോഗിച്ചത്.

മുഹമ്മദ് നബിയുടെ അഭിപ്രായത്തിൽ "ഒട്ടകം ദൈവത്തിന്റെ സമ്മാനമാണ്" (ഖുർആൻ, അൽഅഅ്ലാ: 17-22).' അതിലപ്പുറം ബുദ്ധിമാനും നല്ലവനുമായ സ്രഷ്ടാവിൽ വിശ്വസിക്കാൻ വിശ്വാസിയെ ക്ഷണിക്കുന്ന ദിവ്യാദ്ഭുതങ്ങളിലൊന്നാണ് ഒട്ടകം.

"ഒട്ടകത്തെ നോക്കൂ, അവയെ എപ്രകാരം സൃഷ്ടിച്ചുവെന്ന്. ആകാശം നോക്കൂ, അതെപ്രകാരം ഉയർത്തിയെന്ന്. മലനിരകൾ നോക്കൂ, അവ എപ്രകാരം നാട്ടിനിർത്തപ്പെട്ടുവെന്ന്. ഭൂമിയെ നോക്കൂ അതെപ്രകാരം പരത്തി നിരപ്പാക്കിയെന്ന്" (ഖുർആൻ അൽഗാശിയ: 17-20).

ഒട്ടകം എപ്രകാരം സൃഷ്ടിക്കപ്പെട്ടുവെന്ന് ആലോചിച്ചിട്ടുണ്ടോ? അറേബ്യയുടെ ദാക്ഷിണ്യമില്ലാത്ത ചൂടും വന്യതയും സഹിക്കാൻ അനുയോജ്യമായ രീതിയിലാണ് ഒട്ടകത്തിന്റെ സർവ അവയവങ്ങളും രൂപപ്പെടുത്തിയിരിക്കുന്നത്.

ഒരറബിയെ സംബന്ധിച്ചിടത്തോളം ഒട്ടകത്തിന്റെ ഒരേയൊരു ഭംഗി അതിന്റെ കണ്ണുകളാണ്. പക്ഷേ, ആ കണ്ണുകൾ കനം തൂങ്ങുന്ന കൺപീലികളാൽ രണ്ടുവട്ടം ഇമവെട്ടും. മണൽക്കാറ്റുണ്ടാകുമ്പോൾ കുത്തിവേദനിപ്പിക്കുന്ന മണൽത്തരികളിൽ നിന്ന് കൺപീലികൾ കണ്ണുകളെ സംരക്ഷിക്കുന്നു. മെലിഞ്ഞ കണങ്കാലിന് താഴെ ഒരു പൊരുത്തവുമില്ലാതെ വലുതായ അവയുടെ പാദങ്ങൾ പരന്നും പാദ രക്ഷകളാൽ കവചം തീർത്ത നിലയിലും കാണാം. മണലിൽ താണു പോകാതെ നടക്കാൻ സഹായിക്കുന്നത് ഈ പാദങ്ങളാണ്.

തിന്നുമ്പോൾ ഒട്ടകത്തിന്റെ ദൃഢമായ ചുണ്ടുകൾ. കൂർത്തു മൂർത്ത മുള്ളുകൾപോലും ചവച്ചിറക്കുന്നു. അമൂല്യമായ ഈർപ്പം നഷ്ടപ്പെടുംവിധം നാവ് വെളിയിലിടാതെ ഭക്ഷണം വായ്ക്കകത്താ ക്കാൻ അതിന് പ്രത്യേക വിരുതുതന്നെയുണ്ട്. മറ്റു ജീവജാലങ്ങൾ രണ്ടാമതൊരിക്കൽകൂടി തിരിഞ്ഞുനോക്കാനിഷ്ടപ്പെടാത്ത മരുഭൂമി യിലെ ഉപ്പുപുരണ്ട പൊന്തയും വെയിലേറ്റ് കരിഞ്ഞുണങ്ങിയ അക്കേ ഷ്യയുടെ ഇലകളും ഒട്ടകങ്ങൾ കഴിക്കുന്നു. വയറിനകത്തുള്ള നാല് അറകളിലൂടെ ഭക്ഷണങ്ങൾ അങ്ങോട്ടുമിങ്ങോട്ടും പായിക്കുന്നു. ഇത് മറ്റു ജീവജാലങ്ങളിൽ നിന്നു വ്യത്യസ്തമായി ഭക്ഷണത്തിന്റെ അപൂർവമായ സ്രോതസ്സുകളിൽ നിന്നുപോലും പോഷണം വലിച്ചെ ടുക്കാനും കാഷ്ഠത്തിന്റെ അളവ് കുറക്കാനും സഹായിക്കുന്നു. എന്നുമാത്രമല്ല, ഇതിന്റെ ഫലമായി പുറത്തുവരുന്ന കാഷ്ഠം ജലാംശം ഒട്ടുമില്ലാതെ ഉണങ്ങിവരണ്ടിരിക്കുമെന്നത് മറ്റൊരു പ്രത്യേ കതയാണ്. നാടോടികൾ ഭക്ഷണം പാകംചെയ്യുമ്പോൾ ഒട്ടകക്കാ ഷ്ഠം ഇന്ധനമായി ഉപയോഗിക്കാറുണ്ട്. അത് നന്നായി കത്തുകയും ചെയ്യുന്നു. കുറഞ്ഞ വെള്ളം മാത്രമേ ഒട്ടകത്തിനാവശ്യമുള്ളൂ എന്ന താണ് അതിന്റെ എടുത്തുപറയേണ്ട മറ്റൊരു പ്രത്യേകത. സഞ്ചരി ക്കുന്ന ഒട്ടകത്തിന് (Dromedary) - ഗ്രീക്കുപദമായ Dromas Kamelos (ഓടുന്ന ഒട്ടകം) നിന്ന് ഉദ്ഭവിച്ചത് - അത്യുഷ്ണകാലത്ത് പുൽക്കാ ടുകളിൽ വീഴുന്ന ചെറിയ മഴതന്നെ ധാരാളമാണ്. പച്ചത്തലപ്പു കളിലെ ഈർപ്പമുപയോഗിച്ച് അതിന് പിടിച്ചു നിൽക്കാനാകും. സാധാരണയായി മൂത്രമൊഴിച്ചില്ലെങ്കിൽ മറ്റു മൃഗങ്ങൾക്ക് ശരീര ത്തിൽ വിഷാംശമേറും. എന്നാൽ, അത്തരത്തിൽ പ്രയാസമേതു മില്ലാത്ത ജന്തുവാണ് ഒട്ടകം. അതിന്റെ മൂത്രം കരളിലൂടെ

പുനഃചംക്രമണം (Recycle) നടത്തി പ്രോട്ടീൻ ഉൽപാദിപ്പിക്കും. അതുകൊണ്ട് ഭക്ഷണത്തിന്റെ കാര്യത്തിലെന്ന പോലെ വെള്ളത്തിന്റെ കാര്യത്തിലും ഒട്ടകം മുമ്പനാണ്.

സുഗന്ധച്ചെടികളുടെ മണമുള്ള ഒട്ടകമൂത്രം അറബികൾ കളയാറില്ല. തലമുടി കറുത്ത് തിളക്കമുള്ളതാവാനും പേനിനെയും ചെള്ളിനെയും നശിപ്പിക്കാനും അവർ ഒട്ടകമൂത്രം ഉപയോഗിക്കുന്നു. എന്നാൽ, നവജാതനായ ഒട്ടകക്കുട്ടിയുടെ അച്ഛൻ തന്റെ തമ്പിൽ നിന്ന് ഓടുകയും തന്റെ പെണ്ണൊട്ടകത്തെ ചവിട്ടിയെഴുന്നേൽപ്പിക്കുകയും മൂത്രമൊഴിപ്പിക്കാൻ അതിന്റെ പാർശ്വങ്ങളിൽ തടവുകയും ചെയ്യും. പെണ്ണൊട്ടകമാകട്ടെ, മരുഭൂമിയിലെ സുഗന്ധച്ചെടി മണക്കുന്ന മൂത്രത്തിലാണ് മാമോദീസ മുക്കുംപോലെ തന്റെ കുഞ്ഞൊട്ടകത്തെ സ്നാനം ചെയ്തെടുക്കുന്നത്.

* * *

ചിലപ്പോൾ നാടോടികളുടെ ഒരേയൊരു ഭക്ഷണം ഒട്ടകപ്പാലായിരിക്കും. ഒരു ദിവസം ഒരു പെണ്ണൊട്ടകം ഒരു ഗാലൻ (ഏകദേശം നാല് ലി.) പാൽ നൽകും. പശുവിൻ പാലിനെക്കാൾ പോഷകസമ്പന്നമാണ് ഒട്ടകപ്പാൽ. കുഞ്ഞുണ്ടായാൽ മൂന്നുവർഷം തുടർച്ചയായി നമുക്ക് പാൽ കറന്നെടുക്കാം. മദീനയിൽ ജീവിച്ചിരുന്നപ്പോൾ ഒരു മരുപ്പച്ചയുടെ അതിരിൽ നബിക്ക് ഒരുപറ്റം ഒട്ടകങ്ങളുണ്ടായിരുന്നു. നബിയുടെ എല്ലാ ഭാര്യമാർക്കും ഓരോ ഒട്ടകം വീതമുണ്ടായിരുന്നു. എല്ലാ ദിവസവും അവർക്ക് പാൽ ലഭിച്ചിരുന്നു. നബിയുടെ ഭാര്യ ഉമ്മുസലമ ആ ദിനങ്ങൾ ഓർക്കുന്നു:

‘‘മുഹമ്മദ് നബിയോടൊപ്പം ജീവിക്കുമ്പോൾ ഞങ്ങളുടെ പ്രധാന ഭക്ഷണം പാൽ ആയിരുന്നു. വൈകുന്നേരങ്ങളിൽ ഒട്ടകങ്ങളെ ഗാബ എന്ന സ്ഥലത്തു നിന്ന് കൊണ്ടുവരും. എന്റെ ഒട്ടകത്തിന്റെ പേര് ആരിസ് എന്നായിരുന്നു. ആ ഇശയുടെ ഒട്ടകത്തിന്റെ പേരാകട്ടെ സംറ എന്നും. അൽജുഐനയിൽ വെച്ച് ഇടയൻമാർ അവക്ക് ഭക്ഷണം കൊടുക്കുകയും വൈകുന്നേരം വീട്ടിലേക്ക് കൊണ്ടുവരുകയും ചെയ്യും. നബിക്കുമുണ്ടായിരുന്നു ഒരൊട്ടകം.

ഹിന്ദ്, അസ്മാൻ എന്നിങ്ങനെയായിരുന്നു ഇടയൻമാരുടെ പേരുകൾ. ഒരുദിവസം ഉഹുദിലും മറ്റൊരുനാൾ ഹിംനയിലും

വെച്ച് അവർ ഒട്ടകത്തെ തീറ്റും. അവർ മരങ്ങളിൽനിന്ന് ഇലകൾ തല്ലിക്കൊഴിച്ച് താഴെയിടും. രാത്രി ഒട്ടകങ്ങൾ ഇലകൾ ഭക്ഷിക്കും. പ്രവാചകന്റെ അതിഥികൾക്കായി അവയെ കറക്കും. അവശേഷിക്കുന്നത് വീട്ടുകാർ ഭക്ഷിക്കും. വൈകുന്നേരമായിട്ടും ഒട്ടകത്തിന്റെ പാൽ കൊണ്ടുവരാൻ വൈകിയാൽ നബി പറയും: 'മുഹമ്മദിന്റെ കുടുംബത്തെ രാത്രി ദാഹിപ്പിച്ചവനെ ദൈവം ദാഹിപ്പിക്കട്ടെ.''

എന്നാൽ, ഈ ഒട്ടകങ്ങളുടെ ഉടമ ദൈവത്തിന്റെ ദൂതനായ മുഹമ്മദാണെന്നത് അവക്ക് ബദവികളുടെ മിന്നലാക്രമണത്തിൽ നിന്ന് പ്രത്യേകിച്ച് അഭയമൊന്നും നൽകിയില്ല. തന്റെ പ്രിയപ്പെട്ട ഒട്ടകത്തെ വീണ്ടെടുക്കാൻ മോഷ്ടാക്കളെത്തേടി തിരച്ചിൽ സംഘത്തോടൊപ്പം ഒരുവട്ടമെങ്കിലും നബി പോയിട്ടുണ്ട്. ഒട്ടകത്തിന് മതിയായ സംരക്ഷണം നൽകാത്തവരെ നബി ഗൗനിച്ചിരുന്നില്ല എന്നതാണ് സത്യം. ഒരിക്കൽ ഒരറബി നബിയുടെ അടുക്കൽ ചെന്ന് പ്രശ്നംവെച്ചു നോക്കി തന്റെ നഷ്ടപ്പെട്ട ഒട്ടകം എവിടെയാണെന്ന് പറയാനാവശ്യപ്പെട്ടു. തനിക്ക് സമീപകാലത്ത് നഷ്ടപ്പെട്ട ആ ഒട്ടകം മരുഭൂമിയിൽ എവിടെയെങ്കിലും അലഞ്ഞുതിരിയുന്നുണ്ടാകുമെന്നാണ് അയാൾ കരുതിയത്. എന്നാൽ, അയാൾക്ക് ആളെ തെറ്റിയെന്നു മാത്രം. നഷ്ടപ്പെട്ട മൃഗത്തെ കണ്ടെത്താനുള്ള അതീന്ദ്രിയജ്ഞാനം തനിക്കുണ്ടെന്ന് നബി ഒരിക്കലും അവകാശപ്പെട്ടിരുന്നില്ല. അതിനാൽ, നഷ്ടപ്പെട്ട ഒട്ടകത്തിനു പകരം കുറിക്കുകൊള്ളുന്ന ചില പ്രായോഗിക നിർദേശങ്ങളാണ് ആ അറബിക്ക് അദ്ദേഹം നൽകിയത്.

'ഒട്ടകത്തിന്റെ മുട്ടുകാലിൽ നീയെന്തേ കെട്ടാതിരുന്നത്,' നബി ചോദിച്ചു.

'ഞാൻ അതിനെ കെട്ടിയില്ല നബിയേ, ഞാൻ ദൈവത്തിൽ ഭരമേൽപിക്കുകയാണ് ചെയ്തത്.'

'ഒട്ടകത്തെ നന്നായികെട്ടിയതിനുശേഷം ഭരമേൽപിക്കുകയാണ് വേണ്ടത്,' നബി പറഞ്ഞു.

* * *

അറബികളുടെ പ്രധാനസമ്പത്തും കൈമാറ്റച്ചരക്കും ഒട്ടകമായിരുന്നു. ഉദാഹരണമായി വധുപ്പണം (മഹ്ർ)[2] ഒട്ടകത്തിന്റെ എണ്ണം

പറഞ്ഞാണ് നൽകുക. അവരുടെ അഭിമാനത്തിന്റെ അടയാളങ്ങളിലൊന്നായിരുന്നു ഒട്ടകം. അതുകൊണ്ട് യുദ്ധവേളയിൽ പോർവിളി മുഴക്കുമ്പോൾ തങ്ങളുടെ ഒട്ടകത്തിന്റെ പേര് പിതാമഹൻമാരുടെയോ മക്കളുടെയോ സഹോദരിമാരുടെയോ പേരിനൊപ്പം ചേർത്തു പറയുന്നു. ഗോത്രങ്ങൾ തമ്മിലുള്ള പോരിലും യുദ്ധത്തിലും പ്രധാനലക്ഷ്യം ശത്രുവിന്റെ ഒട്ടകങ്ങളായിരിക്കും.

ലക്ഷണമൊത്ത പെണ്ണൊട്ടകത്തെപ്പോലെ സുന്ദരിയോ, പ്രയോജനകാരിയോ ആയ മറ്റൊന്നും ഒരു ബദവിയുടെ കണ്ണിനെ ആകർഷിച്ചിരുന്നില്ല. നിറം, രൂപഭംഗി, വലുപ്പം എന്നിവക്കനുസരിച്ച് അറബിയിൽ ഒട്ടകത്തിന് മുന്നൂറിലധികം വിശേഷനാമങ്ങളുണ്ട്. ഉദാഹരണമായി, 'റസ' എന്ന ഒട്ടകത്തിന്റെ കുളമ്പുകൾക്ക് മുള്ളോ, മൂർച്ചയേറിയ കല്ലോ തറച്ചിട്ടുണ്ടാകും. തന്റെ തേരാളിയുടെ സമീപം മേയുന്ന അയാളുടെ കൺവെട്ടത്തു നിന്ന് മാറിനിൽക്കാത്ത പെണ്ണൊട്ടകത്തിന്റെ പേരാണ് 'ഹദിജ്ജ്' എന്നത്. അറബിവാക്കുകളായ ജമൽ (ഒട്ടകം), ജമീൽ (സൗന്ദര്യമുള്ള) എന്നിവ ഒരേ മൂലധാതുവിൽപെട്ടതായതും യാദൃച്ഛികമല്ല.

സഞ്ചാരിയായ ഒട്ടകത്തിന് നാൽപതുവർഷത്തെ ആയുസ്സുണ്ടാകുമെന്നതിനാൽ ആ മൃഗത്തിനും അതിനെ തെളിക്കുന്നവർക്കുമിടയിൽ വലിയ സ്നേഹബന്ധമുണ്ടാകും. ഒരറബിക്ക് തന്റെ ഒട്ടകത്തോടുള്ള വികാരനിർഭരമായ സ്നേഹത്തെപ്പറ്റി കാൾ റസ്വാൻ എന്ന ജർമൻ യാത്രികൻ ഒരു രംഗം ഓർത്തെടുത്ത് വിവരിക്കുന്നുണ്ട്. ഒന്നാം ലോകയുദ്ധത്തിൽ തുർക്കികളോടൊപ്പം യുദ്ധംചെയ്ത റസ്വാൻ അമേരിക്കൻ പൗരത്വം സ്വീകരിച്ചശേഷമാണ് യാത്രാക്കുറിപ്പ് എഴുതുന്നത്. 1920 - കളിൽ സിറിയൻ മരുഭൂമിയിൽ റുവല്ല എന്ന ബദവി ഗോത്രത്തോടൊപ്പം താമസിക്കുമ്പോഴാണ് സംഭവം നടക്കുന്നത്.

ഒരാക്രമണത്തിൽ ബനൂ സഖ്ർ ഗോത്രത്തിലെ പോരാളിക്ക് മാരകമായ മുറിവുപറ്റി. റസ്വാന്റെയടുക്കൽ ഒരു മരുന്നുസഞ്ചി ഉണ്ടായിരുന്നു. പക്ഷേ, അത് മുറിവിന് താൽക്കാലികശമനമേ നൽകിയുള്ളൂ. 'Black Tents of Arabia' (അറേബ്യയുടെ കറുത്ത തമ്പുകൾ) എന്ന തന്റെ യാത്രാവിവരണത്തിൽ (1926) ബദവികളുടെ ജീവിത

മൂല്യങ്ങളെക്കുറിച്ചും ജീവിത രീതികളെക്കുറിച്ചും റസ്വാൻ തെളിഞ്ഞ ഗദ്യത്തിൽ ഇങ്ങനെ വിവരിക്കുന്നു:

“സുഹൃത്തുക്കൾ അയാളെ കുറച്ചകലെയുള്ള ഇബ്നു ജുനൈബിന്റെ തമ്പിലേക്ക് കൊണ്ടുപോയി കിടത്തി. പെട്ടെന്ന് ഒരു അടിമ ഭൃത്യൻ സുന്ദരിയായ സഞ്ചാരിയൊട്ടകത്തെ അവിടേക്ക് കൊണ്ടു വന്നു. തന്റെ യജമാനൻ മരണത്തിലേക്ക് അടുത്തിരിക്കുന്നുവെന്ന് മനസ്സിലാക്കിയ ആ മൃഗത്തിന്റെ ഭാവഹാവാദികൾ ഏവരുടെയും ഹൃദയത്തെ സ്പർശിച്ചു. ആ ജീവി തുടർച്ചയായി അയാളെ തടവി. തുടർന്ന് ഉത്കണ്ഠയോടെ അവിടെയെല്ലാം നോക്കി. തന്റെ വിടർന്ന ചുണ്ടുകൊണ്ടും നേർത്ത മിനുസമുള്ള മൂക്കുകൊണ്ടും അപരിചിതന്മാരെ മണത്തുനോക്കി. ഇതിനിടെ തന്റെ മുഖ്യനായ ഇബ്നു ജുനൈബിനോട് സംസാരിച്ചിരിക്കവേ തലച്ചോറിലുണ്ടായ രക്ത സ്രാവത്താൽ അയാൾ അബോധാവസ്ഥയിലായി. ബോധം വീണപ്പോൾ ഭൃത്യനോട് എന്തോ അയാൾ മന്ത്രിച്ചു. എന്താണ് സംഭവിക്കുന്നതെന്ന് എനിക്ക് മനസ്സിലായില്ല. ഭൃത്യൻ ഒട്ടകത്തെ പിന്നിലേക്ക് വളച്ച് അതിന്റെ കണ്ഠ ഞരമ്പുകളിലേക്ക് മൂർച്ചയേറിയ കഠാരി കുത്തിയിറക്കി.

മറ്റ് അടിമകൾ ഉടനെ ഒട്ടകത്തിന്റെ തൊലിയുരിഞ്ഞ് അതിന്റെ തോൽ നിലത്ത് പരത്തിയിട്ടു. തുടർന്ന് ചോരപുരണ്ട ഭാഗം ഉയർത്തി തമ്പിന്റെ മുമ്പിൽ കൊണ്ടുപോയി വെച്ചു. അവർ മരണാസന്നനായ ആ മനുഷ്യനെ വിവസ്ത്രനാക്കി ആ തോലിൽ കിടത്തി. താൻ പോറ്റി വളർത്തിയ ദുൽദുൽ എന്ന ആ ഒട്ടകത്തിന്റെ തോലിൽ തന്നെ മറവു ചെയ്യണം എന്നായിരുന്നു ആ മനുഷ്യന്റെ അന്ത്യാഭിലാഷം. മരണക്കിടക്കയിൽ കിടക്കുമ്പോൾ തന്റെ ആഗ്രഹം സഫലമാകാൻ പോകുന്നതോർത്ത് അയാൾ സന്തോഷിച്ചു. പക്ഷേ, സുന്ദരിയായ ആ മൃഗം അകാരണമായി മരിക്കുന്നത് കണ്ട് ദുഃഖിച്ചവരിൽ ഞാൻ മാത്രമല്ല ഉണ്ടായിരുന്നത്.

ഒടുവിൽ വൈകുന്നേരം അയാൾ മരിച്ചപ്പോൾ അതു കണ്ടുനിന്ന അയാളുടെ സുഹൃത്തുക്കൾ ഒന്നിനുപുറകെ ഒന്നായി തങ്ങളുടെ വിരലിന്റെ അറ്റംകൊണ്ട് അയാളുടെ നെറ്റിയിൽ തൊട്ടു. മൃതദേഹത്തിന്റെ അടുത്ത് മുട്ടുകുത്തിയിരിക്കുകയായിരുന്ന ഇബ്നുജുനൈബ് തന്റെ കൈകൾ അയാളുടെ കക്ഷത്തിനടിയിൽവെച്ചു. അൽപസമയം

കഴിഞ്ഞപ്പോൾ അദ്ദേഹം വിളിച്ചുപറഞ്ഞു. 'സത്യം, അയാൾ തണുത്തു മരവിച്ചു കഴിഞ്ഞു.'

തിടുക്കത്തിൽ എഴുന്നേറ്റ് രക്തപങ്കിലമായ ആ പുതപ്പുകൊണ്ട് അദ്ദേഹം മൃതദേഹത്തെ പുതപ്പിച്ചു. ആ മണലാരണ്യത്തിൽ ഒരു കുഴികുത്താൻ തന്റെ ഭൃത്യൻമാരോടദ്ദേഹം പറഞ്ഞു. ഔപചാരിക ചടങ്ങോ വികാരപ്രകടനമോ കൂടാതെ മൃതദേഹം എടുത്തുകൊണ്ടു പോയി മറവു ചെയ്തു.''

നബിയുടെ ജീവിതകാലത്തും ഇത്തരം സംഭവങ്ങൾ ഉണ്ടായി ട്ടുണ്ടാകണം.

ക്രി. 622-ൽ നബി മക്കവിട്ട് വടക്ക് 350 കിലോമീറ്റർ അകലെ യുള്ള മദീനയിലേക്ക് യാത്രതിരിക്കാനായി അനുചരൻ അബൂ ബക്റിന്റെ പക്കൽ നിന്ന് ഖസ്വ എന്ന് പേരുള്ള ഒരൊട്ടകത്തെ വാങ്ങിയിരുന്നു. മരണം വരെ പ്രവാചകന് ഏറെ പ്രിയപ്പെട്ട ഒട്ടകമാ യിരുന്നു ഖസ്വ. അദ്ബ എന്ന് പേരുള്ള സഞ്ചാരത്തിനുപയോഗി ക്കുന്ന ഒട്ടകത്തെയും അദ്ദേഹം സ്വന്തമാക്കിയിരുന്നു. നല്ല വേഗമു ണ്ടായിരുന്നു അദ്ബക്ക്. അവിടെയുള്ളതിൽവെച്ച് ഏറ്റവും വേഗം അദ്ബയ്ക്കാണെന്ന് പ്രവാചകൻ കരുതിയിരുന്നു. പക്ഷേ, ഒരുനാൾ ഒരൊറ്റകുതിച്ചുചാട്ടംകൊണ്ട് ഒരു ബദവി പ്രവാചകനെ മുൻകടന്നു പോയി. പിന്നീട് ആ ബദവിയോട് പുഞ്ചിരിച്ചുകൊണ്ട് പ്രവാചകൻ പറഞ്ഞു. 'മനുഷ്യൻ ഒരു കാര്യത്തെക്കുറിച്ച് അത്യധികം അഭിമാനം കൊള്ളുകയോ അതിനായി തുനിയുകയോ ചെയ്താൽ ആ അത്യഭി മാനത്തെ താഴെയിറക്കുക എന്നത് ദൈവത്തിന്റെ നടപടിയാണ്.'

അബ്ബാസിയാ രാജവംശത്തിലെ ഖലീഫയായിരുന്ന ഹാറൂൻ അൽ റശീദ് (786-809) ബഗ്ദാദിൽ ഭരണത്തിലിരിക്കെ കൊട്ടാരം സന്ദർശിച്ച കവി അസ്മഇയെ ഒരു രാത്രി സൽക്കരിക്കുകയായി രുന്നു. പിന്നീട് അസ്മഇ അവിടെ നടന്ന കാര്യങ്ങൾ കൊട്ടാരചരി ത്രകാരനായ മർസുബാനിയോട് പറയുന്നത് ഇങ്ങനെ വായിക്കാം: ''സഹജമായി പാർപ്പിടങ്ങൾ അദ്ദേഹത്തിന് അറിയാം. തുടർച്ചയായി അദ്ദേഹം ആ വീടുകൾ സന്ദർശിക്കുമായിരുന്നു' എന്ന ആശയമുള്ള അദിയ്യുബ്നു റിഖായുടെ വരികൾ അറിയാമോ എന്നു ഖലീഫ എന്നോട് ചോദിച്ചു. ഞാൻ ഉവ്വ് എന്ന് പറഞ്ഞപ്പോൾ എന്നോട്

ആ കവിത ആലപിക്കാൻ ഖലീഫ ആവശ്യപ്പെട്ടു. ഞാൻ കവിത ചൊല്ലാൻ തുടങ്ങി.'

കവി ഒട്ടകത്തെപ്പറ്റി പറയുന്ന സന്ദർഭമെത്തി. അപ്പോൾ രാജസദസ്സിലുണ്ടായിരുന്ന പേർഷ്യൻ കൊട്ടാര ഉപദേഷ്ടാവ് ഫദ്ലുബ്നു യഹ്യൽ ബർമകി ആശ്ചര്യപ്പെട്ടു. 'ഒരു ഗുണവുമില്ലാത്ത ഒട്ടകത്തെക്കുറിച്ചു പാടി ഈ നിശാസദസ്സിന്റെ ആഹ്ലാദത്തെ തല്ലിക്കെടുത്തരുതെന്ന് ദൈവത്താണ ഞാൻ അപേക്ഷിക്കുന്നു.'

'മിണ്ടാതിരിക്കൂ' - ഖലീഫ ആവശ്യപ്പെട്ടു. 'നിങ്ങൾ പേർഷ്യക്കാരെ വീട്ടിൽനിന്നും അധികാരത്തിൽനിന്നും ആട്ടിപ്പായിച്ചത് ഒട്ടകങ്ങളായിരുന്നു. നിങ്ങളുടെ കിരീടം എടുത്തുമാറ്റിയതും ഒട്ടകങ്ങളാണ്.''

* * *

ഗസ്വ് (മിന്നലാക്രമണം) അറബ് ജീവിതരീതിയുടെ അവിഭാജ്യഘടകമായിരുന്നു. ഒട്ടകങ്ങളെ പിടിച്ചെടുക്കുന്നതിനുവേണ്ടി മറ്റൊരു ഗോത്രത്തിന്റെ അതിർത്തിയിലേക്ക് നടത്തുന്ന അപ്രതീക്ഷിതവും വിദ്വേഷഭരിതവുമായ ആക്രമണങ്ങളെയാണ് ഗസ്വ് എന്ന് വിളിച്ചിരുന്നത്. അങ്ങനെയൊരു മിന്നലാക്രമണം ഖാഇദ് നിർദേശിക്കുമ്പോൾ ഓരോരുത്തരും അതിന് സന്നദ്ധമാകണമായിരുന്നു. സ്വന്തം ഒട്ടകങ്ങളും ആയുധങ്ങളും, ആട്ടിൻ തുകൽ നിറയെ വെള്ളവും പാഥേയം നിറച്ച ജീനിസഞ്ചിയുമായി ഓരോരുത്തരും അതിന് തയ്യാറെടുക്കണം. വിശ്വസ്തനും പരിചയസമ്പന്നനുമായ നേതാവിന് സന്നദ്ധ പോരാളികളുടെ പഞ്ഞമുണ്ടായിരുന്നില്ല. കാരണം, മിന്നലാക്രമണം അവരുടെ ജീവിതത്തിന്റെ ഭാഗമായിരുന്നു. ധീരനെന്നും കഴിവുള്ളവനെന്നും ഭാഗ്യവാനെന്നും പുകൾപെറ്റവനാണ് നേതാവ്.

മറ്റൊരു ഗോത്രത്തിനു നേരെ ക്ഷണികവും തീക്ഷ്ണവുമായ മിന്നലാക്രമണം നടത്തുമ്പോൾ - അത് എതിരാളികളുടെ ഒട്ടകപ്പറ്റങ്ങളെയോ തമ്പുകളെയോ ലക്ഷ്യമിട്ടുള്ളതാവാം - ഖാഇദ് അവരെ മുന്നിൽനിന്ന് നയിക്കണം. പെണ്ണൊട്ടകത്തിന്റെ പുറത്തേറിയാണ് ആക്രമണസംഘം സ്ഥലത്തെത്തുന്നത്. ചിലപ്പോൾ രണ്ടുപേർ ഒരൊട്ടകത്തിന്റെ പുറത്ത് യാത്രചെയ്യും. ആക്രമണസ്ഥലം വിദൂര

ത്തായിരിക്കുകയും സംഘത്തിന് കുതിരകളുണ്ടായിരിക്കുകയും ചെയ്താൽ ഒട്ടകത്തിന്റെ പിറകിലാണ് കുതിരയെ തെളിക്കുക. യുദ്ധത്തിനുവേണ്ടി മാത്രമാണ് അവർ കുതിരപ്പുറത്തേറുന്നത്.

മുസ്ലീംങ്ങളും ഖുറൈശികളും തമ്മിലുള്ള മരുഭൂയുദ്ധങ്ങളിൽ ബദവികളുടെ ശൈലികളെക്കുറിച്ചുള്ള അറിവ് മുഹമ്മദ് നബിയെ സഹായിച്ചിട്ടുണ്ട്. ഉഹ്ദ് യുദ്ധത്തിലെ വിജയത്തിനുശേഷം ഖുറൈശികൾ തെക്കോട്ട് മുന്നേറുമ്പോൾ പർവത ശിഖരത്തിന്റെ മുകൾഭാഗത്ത് നിലയുറപ്പിച്ച ക്ഷീണിതരായ മുസ്‌ലിം പോരാളികൾ, മദീനയിലെ മരുപ്പച്ചയിലുള്ള തങ്ങളുടെ വാസസ്ഥലങ്ങൾ ശത്രുപക്ഷം ആക്രമിക്കുമോ അതോ യുദ്ധമുതൽ വാരിക്കൂട്ടി മക്കയിലേക്ക് തിരിച്ചു ചെല്ലുമോ എന്നറിയാൻ ഉത്കണ്ഠയോടെ അവരെ നിരീക്ഷിച്ചു. അവരിൽ സൂക്ഷ്മദൃഷ്ടിയുള്ളവനോട് നബി ചോദിച്ചു: 'എങ്ങനെയാണവർ പോകുന്നത്, ഒട്ടകപ്പുറത്തേറി കുതിരകളെ നയിക്കുകയാണോ? അതോ കുതിരപ്പുറത്തേറി ഒട്ടകങ്ങളെ നയിക്കുകയാണോ?' ഖുറൈശികൾ ഒട്ടകപ്പുറത്തേറിയിരിക്കുകയാണെന്ന് കേട്ടപ്പോൾ മക്കയാണവരുടെ ലക്ഷ്യമെന്ന നിഗമനത്തിൽ അദ്ദേഹം എത്തിച്ചേർന്നു.

വിജയകരമായ മിന്നലാക്രമണത്തിന്റെ തിളക്കമുള്ള ചിത്രങ്ങൾ അറബിക്കവിതകൾ നമുക്ക് നൽകുന്നുണ്ട്. പക്ഷേ, യഥാർഥത്തിൽ കാര്യങ്ങൾ വ്യത്യസ്തമായിരുന്നു. ഉദാഹരണമായി, 1921-ൽ ഒരു ആക്രമണസംഘത്തിന്റെ ഖാഇദ് ആയിരുന്ന ബനൂഹുവൈത്വാത് ഗോത്രത്തിലെ ഔദ അബൂ ത്വാ ഈ വ്യത്യസ്ത ഗോത്രങ്ങളിൽ പെട്ട നൂറ്റിയിരുപതോളം ആളുകളെ മആറിന്റെ കിഴക്കുള്ള (ഇപ്പോഴത്തെ ജോർഡൻ) ഒരു സങ്കേതത്തിൽ ഒരുമിച്ചുകൂട്ടി.

അവിടെനിന്ന് 600 കി.മീ. അകലെ ബഗ്ദാദിന്റെ വടക്കുപടിഞ്ഞാറൻ പ്രദേശമായ യൂഫ്രട്ടീസിന്റെ പടിഞ്ഞാറൻ തീരങ്ങളിൽ തമ്പടിച്ച ഇറാഖി ഗോത്രങ്ങളുടെ ഒട്ടകപ്പറ്റങ്ങളെ ആക്രമിക്കുകയായിരുന്നു ഔദയുടെ ലക്ഷ്യം.

ആക്രമണസംഘം ലക്ഷ്യസ്ഥാനത്തെത്തുമ്പോൾ കാര്യങ്ങളാകെ കുഴഞ്ഞുമറിഞ്ഞു. ലക്ഷ്യസ്ഥാനത്ത് നിലയുറപ്പിച്ച ശത്രുക്കളെ നിരീക്ഷിക്കാനുള്ള ദൗത്യമേറ്റെടുത്ത പടയാളി തന്റെ സംഘത്തിൽ

പെട്ടവരുടെ കൂടെച്ചേരാൻ കഴിയാത്തവിധം ഏറെ ദൂരം മുന്നോട്ടു പോയി. അവൻ സൂചന നൽകിയെങ്കിലും ആക്രമണത്തിന്റെ മിന്നൽ സ്വഭാവം നഷ്ടമായി. കവർച്ചക്കാർക്ക് തങ്ങളുടെ ഉദ്ദേശ്യം നിറവേറ്റാനായില്ല. ഇടയൻമാർ മേച്ചിൽപ്പുറങ്ങളിൽനിന്ന് ഒട്ടകങ്ങളെ ധൃതിയിൽ ഉടമസ്ഥരുടെ തമ്പുകളിലേക്ക് കൊണ്ടുപോയി. ആഗോത്രത്തിലെ യോദ്ധാക്കൾ അക്രമികളെ തുരത്തിയോടിക്കുകയും ചെയ്തു. ഉദ്യമം പരാജയപ്പെട്ടതോടെ എല്ലാമുപേക്ഷിച്ച് മിന്നൽപ്പോരാളികൾ തങ്ങളുടെ നാട്ടിലേക്ക് തിരിച്ചു.

തിരികെയുള്ള യാത്രയിൽ തങ്ങളുദ്ദേശിച്ച ജലസ്രോതസ്സുകളിൽ നിന്ന് കുടിക്കാനായി അവർക്ക് വെള്ളം ലഭിച്ചില്ല. യാത്രയിൽ ലക്ഷ്യമിട്ടിരുന്ന കിണറുകൾക്കുചുറ്റും തദ്ദേശവാസികൾ സംരക്ഷണവലയം തീർത്തതായിരുന്നു അതിനുകാരണം. അതോടെ ഗതികെട്ട അവർ യാത്രാമാർഗത്തിന്റെ പടിഞ്ഞാറേ ദിശയിൽ മൂന്നു ദിവസത്തെ യാത്രക്കൊടുവിൽ മാത്രം എത്തിച്ചേരുന്ന ജലസ്രോതസ്സ് ലക്ഷ്യമിട്ട് മുന്നോട്ടുനീങ്ങി. മൂന്നുദിവസത്തെ വെള്ളംതിരഞ്ഞുള്ള യാത്ര വിപൽ സാധ്യതയുള്ളതായിരുന്നു. കാരണം, അവർ ഉദ്ദേശിച്ച ഉറവിൽ വെള്ളം ഇല്ലെങ്കിൽ തുടർന്നങ്ങോട്ടുള്ള 200 കിലോമീറ്ററിൽ അവർക്ക് വെള്ളം കിട്ടാനുള്ള സാധ്യത ഉണ്ടായിരുന്നില്ല. ഉറവിന്റെ സമീപമെത്തിയപ്പോൾ അവർ ഭയപ്പെട്ടതു തന്നെ സംഭവിച്ചു. അത് ഉണങ്ങിവരണ്ടിരുന്നു. വൻദുരന്തം അവരെ തുറിച്ചു നോക്കിയ സന്ദർഭം.

പൊതുവെ മര്യാദയും അച്ചടക്കവും അത്ര ശീലമില്ലാത്ത ആ അറബ് നാടോടികൾക്കിടയിൽ അസ്വാരസ്യം പൊട്ടിപ്പുറപ്പെട്ടു. 'നിങ്ങൾ അതിപ്രശസ്തനായ പടയാളിയാണെന്ന് ഞാൻ കരുതി' സംഘത്തിലെ യുവാവായ ഒരു ശൈഖ് ധിക്കാരത്തോടെ ഔദയോട് പറഞ്ഞു: 'ഇപ്പോൾ നിങ്ങൾക്ക് പിഴച്ചു, ശരിയല്ലേ?' അയാൾ തുടർന്നു. 'ആദ്യം, നമ്മൾ പ്രതീക്ഷിച്ച കൊള്ളമുതൽ നഷ്ടപ്പെട്ടു. ഇപ്പോഴിതാ നമ്മളെല്ലാം ദാഹിച്ച് മരിക്കാൻ പോകുന്നു.' വിമതസ്വരത്തിന് കരുത്തുപകർന്ന് മറ്റു ഗോത്രക്കാർ അയാളോടൊപ്പം പിറുപിറുത്തു. ഔദയുടെ തീക്ഷ്ണമായ മുഖം ദേഷ്യത്താൽ കൂടുതൽ വിവർണമായി. അദ്ദേഹത്തിന്റെ കൈ സമീപത്തുണ്ടായിരുന്ന കൈത്തോക്കിലേക്ക് നീണ്ടു.

'ദാഹിച്ച് മരിക്കേണ്ടിവരില്ല. അതുവരേക്കും നിങ്ങൾ ജീവിച്ചിരിക്കില്ല, നശിച്ചവൻമാരേ,' പല്ലിറുമ്മിക്കൊണ്ട് അയാൾ മറുപടി പറഞ്ഞു. 'യുദ്ധത്തിൽ മൂന്നൂറുപേരെ കൊന്ന പ്രശസ്തി ഔദക്കുണ്ട്. അതിൽ തുർക്കികൾ പെടില്ല,' ഔദ കൂട്ടിച്ചേർത്തു. സത്യത്തിൽ ഔദ, താൻ പറഞ്ഞത് നടപ്പാക്കാൻപോന്ന ചങ്കൂറ്റമുള്ളവനായിരുന്നു.

'ദൈവത്തെയോർത്ത് ഇവിടെവെച്ച് തല്ലുകൂടരുത്.' തന്റെ പിതാവിന്റെ കൈപിടിച്ച് മകൻ മുഹമ്മദ് വിളിച്ചുപറഞ്ഞു. 'വീട്ടിൽ മടങ്ങിയെത്തിയാൽ, അതിനുള്ള ഭാഗ്യമുണ്ടായാൽ നമുക്കവരോട് പ്രതികാരംചെയ്യാം.'

'ശരി, നിങ്ങളെ നയിക്കാൻ ഇനി ഞാനില്ല' അനിയന്ത്രിതമായ കോപം ഒരുവിധത്തിൽ കടിച്ചമർത്തി ഔദ പറഞ്ഞു. 'എന്റെ ശാപവും പേറി നിങ്ങൾ നിങ്ങളുടെ വഴിക്ക് പോ!'

തൊട്ടടുത്ത ജലാശയം തേടി ഗതികെട്ട ആക്രമണയാത്ര തുടരുമ്പോൾ ബനൂ ഹുവൈത്വാതിലെ 25 ആളുകൾ മാത്രമാണ് ഔദയോടൊപ്പം ചേർന്നത്. ഭയാശങ്കകളേതുമില്ലാതെ വേഗത്തിൽ അവർ യാത്ര തുടർന്നു. രാത്രിയിലും യാത്ര നിർത്തിയില്ല. കാരണം, പകൽച്ചൂടിലെ യാത്രയിൽ അവശേഷിച്ച ജലാംശവും നഷ്ടപ്പെടാൻ സാധ്യതയുണ്ടായിരുന്നു. മധ്യാഹ്നവേളയിൽ ഉറങ്ങിയെന്ന് വരുത്തുകമാത്രമാണ് അവർ ചെയ്തത്. പകൽവേളയിൽ ഏതാനും കോപ്പ വെള്ളം കൊണ്ട് തൃപ്തിയടഞ്ഞു. ജലാംശം കുറഞ്ഞതിനാൽ ആഹാരമൊന്നും ഭക്ഷ്യയോഗ്യമായിരുന്നില്ല. ഭാരം കുറക്കാൻ വേണ്ടി, കാലിയായ സഞ്ചികൾ, ആയുധങ്ങൾ, വെടിക്കോപ്പുകൾ എന്നിവയെല്ലാം വഴിമധ്യേ അവർ എറിഞ്ഞുകളഞ്ഞു. ഇടക്കുവെച്ച് യാത്ര നിർത്തിയപ്പോൾ കൈവശമുണ്ടായിരുന്ന ഒട്ടകത്തെ അറുത്ത് അതിന്റെ വയർ തുറന്ന് ആമാശയത്തിൽ സംഭരിച്ച വെള്ളം പിഴിഞ്ഞെടുത്തു.

കടുത്ത നിരാശയാൽ സംഘത്തിലെ ചിലർ ഒട്ടകത്തിന്റെ ചോര കുടിക്കാൻ മുതിർന്നു. എന്നാൽ ആരോഗ്യത്തെ ഗുരുതരമായി ബാധിക്കുന്ന ഒന്നായിരുന്നു അത്. കുടിച്ചവരൊക്കെ സന്നിപാതജ്വരം മൂർച്ഛിച്ച് തളർന്നുവീണു. ഒട്ടകത്തിന്റെ എണ്ണം കുറഞ്ഞതോടെ അതിലുണ്ടായിരുന്നവർ മറ്റ് ഒട്ടകപ്പുറത്തായി യാത്ര. അതിനിടയിൽ

അവശരായ പടയാളികളെ വെള്ളമോ അടയാളമോ അവശേഷിപ്പിക്കാത്ത ആ മരുഭൂമിയിലെ ചുട്ടു പൊള്ളുന്ന വെയിലിൽ മരണത്തിനു വിട്ടുകൊടുത്തുകൊണ്ട് ബാക്കിയുള്ളവർ യാത്രതുടർന്നു. വിടപറയലോ, തിരിഞ്ഞുനോട്ടമോ ഇല്ലാതെ മറ്റുള്ളവർ യാത്രതുടരുമ്പോൾ അവർക്കു പിന്നിൽ ഒന്നുരണ്ടു വട്ടം വെടിയൊച്ച കേട്ടു. മരുഭൂമിയിലെ ആ ദുരിതത്തിൽനിന്ന് ദൗർഭാഗ്യവാൻമാർ സ്വയം രക്ഷ സ്വീകരിച്ചതിന്റെ ശബ്ദമായിരുന്നു അത്.

തന്റെ പക്കലുണ്ടായിരുന്ന വെള്ളം തീർന്നിട്ടും ഔദയുടെ മകൻ മുഹമ്മദ് വെള്ളമില്ലാതെ 24 മണിക്കൂർ മുന്നോട്ടുപോയി. ബോധക്ഷയം വന്നപ്പോൾ ഇനി മുന്നോട്ടുപോകാൻ തനിക്കാവില്ലെന്ന് മുഹമ്മദ് പിതാവിനോട് പറഞ്ഞു. ഔദ ക്ഷീണിച്ച കണ്ണുകൾ കൊണ്ട് തന്റെ മകനെ നോക്കി. വിണ്ടുപിളർന്ന് ചോരയൊലിക്കുന്ന ചുണ്ടുകളോടെ അയാൾ പിറുപിറുത്തു. 'ഇരുളും വരെ യാത്ര തുടരൂ. ദൈവം കാരുണ്യവാനാണല്ലോ.' ഇതിന് ഒരു വിശദീകരണവും നൽകാൻ അയാൾക്കായില്ല. എങ്ങനെയോ, വറ്റിപ്പോകാത്ത തന്റെ അവസാന ശക്തിയുമെടുത്ത് മുഹമ്മദ് ആ രാത്രിയിൽ വീഴുംവരെ തന്റെ കഠിന യാത്ര തുടർന്നു. പിന്നെ ഔദ മകനെ തന്റെ അടുത്തേക്ക് കൂട്ടി. എന്നിട്ട് സഞ്ചിയിൽ മറച്ചുവെച്ചിരുന്ന, പോരാളികളുപയോഗിക്കുന്ന വെള്ളക്കൂജയിൽനിന്ന് വെള്ളം പകർന്ന്. ഓരോരുത്തരും ഒരു കവിൾ വെള്ളം കുടിച്ചു. തുടർന്നുള്ള രാത്രിയിൽ അമൂല്യമായ ആ വെള്ളക്കൂജ അതിന്റെ ഒളിയിടത്തിൽ മടങ്ങിയെത്തി. സിഹ്റാൻ താഴ്വരയുടെ വടക്കേ അറ്റത്ത് ഒരു കിണറിന്റെ അടുക്കൽ പേക്കിനാവു നിറഞ്ഞ ആ യാത്ര അവസാനിച്ചു. തകർന്ന് തരിപ്പണമായ മുഖവും തുറിച്ചുന്തിയ കണ്ണുകളുമായി വെറും പത്തു പേരാണ് അപ്പോൾ അവശേഷിച്ചത്. അവരെല്ലാം ഒട്ടകപ്പുറത്തുനിന്ന് താഴെ വീണു. ജീവദായകമായ വെള്ളം മതിവരുവോളം അവരെല്ലാവരും കുടിച്ചു.

* * *

അറേബ്യയിൽ കുതിരകൾ വളരെ വിരളമായിരുന്നു. പക്ഷേ, മിന്നലാക്രമണം നടത്തുന്നതിനും യുദ്ധത്തിനും അവയുടെ പ്രയോജനം ഏറെ വിലമതിക്കപ്പെട്ടിരുന്നു. നന്നായി പരിപാലനം ലഭിച്ച അറേബ്യൻ കുതിരകൾക്ക് കുറഞ്ഞ പൊക്കവും, മെലിഞ്ഞ്

വടിവൊത്ത ആകൃതിയും ഉണ്ടാവും. പടിഞ്ഞാറുള്ള കുതിരകൾക്ക് ആ ആകൃതി ഉണ്ടാവുകയില്ല.

അറേബ്യയിൽ നദിയോ പുൽത്തകിടിയോ ഉണ്ടായിരുന്നില്ല. അതുകൊണ്ട് ഒട്ടകങ്ങളെപ്പോലെ കുതിരക്ക് മുൾച്ചെടിമാത്രം തിന്ന് നിലനിൽക്കാനാകില്ല. അവക്ക് ശരിയായ വെള്ളവും ഭക്ഷണവും വേണം. പക്ഷേ, സ്വന്തം വംശപരമ്പരയെക്കുറിച്ചുള്ള അറബിയുടെ അസാമാന്യമായ ഓർമയുടെ പ്രായോഗികവത്കരണവും തങ്ങളുടെ കുതിരകൾക്കുമേൽ അവർ ചൊരിഞ്ഞ സ്നേഹപരിചരണവും അക്കാലത്തെ ഏറ്റവും വലിയ കുതിര വളർത്തലുകാരായി അറബികളെ മാറ്റിയെടുത്തു. ഇംഗ്ലണ്ടിലെ കുതിര വളർത്തുകാർ 19-ാം നൂറ്റാണ്ടിൽ അറേബ്യയിൽനിന്ന് ഇറക്കുമതി ചെയ്ത മൂന്ന് വിത്തുകുതിരകളാണ് ലോകത്ത് വ്യാപിച്ചിട്ടുള്ള മുന്തിയയിനം പടക്കുതിരകളുടെ (Thoroughbred) പൂർവികർ.

അറബികളുടെ അഭിപ്രായത്തിൽ ദൈവം മനുഷ്യർക്ക് ഭൂമിയിലും വരാനിരിക്കുന്ന ലോകത്തും ഇറക്കിയ മഹത്തായ അനുഗ്രഹങ്ങളിലൊന്ന് കുതിരകളാണ്. പൗരാണിക അറബ് ചരിത്രകാരനായ ഇബ്നുഹിശാം (ക്രി. 827) തന്റെ പിതാവിന്റെ വാക്കുകൾ ഇപ്രകാരം സ്മരിക്കുന്നു: ''കുതിരസവാരി ചെയ്യുകയും മാലാഖമാരുടെ ഭാഷയായ അറബി സംസാരിക്കുകയും അമ്പെയ്തു വിടുകയും ചെയ്ത ആദ്യത്തെ മനുഷ്യൻ അബ്രഹാമിന്റെ മകൻ ഇസ്മാഈൽ ആയിരുന്നു. ഇസ്മാഈലിനോടുള്ള സ്നേഹത്താൽ തീരപ്രദേശങ്ങളിൽനിന്ന് നൂറുകണക്കിന് ലക്ഷണമൊത്ത കുതിരകളെ ദൈവം നൽകി. അദ്ദേഹം മക്കക്കു സമീപം അവയെ മേയ്ച്ചു.''

ഒരു ഗോത്രത്തിന്റെ ഉടമസ്ഥതയിലുള്ള കുതിരകളുടെ എണ്ണത്തിനനുസരിച്ച് മറ്റു ഗോത്രങ്ങളിൽ ഭീതി വർധിക്കുകയും പരാജിതരായ അയൽക്കാരിൽ പ്രതികാരവാഞ്ഛ കൂടുകയും ചെയ്യും. പിന്നെ കുതിരകളും സവാരിക്കാരും കൊല്ലപ്പെടാൻ അധിക സമയമൊന്നും വേണ്ടിവരില്ല. അതുകൊണ്ട് ഒരു പഴമൊഴിയുണ്ട്: 'കുതിരയുടെ മൂക്കുകയർ സർപ്പമാണ്. അവയുടെ പുറത്ത് മരണം പതിയിരിക്കുന്നു.'

പ്രവാചകൻ അറേബ്യൻ കുതിരകളെ യുദ്ധത്തിലെ അമ്പുകളോട് സദൃശപ്പെടുത്തിയിട്ടുണ്ട്. എല്ലാ മുസ്‌ലിം യോദ്ധാക്കളോടും ഒരു

കുതിരയെയെങ്കിലും സ്വന്തമാക്കാൻ അദ്ദേഹം ആവശ്യപ്പെട്ടു. 'പരാജയത്തിൽപോലും കുതിര ഭാഗ്യം കൊണ്ടുവരുന്നു,' നബി പറഞ്ഞു. കുതിരകളെക്കുറിച്ച് നബി പറഞ്ഞതായി അനുചരൻ ഉമർ നിവേദനം ചെയ്യുന്നു. 'പെൺകുതിരയെ സ്നേഹിക്കുകയും അതിനെ ദയാപൂർവം പരിപാലിക്കുകയും ചെയ്തവന് ദൈവാനുഗ്രഹമുണ്ടാകും. പെൺകുതിരയോട് മോശമായി പെരുമാറുന്നവന് ദൈവശാപം ഉണ്ടാകും. പുരുഷന്റെ ആഹ്ലാദത്തിനും ആസ്വാദനത്തിനും സ്ത്രീ കഴിഞ്ഞാൽ പിന്നെയുള്ളത് കുതിരയാണ്.'

തന്റെ ജീവിത കാലത്ത് മുഹമ്മദ് നബിക്ക് 15 പെൺകുതിരകൾ ഉണ്ടായിരുന്നു. നജ്ദിലെ ചന്തകളിൽ നിന്ന് വാങ്ങിയ ഈ കുതിരകളെയാണ് തന്റെ സൈന്യത്തിന് ആവശ്യമായ കുതിരകളുടെ പ്രജനനത്തിന് ഉപയോഗിച്ചത്. ബദ്ർ യുദ്ധത്തിൽ മുസ്ലിംകൾക്ക് രണ്ടു കുതിരകളേ ഉണ്ടായിരുന്നുള്ളൂ. കുതിരകളുടെയും കുതിരക്കാരുടെയും ആരോഗ്യം മെച്ചപ്പെടുത്താൻ നബി ഓട്ടമത്സരങ്ങൾ സംഘടിപ്പിക്കുമായിരുന്നു. ബനൂഫസാറ ഗോത്രത്തിൽപെട്ട ബദവിയുടെ പക്കൽ നിന്നാണ് തന്റെ ആദ്യത്തെ കുതിരയെ നബി വാങ്ങിയത്. 'അസ്സക്ബ' (ഒഴുക്ക്) എന്നായിരുന്നു അവളുടെ പേര്. ഇസ്ലാമിന്റെ ആദ്യ യുദ്ധങ്ങളിൽ ആദ്യത്തെ ആക്രമണനിരയിൽ നിലയുറപ്പിച്ച കുതിരകളോടൊപ്പം അസ്സക്ബ ഉണ്ടായിരുന്നു. നെറ്റിയിൽ വെള്ള നക്ഷത്രചിഹ്നമുള്ള കറുത്ത കുതിരയായിരുന്നു അസ്സക്ബ. അതുപോലെ അതിന്റെ ഇടത്തേ മുൻകാലിനും വെള്ള രോമങ്ങൾ ഉണ്ടായിരുന്നു. ബദവികൾ കുതിര ജീനികൾ തീരെത്തന്നെ ഉപയോഗിച്ചിരുന്നില്ല എന്നു പറയാം. മുഹമ്മദ് നബി ഒരിക്കൽ കുതിരപ്പുറത്തു നിന്ന് വീഴുകയും അങ്ങനെ പനമരത്തിൽ തട്ടുകയും കാലുളുക്കുകയും ചെയ്തിട്ടുണ്ട്. അതിനുശേഷം ഒട്ടകപ്പുറത്തോ കഴുതപ്പുറത്തോ കോവർകഴുതപ്പുറത്തോ ആയിരുന്നു നബി സഞ്ചരിച്ചത്.

* * *

ഈ അധ്യായത്തിൽ ഇബ്നുജുനൈബ്, ഔദ അബൂതാഈ തുടങ്ങി രണ്ട് ബദവി ശൈഖുമാരെ നാം പരിചയപ്പെട്ടു. ഞാൻ അറബി സൈന്യത്തിലുണ്ടായിരുന്നപ്പോൾ മറ്റൊരു അറബ് നായകനെ പരിചയപ്പെടാനുള്ള ഭാഗ്യമുണ്ടായി. 1922-ൽ ബനൂ സഖർ ഗോത്രത്തലവനായിരുന്ന മുതിർന്ന ശൈഖ് മിസ്ഗൽ അൽഫൈസാണ് കക്ഷി.

“കൽപനകൾ അപ്പപ്പോൾ പുറപ്പെടുവിച്ച് കാര്യങ്ങൾ ചെയ്തു കിട്ടുന്നതിനായി ശമ്പളം കൊടുത്ത് നിയമിച്ച അനുചരൻമാർ ബദവി ശൈഖിന് ഉണ്ടായിരുന്നില്ല. ആർക്കും വിധേയപ്പെടാനിഷ്ടപ്പെടാത്ത, തൽക്ഷണം അതൃപ്തി പ്രകടിപ്പിക്കുന്ന സമശീർഷരായ ആളുകൾക്കിടയിൽ ഒരാളാണ് ശൈഖ്. സ്വന്തം വ്യക്തിപ്രഭാവത്തെയും ആളുകളെ കൈകാര്യംചെയ്യാനുള്ള നൈപുണ്യത്തെയും ആശ്രയിച്ചാണ് അദ്ദേഹത്തിന്റെ അധികാരം നിലനിന്നത്” (വിൽഫ്രഡ് തെസിഗർ, Arabian Sands 1959).

ഇത്രയും പറഞ്ഞതിൽനിന്ന് ബദവി ഗോത്രങ്ങൾ തങ്ങളുടെ ശൈഖിൽനിന്ന് പ്രതീക്ഷിച്ചിരുന്ന ഗുണങ്ങളെയും സവിശേഷതകളെയും പറ്റി നിങ്ങൾക്ക് ഏകദേശചിത്രം ലഭിച്ചിട്ടുണ്ടാകും. കേവല ഭാഷയിൽ പറഞ്ഞാൽ, നേതാവാകുക എന്നതായിരുന്നു അദ്ദേഹത്തിന്റെ പണി. പലപ്പോഴും തീരുമാനമെടുക്കേണ്ട ഉത്തരവാദിത്വം അദ്ദേഹത്തിനായിരിക്കും. എന്നാൽ എല്ലാവരോടും കൂടിയാലോചിച്ചശേഷം മാത്രമാണ് അദ്ദേഹം തീരുമാനത്തിലെത്തുക. ഇടയൻ ആട്ടിൻപറ്റങ്ങളെ ഒരുമിച്ചുനിർത്തുന്നതുപോലെ നേതാവ് തന്റെ ഗോത്രത്തെ ഒരുമിച്ചു നിർത്തുന്നു. ഓരോ വ്യക്തികളുടെയും കാര്യം അദ്ദേഹം നോക്കിയിരുന്നു. മരണാസന്നനായ തന്റെ ഗോത്രക്കാരനെ ഇബ്നുജുനൈബ് പരിപാലിച്ചത് നോക്കൂ. അദ്ദേഹത്തിന്റെ അന്ത്യാഭിലാഷം ശൈഖ് നിറവേറ്റിക്കൊടുത്തത് ഓർക്കുക.

ഗോത്രത്തിന്റെ നേതൃത്വം പാരമ്പര്യമനുസരിച്ചും തെരഞ്ഞെടുപ്പിലൂടെയുമായിരിക്കും. ഓരോ കുലത്തിനും ഉപകുലത്തിനും ഭരണാധികാരി ഉണ്ടായിരിക്കും. മരിച്ചുപോകുന്ന ഭരണാധികാരികളുടെ സഹോദരൻമാരിൽ നിന്നോ, അമ്മാവന്റെ മക്കളിൽ നിന്നോ സാധാരണഗതിയിൽ ഒരാളെ തെരഞ്ഞെടുക്കും. ഔപചാരികമായ തെരഞ്ഞെടുപ്പ് ഉണ്ടായില്ലെങ്കിലും, ഭാവി നേതാവെന്ന നിലയിൽ ഭരണ കുടുംബത്തിലെ വിശ്വാസമാർജിച്ച അംഗത്തിന് തങ്ങളുടെ പിന്തുണ അവർ അറിയിക്കുന്നു.

‘മുറൂഅ’ (ധീരത, ഔദാര്യം, സത്യസന്ധത, മാന്യത, അഭിമാനബോധം, പ്രശസ്തി) എന്ന് നാം നേരത്തേ വിശേഷിപ്പിച്ച വിശിഷ്ട ഗുണങ്ങളോടൊപ്പം ഒരു ബദവി മുഖ്യന് പ്രായോഗിക ബുദ്ധി ആവശ്യമായിരുന്നു. കാരണം, നിപുണനായ മധ്യസ്ഥന്റെ പങ്കു

വഹിക്കേണ്ട ആളാണദ്ദേഹം. അനുയായികൾ തമ്മിലുള്ള വഴക്ക് തന്റെ കൈവിട്ടുപോകുംമുമ്പ് രമ്യമായി പരിഹരിക്കേണ്ട ചുമതല അദ്ദേഹത്തിനുണ്ട്. മറ്റു ഗോത്രങ്ങളിലെ സഖ്യശക്തികളുമായി പ്രശ്നങ്ങൾ പരിഹരിക്കേണ്ടതുണ്ട്.

ബുദ്ധിയും അനുഭവവും ധാരാളമായി അയാൾക്കുണ്ടാകണം. മരുഭൂമിയിൽ വല്ലപ്പോഴും പെയ്യുന്ന മഴ ഒരു നിർണിത സമയത്ത് എവിടെയെല്ലാം പെയ്തിട്ടുണ്ടാകുമെന്നും തങ്ങളുടെ മൃഗങ്ങൾക്കും അനുയായികൾക്കും ഭക്ഷണവും വെള്ളവും കിട്ടുന്നതിനുള്ള പുൽമേടുകൾ എവിടെ കണ്ടെത്താനാകുമെന്നും അറിയാനുള്ള വൈഭവം നേതാവിനുണ്ടാകണം എന്നതാണ് ഇപ്പറഞ്ഞതിന്റെ ഉദ്ദേശ്യം. തമ്പുകൾ മാറ്റാനുള്ള തീരുമാനമെടുക്കേണ്ടത് അയാളാണ്. അത് നല്ലതിനാകട്ടെ, അല്ലാതിരിക്കട്ടെ. തമ്പഴിച്ചുകൊണ്ടോ തന്റെ സാമഗ്രികൾ ഒട്ടകപ്പുറത്ത്കയറ്റിക്കൊണ്ടോ അദ്ദേഹം ആ സൂചന നൽകിയാൽ ഗോത്രത്തിലെ എല്ലാവരും അതുപോലെ ചെയ്തിരിക്കണം.

എപ്പോഴും മലർക്കെത്തുറന്നിട്ട തമ്പായിരിക്കണം മുഖ്യന്റേത്. കാരണം ബദവിയുടെ ചിരപരിചിതമായ ആതിഥേയത്വം തന്റെ ഗോത്രത്തിന്റെ സങ്കീർണമായ അതിജീവനത്തിന്റെ ഭാഗമാണ്. അതിഥികൾക്ക് സ്വാഗതമോതുകയും, അവരെ ഊട്ടുകയും സൽക്കരിക്കുകയും ചെയ്യുന്ന ബദവിക്ക് പകരം കിട്ടുക വിലയേറിയ വിവരങ്ങളാണ്. മേയാനുള്ള സാഹചര്യങ്ങൾ, ഗോത്രങ്ങളുടെ ചലനങ്ങൾ, തർക്കങ്ങൾ തുടങ്ങിയ വിവരങ്ങൾ. എല്ലാ നേതാക്കൻമാരും എപ്പോഴും വിവരസ്ഥരായിരിക്കണം.

തന്റെ ഗോത്രക്കാരെ യുദ്ധത്തിൽ നയിക്കേണ്ട ചുമതല ഗോത്രമുഖ്യനാണെങ്കിലും പലപ്പോഴും പ്രായവും അവശതയും കാരണം ആ കർത്തവ്യം യുവാക്കളായ യോദ്ധാക്കൾക്ക് വിട്ടുകൊടുക്കുകയാണ് ചെയ്യുക. തർക്കങ്ങൾ പരിഹരിക്കുക, വിദേശ സഖ്യങ്ങൾ ഉണ്ടാക്കുക തുടങ്ങി ചുമതലകളാണ് അദ്ദേഹം വഹിക്കുക. അതിന് നല്ല വിവേകമുണ്ടായിരിക്കണം. അതേസമയം, യുദ്ധത്തിന് പോയ ഖാഇദ് ശത്രു പക്ഷത്തിനെതിരിൽ ഒട്ടകങ്ങളുടെ മിന്നലാക്രമണങ്ങൾ ആസൂത്രണം ചെയ്യുന്നതിലോ തങ്ങളുടെ ഒട്ടകത്തെയോ കുതിരയെയോ കവർന്ന് കടന്നു കളഞ്ഞ പോരാളികളെ പിന്തുടർന്ന്

പിടിക്കുന്നതിലോ ഏർപ്പെട്ടിരിക്കും. ബദവികൾ പറയാറുണ്ട്: 'ഞങ്ങൾ അവരുടേത് എടുക്കും. അവർ തിരിച്ച് ഞങ്ങളുടേതും.'

ഔദാര്യത്തിന്റെ ആൾരൂപമാണ് ബദവി മുഖ്യൻ. പ്രത്യേകിച്ചും തന്റെ അതിഥികളെ തുറന്ന മനസ്സോടെ സ്വീകരിക്കുന്നതിൽ അദ്ദേഹം തികഞ്ഞ ഔത്സുക്യം കാട്ടുന്നു. സഹായിക്കുന്നതിൽ പിശുക്കു കാട്ടാത്ത ഗോത്രമുഖ്യന് പ്രസ്തുത ഔദാര്യം പ്രശസ്തി സമ്മാനിക്കുന്നു. പാവപ്പെട്ടവർക്കും അഗതികൾക്കും അപരിചിതന്നും യാത്രക്കാരന്നും നൽകുന്ന ഭക്ഷണം അയാളുടെ അഭിമാനമാണ്. ഔദാര്യവും ആതിഥേയത്വവും ഉത്കൃഷ്ട അറബിമൂല്യങ്ങളായി ഗണിക്കപ്പെടുന്നു. പിശുക്കനെന്ന പേര് അയാളെ നശിപ്പിക്കുന്നു. 'ഓരോ അതിഥിയുമെത്തുന്നത് അനുഗ്രഹവുമായാണ്' എന്ന് അറബികൾക്കിടയിൽ പ്രചാരമുള്ള മഹത്തായ പഴഞ്ചൊല്ലുണ്ട്. ഇസ്‌ലാമിനുമുമ്പ് മരുഭൂമിയിലെ അറബികൾക്കിടയിൽ നിലനിന്നിരുന്ന അഭിവാദന രീതിയാണ് 'അഹ് ലൻ വ സഹ്‌ലൻ' എന്നത്. 'നിനക്ക് അഭയം നൽകുന്ന കൂട്ടരിതാണ്, നിനക്കെല്ലാം എളുപ്പമാക്കിത്തരുന്ന വിശാലതയിതാണ്' എന്നാണതിന്റെ ആശയം.

ഒരറബിക്കവിയുടെ വാക്കുകളിതാ: 'ഭക്ഷണം തയ്യാറാക്കിയാൽ അതിലൊരു പങ്ക് അതിഥിക്ക് സൽക്കാരമായി നൽകുക. ഒരു മുരടനെപ്പോലെ ഒറ്റക്കുതിന്നുന്ന പണി എനിക്കില്ല. അതുകൊണ്ട് രാത്രിയിൽ കടന്നുവരുന്ന യാത്രക്കാരന് അല്ലെങ്കിൽ ആശ്രിതർക്ക് ഭക്ഷണം നൽകുക. കാരണം ഞാൻ പോയാൽ എന്നെപ്പറ്റി ആളുകൾ ദൂഷ്യം പറയുമെന്ന് ഞാൻ ഭയക്കുന്നു.'

തന്റെ തമ്പിലെത്തുന്ന അതിഥിയോട് കരുണ കാണിക്കുന്ന കാര്യത്തിൽ തന്നെ വെല്ലാനാളുണ്ടാകുന്നത് ഒരു അറബിയും സഹിക്കില്ല. താൻ കൈയയച്ച് സഹായിച്ചില്ലെന്നോ ഹൃദയവിശാലത കാണിച്ചില്ലെന്നോ പറയുമ്പോൾ ആ അപമാനം അദ്ദേഹത്തിന് സഹിക്കാനാകില്ല. ഇക്കാര്യത്തിൽ എല്ലാവരും തുല്യരാണ്. ദാരിദ്ര്യമല്ല, നാടോടികളായ അറബികൾക്കിടയിൽ ആക്ഷേപമായിട്ടുള്ളത്. തന്റെ അവസാനത്തെ ആടിനെയോ ആട്ടിൻകുട്ടിയെയോ അതിഥിക്കായി അറുക്കുന്ന ദരിദ്രനായ ബദവിക്ക് ഒരു വലിയ ആട്ടിൻപറ്റത്തിൽനിന്ന് ഇളം പ്രായമുള്ളഒരൊട്ടകത്തെ അറുക്കുന്ന ബദവി മുഖ്യനെക്കാൾ സ്ഥാനമുണ്ടായിരുന്നു. കാരണം, മുഖ്യനെ

സംബന്ധിച്ചിടത്തോളം അതൊരു നഷ്ടമായി തോന്നുകയില്ല. ഇത്തരം ആപേക്ഷികതകൾക്കിടയിൽ ശ്രദ്ധേയമായ കൃത്യതയോടെ ശരിയായ ഔദാര്യത്തെ അളക്കാനുള്ള കഴിവ് എല്ലാ ഗോത്ര സമൂഹങ്ങൾക്കുമുണ്ട്. തന്റെ വസ്ത്രം കീറിയതു കണ്ട്, കണ്ടംവെച്ച് കീറൽ മാറ്റിയ അറബി, തന്റെ തമ്പിൽ അവശ്യോപകരണങ്ങൾ ദുർലഭമായതു കണ്ട അറബി, തന്റെ സമ്പത്ത് കുറച്ച് ആടുകൾ മാത്രമായി അവശേഷിച്ചതു കണ്ട അറബി, തന്റെ മക്കൾ പട്ടിണി കിടക്കുന്നത് കാണുന്ന അറബി - ഇവരൊന്നും ആതിഥേയത്വ ത്തിന്റെ കാര്യത്തിൽ ഒരു കുറവും വരുത്തില്ല. ഒരു പഴഞ്ചൊല്ല് ഇങ്ങനെ: 'ശ്രേഷ്ഠഗുണമുള്ള പെൺകുതിര വേഷഭൂഷകൾ ഇല്ലെ ന്നുകരുതി ലജ്ജിക്കുകയില്ല.'

കാലങ്ങളെത്ര മാറിയിട്ടും ആതിഥേയത്വം എന്ന അറബി മൂല്യ ത്തിന് മാറ്റമുണ്ടായിട്ടില്ല. അറബി സൈന്യങ്ങൾക്കിടയിലെ സേവനം കഴിഞ്ഞ് അഞ്ചു വർഷം പിന്നിടുമ്പോൾ ഇംഗ്ലീഷ് യാത്രികനായ വിൽഫ്രഡ് തെസിഗർ സൗദി അറേബ്യയിലെ 'റുബ്ഉൽ ഖാലി' (വിജനമായ ഒരു മരുഭൂപ്രദേശം) കടന്നുപോയ അനുഭവങ്ങളെ തന്റെ Arabian Sands (1959) എന്ന പുസ്തകത്തിൽ വിവരിക്കുന്നുണ്ട്. അദ്ദേഹം കണ്ടുമുട്ടിയ ആതിഥേയരുടെ മൂല്യം അളക്കുന്ന കാര്യ ത്തിൽ നാമദ്ദേഹത്തോട് യോജിക്കും. അതുകൊണ്ട് ഓരോ സംഭവ കഥയും പുസ്തകത്തിൽ ദൃഷ്ടാന്തകഥയായി മാറുന്നു:

''രണ്ടുദിവസം കഴിഞ്ഞപ്പോൾ ഒരു വൃദ്ധൻ ഞങ്ങളുടെ ക്യാമ്പിൽ വന്നു. അദ്ദേഹം മുടന്തിയാണ് നടന്നിരുന്നത്. ബദവികളുടെ കാഴ്ച പ്പാടിൽ പോലും അദ്ദേഹം ദരിദ്രനായിരുന്നു. കീറിയ അരവസ്ത്ര മായിരുന്നു അദ്ദേഹത്തിന്റേത്. മെല്ലിച്ച്, നരച്ച് പ്രായമേറെയായ ആ മനുഷ്യന്റെ കൈയിൽ ഒരു പഴയ കൈത്തോക്കുണ്ടായിരുന്നു.' അദ്ദേഹത്തിന്റെ അരപ്പട്ടയിൽ ഉപയോഗിച്ചുകഴിഞ്ഞ രണ്ടു വെടിയു ണ്ടയറകൾ ഉണ്ടായിരുന്നു. അതുപോലെ ആവരണം പൊട്ടിപ്പോയ ഒരു കഠാരയും. റാശിദ് അദ്ദേഹത്തെ അഭിവാദനം ചെയ്യാൻ മുന്നോ ട്ടുവന്നു. 'ബഖിദ്, അമ്മാവാ, അങ്ങേയ്ക്ക് ഒരായിരംവട്ടം സ്വാഗതം.' അവരുടെ അഭിവാദനത്തിന്റെ ഊഷ്മളത എന്നെ അദ്ഭുതപ്പെടുത്തി. കണ്ടിട്ട് വൃദ്ധനായ ഭിക്ഷക്കാരനെപ്പോലെയിരിക്കുന്നു ഇയാൾ. എന്തോ ചോദിച്ചുവന്നതാണെന്ന് ഉറപ്പ്. എന്റെ ഊഹത്തെ ബലപ്പെ ടുത്തി ഞാനദ്ദേഹത്തിന് അഞ്ച് റിയാലുകൾ നൽകി. പക്ഷേ,

അപ്പോഴേക്കും അദ്ദേഹത്തെക്കുറിച്ചുള്ള എന്റെ അഭിപ്രായം മാറിയിരുന്നു.

ബിൻ കബീന എന്നോട് പറഞ്ഞു: 'ഒരുനാൾ ഈ ഗോത്രത്തിലെ ഏറ്റവും സമ്പന്നനായിരുന്നു അയാൾ. ഇപ്പോഴാകട്ടെ, കുറച്ച് ആടുകൾ മാത്രമാണ് അയാളുടെ സമ്പാദ്യം.' ഞാൻ ചോദിച്ചു: 'അയാളുടെ ഒട്ടകങ്ങൾക്കെന്തുപറ്റി? കവർച്ചക്കാർ കൊണ്ടുപോയോ? അതോ രോഗംബാധിച്ച് ചത്തോ?' ബിൻ കബീനപറഞ്ഞു: 'ഔദാര്യമാണ് അദ്ദേഹത്തെ ഈ അവസ്ഥയിലാക്കിയത്. ആരു തന്നെ വീട്ടിൽ വന്നാലും ഒട്ടകത്തെ അറുത്ത് അവരെ സൽക്കരിച്ചശേഷമല്ലാതെ വിടുകയില്ല. ദൈവമാണ്, അദ്ദേഹം വളരെ ഉദാരവാനും അതിഥിപ്രിയനുമായിരുന്നു.' അങ്ങനെ പറയുമ്പോൾ അയാളുടെ സ്വരത്തിലെ അസൂയ ഞാനറിഞ്ഞു.''

ഗോത്രത്തിലെ മുതിർന്നവരോട് ബദവിക്ക് സ്വാഭാവികവും ആദരവുകലർന്നതുമായ ബഹുമാനമുണ്ടായിരുന്നു. തങ്ങളുടെ മുഖ്യന്മാരെ അവർ ആദരിച്ചിരുന്നു. വലിയ പരിചിത ഭാവമോ അതേ സമയം ഔദ്ധത്യമോ അവർ കാട്ടിയിരുന്നില്ല. എന്നുകരുതി അധികാരത്തിന്റെ മൂപ്പിളമ അവർക്കിടയിൽ ഉണ്ടായിരുന്നില്ല. അതുകൊണ്ട് എല്ലാവരെയും പദവിയോ സ്ഥാനമോ നോക്കാതെ പേരെടുത്താണ് അവർ വിളിച്ചിരുന്നത്. കത്തിജ്ജ്വലിക്കുന്ന കല്ലുകളിൽ കാപ്പിപ്പാത്രങ്ങൾ തിളക്കുമ്പോൾ ആ അടുപ്പിന് ചുറ്റുമിരുന്ന് ഒരയൽവാസിയോട് പെരുമാറുംപോലെ തുറന്നമനസ്സോടെ അവർ പരസ്പരം അഭിസംബോധന ചെയ്യും. എനിക്കറിയാവുന്ന ബദവി സൈനികർ - ശമ്മാർ, റുവല്ല, ബനൂ സഖ്ർ, ബനൂ ഹുവൈത്വാത് എന്നീ ഗോത്രങ്ങളിൽ പെട്ടവർ എല്ലാം സ്നേഹസമ്പന്നമായ പരിഗണനയും ലളിതമായ പരിചയഭാവവും കൂടിക്കലർന്ന സ്വഭാവ സവിശേഷതകൾ ഉള്ളവരായിരുന്നു. ഒരു നാടോടി സമൂഹത്തിന്റെ സവിശേഷമായ ആകർഷണീയത അതായിരുന്നു.

'ഞാൻ കണ്ടിട്ടുള്ളതിൽ വെച്ച് അദ്ഭുതംജനിപ്പിക്കുന്ന ബുദ്ധികൂർമതയുള്ള ഒരേയൊരു ജനവിഭാഗം അവരാണ്. എന്നാൽ, അവരെ കൈകാര്യം ചെയ്യാൻ പ്രത്യേക നൈപുണ്യം ആവശ്യമാണ്. കാരണം, നമുക്കൂഹിക്കാൻ പോലുമാകാത്തവിധം എന്തിനും പോന്ന ആഴപ്പരപ്പുള്ള സ്വഭാവമാണത്. ആശയ പ്രകാശനത്തിന്റെ കാര്യ

ത്തിലും, ആശയ ഭംഗിയുടെ കാര്യത്തിലും ലോകത്ത് മറ്റാരെക്കാളും മേലെയാണവർ.'

(ലേഡി ഹെസ്റ്റർ സ്റ്റാൻഹോപ് - പാൽമിറക്കുസമീപമുള്ള ബദവികളോടൊപ്പം 1810-ൽ താമസിച്ചിരുന്ന ഇംഗ്ലീഷ് യാത്രിക)

സാരാംശങ്ങൾ

1. എല്ലാ മനുഷ്യവംശങ്ങളും ഗോത്രമെന്ന് വിളിക്കുന്ന, സമൂഹത്തിന്റെ അധികാരഘടനയിലൂടെ കടന്നുപോയവരാണ്; ഇപ്പോഴും കടന്നുപോയിക്കൊണ്ടിരിക്കുന്നവരാണ്.

നേതാക്കൻമാർക്ക് ഉണ്ടായിരിക്കണമെന്ന് നാം ആഗ്രഹിക്കുന്ന അടിസ്ഥാന സ്വഭാവവിശേഷതകളോടുള്ള നമ്മുടെ സഹജമായ താൽപര്യത്തെ ഈ വസ്തുത അടിവരയിടുന്നുണ്ട്. നേതാവ് എന്ന നിലക്കുള്ള തന്റെ ഉത്തരവാദിത്വം പൂർത്തീകരിക്കാൻ കഴിയുംവിധം കഴിവുള്ളവനോ, ഉദാരമതിയോ ആയിരിക്കണം അയാളെന്ന പ്രതീക്ഷ നാമേവരും വെച്ചുപുലർത്തുന്നു.

2. അറേബ്യയിലെ കഠിനമായ സാഹചര്യത്തിൽ നേതാക്കൾക്കും അനുയായികൾക്കും പരസ്പരം ഒത്തുചേർന്ന് പ്രവർത്തിക്കേണ്ടിവരുന്നു. അതുകൊണ്ട് നേതൃത്വം ഒരിക്കലും ശ്രേണീകൃതമായിരിക്കില്ല. നേതാവ് ജനങ്ങൾക്കിടയിൽ ജീവിക്കുന്നു. അദ്ദേഹം അവരുടെ മേലധികാരിയായി ജീവിക്കുന്നില്ല.

3. പൗരാണിക നേതാക്കൾ തങ്ങളുടെ അധികാരം കൈയാളുന്നത് ജനതയുടെ അംഗീകാരത്തോടെയാണ്.

ആധുനിക ജനാധിപത്യത്തിലെന്ന പോലെ കൈയുയർത്തിയോ രഹസ്യബാലറ്റിലൂടെയോ അല്ല അവരെ തെരഞ്ഞെടുക്കുന്നതെങ്കിലും, യോഗ്യരായ ഏതാനും സ്ഥാനാർഥികളിൽ നിന്നാണ് അവരെ നിശ്ചയിച്ചിരുന്നത്.

4. ഉത്തരവാദിത്വമുള്ള ആളായി അറിയപ്പെടുന്ന ഒരു മുഖ്യൻ ഗോത്രങ്ങൾക്കുണ്ടാവണം. അയാളാണ് മുഖ്യ അധികാരി.

'ശാസനയുടെ ഏകത്വം' എന്നത് പ്രാപഞ്ചിക തത്ത്വമാണ്. ഒരറബി പഴമൊഴി വളരെ വ്യക്തമായി ഈ തത്ത്വത്തെ പ്രകാശിപ്പിക്കുന്നുണ്ട്. 'രണ്ട് കപ്പിത്താൻമാരുള്ള കപ്പലാണ് മുങ്ങുക.'

5. ധാർമിക ദൂഷ്യമുള്ളതായി അറിയപ്പെട്ടവരെ ബോധപൂർവം ഒരു ഗോത്രവും നേതാവാക്കുകയില്ല.

6. അതുകൊണ്ട് പൗരാണിക ജനങ്ങൾക്ക് നേതാവില്ലാതിരിക്കുന്ന അവസ്ഥ അചിന്തനീയമായിരുന്നു.

'നേതാവില്ലാതിരിക്കൽ, ആരെയും അനുസരിക്കാതിരിക്കൽ അതൊന്നും മനുഷ്യന് ചേർന്നതല്ല. മൃഗങ്ങളാണ് അങ്ങനെയുള്ളത്.' വിയറ്റ്നാമിൽ ഈ ആശയമുള്ള ഒരു പഴമൊഴിയുണ്ട്. എല്ലാവരാലും അംഗീകരിക്കപ്പെടുന്ന ഒരു നേതാവുണ്ടാകണമെന്ന ശാഠ്യം മുഹമ്മദ് നബിക്കുണ്ടായിരുന്നു. അതുകൊണ്ട് ഒരു പിൻഗാമിയെ അദ്ദേഹം നിയമിക്കാതിരുന്നത് പരാജയമായിരിക്കാം. തന്റെ അനുചരന്മാർ ശരിയായ തെരഞ്ഞെടുപ്പ് നടത്തുമെന്ന വിശ്വാസം ഒരുപക്ഷേ അദ്ദേഹത്തിനുള്ളതിനാലായിരിക്കാം അത്.

'ഞങ്ങളുടെ അതിഥികളേ!
നിങ്ങൾ ഞങ്ങളിലേക്ക് വന്നു.
നിങ്ങൾ ഞങ്ങളെ ആദരിച്ചു.
നിങ്ങൾ ഞങ്ങളുടെ വാസസ്ഥലത്തേയും
ആദരിച്ചു.
പക്ഷേ സത്യത്തിൽ
ഞങ്ങളാണ് യഥാർഥ അതിഥികൾ.
നിങ്ങളാണ് ഈ തമ്പിന്റെ ഉടമകൾ.'

(സൗദി രാജാവായിരുന്ന അബ്ദുൽ അസീസിന്റെ അഭിവാദ്യം)

കുറിപ്പുകൾ

1. സൂര്യോദയം, കിഴക്ക് എന്നർഥങ്ങൾ വരുന്ന അറബിവാക്കായ ശർഖ്, കിഴക്കന്മാർ എന്നർഥം വരുന്ന ശർഖിയ്യൂൻ തുടങ്ങിയ പദങ്ങളിൽനിന്നാണ് സാരസൻ എന്ന വാക്ക് വരുന്നത്. നാടോടികളെ ബൈബിളിൽ (ന്യായാധിപന്മാർ) കിഴക്കിന്റെ പുത്രന്മാർ - പൗരസ്ത്യ പുത്രന്മാർ - എന്നാണ് വിശേഷിപ്പിച്ചത് (ഗ്രന്ഥകാരൻ).
2. വരൻ വധുവിന് നൽകുന്ന നിശ്ചയിച്ചുറപ്പിച്ച സമ്മാനമോ, തുകയോ ആണ് മഹ്ർ.

5

വിശ്വസ്തനായ മുഹമ്മദ്

വിശ്വാസം, അത് നഷ്ടപ്പെട്ടാൽ മനുഷ്യരുടെ എല്ലാ സാമൂഹികബന്ധങ്ങളും ഇല്ലാതാകും.

– ലിവി (റോമൻ ചരിത്രകാരൻ)

കച്ചവടസംഘങ്ങളോടൊപ്പം ഒരുവേള അതിന്റെ നേതാവായി പ്രവർത്തിച്ചുകൊണ്ടിരുന്ന ആ അജ്ഞാതനാളുകളിൽ മുഹമ്മദ് നബിക്കൊരു പേര് കിട്ടി. അൽഅമീൻ 'അഥവാ' വിശ്വസ്തൻ. സാന്ദർഭികമായി പറയട്ടെ, പ്രാർഥനയുടെ അവസാനം ഹൃദയംഗമമായ അംഗീകാരത്തെ ധ്വനിപ്പിക്കാനുപയോഗിക്കുന്ന 'ആമേൻ'[1] എന്ന ഇംഗ്ലീഷ് പദം (പ്രാർഥന സ്വീകരിക്കേണമേ) ഇതേ മൂല പദത്തിൽ നിന്നാണ് വരുന്നത്. മനോഹരമായ ആ വിശേഷണത്തിന് വഴിയൊരുക്കിയ നബിയുടെ സ്വഭാവമഹിമയെപ്പറ്റി നമുക്ക് ഊഹിക്കാനേ കഴിയൂ. എന്നാൽ എന്തുകൊണ്ട് ഈ പേർ ലഭിച്ചു എന്നറിയാൻ സഹായിക്കുന്ന ഒരു സൂചനയുണ്ട്. ക്രി. 622 – ൽ മക്കയിൽ നിന്ന് പലായനം ചെയ്യാൻ നബി തയ്യാറെടുത്തുകൊണ്ടിരിക്കുന്ന – തന്റെ ജീവിതത്തിലെ അപകടം നിറഞ്ഞ – ആ സന്ദർഭത്തിൽ എതിരാളികൾ തന്റെയടുക്കൽ വിശ്വസിച്ചേൽപിച്ച പണം തിരികെക്കൊടുത്ത് ബാധ്യത തീർക്കാൻ യാത്ര നീട്ടിവെച്ചു.

മക്കയിലെ ജീവിതം നൂറ്റാണ്ടുകളോളം കച്ചവട യാത്രകളെ ആശ്രയിച്ചായിരുന്നു നിലനിന്നിരുന്നത്. സമ്പന്നരും ദരിദ്രരും ഉൾപ്പെടെ എല്ലാവരും (അതിൽ നിരവധി സമ്പന്ന വനിതകളും ഉണ്ടായി

രുന്നു) ലാഭം കൊയ്യുന്ന കച്ചവട സംരംഭങ്ങളിൽ തങ്ങളുടെ പങ്കിനായി ആകാംക്ഷയോടെ കാത്തിരുന്നു. ഓരോ വാർഷികയാത്ര കഴിയുമ്പോഴും സമ്പന്ന കുടുംബങ്ങൾ കൂടുതൽ സമ്പന്നരും സ്വാധീനമുള്ളവരുമായി മാറി. ദരിദ്രർ ലാഭകരമായ സംരംഭങ്ങളിൽ പങ്കുചേരാൻ ഓരോ ദിർഹമും സ്വരുക്കൂട്ടിവെച്ചു. മക്കയിലെ കച്ചവടക്കാർ ഒരു സംയുക്ത സമിതിയായി (Syndicate) പ്രവർത്തിക്കുകയും സാർഥവാഹക സംഘത്തിനായി മൂലധനം ശേഖരിക്കുകയും (Pool) ചെയ്തു. തങ്ങളുടെ സംയുക്ത സംരംഭങ്ങളിൽനിന്നുള്ള വരുമാനം അവർക്കിടയിൽ ആനുപാതികമായി വിതരണം ചെയ്തു. ഈ സന്ദർഭങ്ങളിൽ ഓരോ വ്യക്തികളോടും പണമിറക്കാൻ ആവശ്യപ്പെടുകയും പ്രത്യേക യാത്രകളിൽ താൽപര്യമുള്ളവരുടെ പക്കൽ നിന്ന് നിക്ഷേപങ്ങൾ സ്വീകരിക്കുകയും ചെയ്തു. അങ്ങനെ ലഭിക്കുന്ന നിക്ഷേപം കഴിയുന്നത്ര ചെലവു ചുരുക്കി വിനിയോഗിക്കുകയും ചെയ്തു. ഒരുപക്ഷേ, ഈ കർത്തവ്യത്തിൽ നബി പ്രകടിപ്പിച്ച സ്ഥൈര്യവും കണിശമായ സത്യസന്ധതയുമാവാം വിശ്വസ്തൻ എന്ന പേര് സിദ്ധിക്കാൻ കാരണം.

ഖദീജ ബിൻത് ഖുവൈലിദ് എന്ന പേരുള്ള മക്കയിലെ ഒരു വിധവ ഒട്ടേറെ തവണ തന്റെ കച്ചവടസംഘത്തിന്റെ നിക്ഷേപം സൂക്ഷിക്കുന്നതിനായി തന്റെ അമ്മാവന്റെ മകനായ[2] മുഹമ്മദ് നബിയെ ഏൽപിക്കുകയുണ്ടായി.

* * *

നബിയുടെ തൊഴിലിലുള്ള മിടുക്ക് കാരണം ഖദീജക്ക് അദ്ദേഹത്തോട് മതിപ്പുണ്ടായിരുന്നു. വ്യക്തിപരമായി അവർ അദ്ദേഹത്തിൽ ആകൃഷ്ടയായിരുന്നു. അതുകൊണ്ട് അറബി നാട്ടുസമ്പ്രദായപ്രകാരം - മറ്റു സമൂഹങ്ങളിലുള്ളതിനെക്കാൾ അറേബ്യയിൽ ലിംഗസമത്വം കൂടുതലായിരുന്നു - അവർ മുഹമ്മദ് നബിയോട് വിവാഹാലോചന നടത്തി. അവർ നബിക്കെഴുതിയ കത്തിലിങ്ങനെ കാണാം: 'എന്റെ അമ്മാവന്റെ മകനേ! നമ്മൾ തമ്മിലുള്ള ബന്ധവും താങ്കൾക്കുള്ള പ്രശസ്തിയും കാരണം ഞാൻ താങ്കളെ ഇഷ്ടപ്പെടുന്നു. അതുപോലെ താങ്കളുടെ വിശ്വസ്തത, സൽസ്വഭാവം, സത്യസന്ധത എന്നിവയും എന്നിൽ മതിപ്പുളവാക്കുന്നു.'

നബി ആ വിവാഹവാഗ്ദാനം സ്വീകരിച്ചു. അദ്ദേഹം കൈക്കൊണ്ട ഏറ്റവും ബുദ്ധിപരമായ തീരുമാനങ്ങളിലൊന്നായിരുന്നു അത്. ആ മഹതി മരണപ്പെടുംവരെ അദ്ദേഹം മറ്റൊരു വിവാഹം കഴിച്ചില്ല. ഫാത്വിമ ഉൾപ്പെടെ പെൺമക്കളും ആൺമക്കളും (ആൺമക്കൾ നബിയുടെ കാലഘട്ടത്തിൽ മരണപ്പെട്ടു) നബിക്ക് ഖദീജയിൽ ഉണ്ടായതാണ്. നബിയുടെ പ്രവാചകത്വത്തിൽ വിശ്വസിച്ച ആദ്യത്തെ വ്യക്തിയും ഖദീജയാണ്.

'സ്വന്തം നാട്ടിൽ ഒരാളും പ്രവാചകനായിരിക്കില്ല.' എന്നൊരു പഴമൊഴി നബിയുടെ കാലത്ത് നിലവിലുണ്ടായിരുന്നു. അപ്പറയുന്നതിൽ സത്യമുള്ളതായി അദ്ദേഹം ക്രമേണ തിരിച്ചറിഞ്ഞു. കാരണം, സ്വന്തം നാട്ടുകാരിൽ ഭൂരിപക്ഷത്തിന്റെ അവഗണനയും വിദ്വേഷവും വർഷങ്ങളോളം അദ്ദേഹത്തിന് സഹിക്കേണ്ടിവന്നല്ലോ. ഈ പരീക്ഷണ സന്ദർഭത്തിൽ ഖദീജയായിരുന്നു നബിയുടെ ആശ്രയവും കൈത്താങ്ങും. ഒരു പ്രണയിനിക്കു മാത്രം കഴിയുംവിധം പ്രിയതമനെ അവർ മനസ്സിലാക്കുകയും വിശ്വസിക്കുകയും ചെയ്തു. ഫ്രഞ്ച് ചരിത്രകാരനും രാഷ്ട്രമീമാംസകനുമായ അലക്സിസ് ടോകിവെൽ[3] തന്റെ ഭാര്യയെപ്പറ്റി പറഞ്ഞതുപോലെയായിരിക്കാം നബിയും തന്റെ ഭാര്യയെക്കുറിച്ചും പറഞ്ഞിട്ടുണ്ടാവുക. 'വിഷമവേളകളിൽ അവൾ എന്നെ മൃദുലനും ശാന്തനും കരുത്തനുമാക്കുന്നു. അതെന്നെ അമ്പരപ്പിക്കുമ്പോഴും അവൾ പ്രസന്നവതിയാണ്.'

സ്വഭാവസമഗ്രതക്ക് പേരുകേട്ടവനായിരുന്നു നബി. ഇംഗ്ലീഷിൽ 'integrity' എന്ന വാക്കിന്റെ സാമാന്യാർഥമാണത്. ലാറ്റിൻ പദമായ 'integer' (പൂർണത – Wholeness)യിൽനിന്നുദ്ഭവിച്ച ഈ വാക്ക് ഏറ്റവും ഇണങ്ങുന്നത് മുഹമ്മദ് നബിക്കാണെന്ന് മുസ്‌ലിംകൾ വിശ്വസിക്കുന്നു. ഘടകങ്ങളുടെ പരസ്പരപ്പൊരുത്തവും സമ്പൂർണതയും അതുവഴി ഐകരൂപ്യവും എന്നതാണ് integrity എന്ന വാക്ക് പ്രസരിപ്പിക്കുന്ന പ്രഥമാശയം. മനുഷ്യൻ കല്ലുകളാണെങ്കിൽ, നബി മാണിക്യക്കല്ലാണെന്ന് മുസ്‌ലിംകൾ വിശ്വസിക്കുന്നു.

ഒരു തരത്തിലും കളവ് പറയാതിരിക്കുക, മോഷ്ടിക്കാതിരിക്കുക, വഞ്ചിക്കാതിരിക്കുക തുടങ്ങിയ ആശയങ്ങളെ സത്യസന്ധത (Honesty) എന്ന പദം സൂചിപ്പിക്കുന്നു. വാസ്തവത്തിൽ സത്യസന്ധതയെക്കാൾ ഒരുപടി മുന്നിലാണ് സ്വഭാവസമഗ്രത. വിശ്വസിച്ചേൽ

പിച്ചാലും, ഉത്തരവാദിത്തമേൽപിച്ചാലും, പ്രതിജ്ഞയെടുത്താലും അതെല്ലാം വിട്ടുവീഴ്ചയില്ലാതെ നിറവേറുംവിധം വിശ്വസ്തതയും കലർപ്പില്ലായ്മയും പ്രകടിപ്പിക്കലാണ് സ്വഭാവ സമഗ്രത (Integrity). ഇംഗ്ലീഷ് കവി വില്യം വേർഡ്സ് വർത്ത് പറയുന്ന സന്തുഷ്ട യോദ്ധാവിനെ (Happy Warrior) പോലെയാണ് സ്വഭാവസമഗ്രതയുള്ളവൻ:

'വിശ്വാസം ഗ്രഹിപ്പാൻ;
അതോട് വിശ്വാസം പുലർത്തുമവൻ;
ഒരേയൊരു ലക്ഷ്യം.
അതിനാൽ പണം, ബഹുമതി, ലോകമാന്യം
ഇതിനൊന്നുമേ വേണ്ടി കാത്തിരിക്കാത്തവൻ.'

''സ്വഭാവത്തിന്റെസമ്പൂർണതയിലൂടെയാണ്സമഗ്രതവികാസം പ്രാപിക്കുന്നത്. വലിയ കാര്യത്തിലെന്നപോലെ ചെറിയ കാര്യങ്ങളിലും അത് കാണാം. കാരണം, സത്യത്തോടുള്ള വിധേയത്വം പ്രധാനപ്പെട്ട കാര്യങ്ങളിലെന്നപോലെ ചെറിയ കാര്യങ്ങളിലൂടെയും പരിശോധിക്കപ്പെടുമല്ലോ.

സമഗ്രതഎന്നആശയത്തിൽഎല്ലാകാര്യങ്ങളിലുംസത്യത്തോട് വിധേയത്വമുണ്ടാകുക എന്ന അർഥത്തിൽ 'സത്യം' എന്ന മൂല്യം കേന്ദ്രസ്ഥാനത്ത് നിലനിൽക്കുന്നുണ്ട്. മുഹമ്മദ് നബി സത്യസന്ധനായിരുന്നു എന്ന് ഖദീജ വിവരിക്കുന്നത് നിങ്ങൾ ഓർക്കുന്നുണ്ടാവും. സ്വഭാവത്തിൽ 'സത്യം പറയുക' എന്ന ഗുണവും വിശ്വസിച്ചേൽപിക്കുന്ന കാര്യത്തിൽ 'സത്യസന്ധനാകുക' എന്ന ഗുണവും ഇതുൾക്കൊള്ളുന്നു. അതിനാൽ, ഇതുരണ്ടും ഒത്തുചേർന്നു പോകുന്ന ഗുണങ്ങളാണ്. നിങ്ങൾ സത്യം പറയുമ്പോൾ ആളുകൾ വിശ്വസിച്ചേൽപിക്കുന്നു. കള്ളം പറയുകയും അതാളുകൾ മനസ്സിലാക്കുകയും ചെയ്യുമ്പോൾ വിശ്വാസം കുറയുകയോ എന്നെന്നേക്കുമായി നഷ്ടപ്പെടുകയോ ചെയ്യുന്നു.

* * *

എന്തുകൊണ്ടാണ് സത്യനിഷ്ഠ, സത്യസന്ധത, ആദർശനിഷ്ഠ തുടങ്ങിയ ഗുണങ്ങൾ ഒരു നേതാവിൽ പ്രസക്തമാകുന്നത്? സത്യമുള്ള നേതാക്കൾ, അഥവാ എപ്പോഴും സത്യം പറയുന്നവർ,

'വിശ്വാസം'നേടിയെടുക്കുന്നു. അതിനാൽ, മനുഷ്യന്റെ തൊഴിൽബന്ധങ്ങളിലും വ്യക്തിബന്ധങ്ങളിലും ഒരുപോലെ പരമ പ്രധാനമാണ് വിശ്വസ്തത.

'ഉമ്മത്തി'ന്റെ അഥവാ അനുക്ഷണം വികസിച്ചുകൊണ്ടിരിക്കുന്ന മുസ്ലിം സമുദായത്തിന്റെ നേതാക്കൻമാരിൽ മുഹമ്മദ് നബി 'സത്യനിഷ്ഠയെ' ശാഠ്യബുദ്ധിയോടെ ആവശ്യപ്പെട്ടിരുന്നതിന്റെ കാരണം നമുക്ക് മനസ്സിലാക്കാം. അഴിമതിക്കും കളങ്കത്തിനും ഒരു സ്ഥാനവും അവിടെയുണ്ടായിരുന്നില്ല. ആ നിരോധനാജ്ഞ നിറവേറാൻ എളുപ്പമായിരുന്നില്ല. കാരണം 'മനുഷ്യൻ സഹജമായി ആത്മനിയന്ത്രണം നഷ്ടപ്പെട്ടവനാണ്; പ്രത്യേകിച്ചും സമ്പത്തിനോടുള്ള പ്രണയത്തിൽ' (ഖുർആൻ -അൽ ആദിയാത്ത്: 8).

മുഹമ്മദ് നബി പറഞ്ഞു: ''ആറു കാര്യങ്ങളിൽനിന്ന് വിട്ടുനിന്നാൽ ഞാൻ നിങ്ങൾക്ക് സ്വർഗം ഉറപ്പുതരാം: കള്ളം പറയുന്നതിൽ നിന്ന്, വാഗ്ദത്തം ലംഘിക്കുന്നതിൽനിന്ന്, വിശ്വസിച്ചേൽപിക്കുന്ന കാര്യം ലംഘിക്കുന്നതിൽനിന്ന്, ചിന്തയിലും പ്രവർത്തനത്തിലും വൃത്തികേടുകളിൽ മുഴുകുന്നതിൽനിന്ന്, അക്രമത്തിന് തുടക്കമിടുന്നതിൽനിന്ന്, മോശമായതും അനുവദനീയമല്ലാത്തതും സ്വീകരിക്കുന്നതിൽനിന്ന്.''

സ്വഭാവസമഗ്രതയിൽ ഏറ്റവും മഹത്തായ ഉദാഹരണമായി ചൂണ്ടിക്കാട്ടാനാകുന്നത് മുഹമ്മദിന്റെ പിൻമുറക്കാരിൽ ഒരുപക്ഷേ ഉമറിനെയാണ്. നബിയുടെ ഫലിതബോധവും ആകർഷണീയതയും ലഭിച്ചില്ലെങ്കിലും, സാമ്പത്തിക കാര്യത്തിലുള്ള കണിശമായ സത്യസന്ധത, ധർമനിഷ്ഠ, മുഖം നോക്കാതെ നീതി പുലർത്താനുള്ള വൈകാരികാവേശം, ലളിതവും തുറന്ന മനസ്സോടെയുമുള്ള ബദവി സമാനമായ നേതൃഗുണം തുടങ്ങിയ കാര്യങ്ങളിൽ അദ്ദേഹം നബിയോട് അടുത്തുനിന്നു. ഉമറിന്റെ ആധികാരിക ജീവചരിത്രകാരനായ ശിബ്ലി നുഅ്മാനി[4] ഉമറിന്റെ കണിശമായ സത്യനിഷ്ഠതയെ ഇപ്രകാരം അടിവരയിടുന്നു:

''സ്വയം ഒരു മാതൃകയായി നിലകൊണ്ടില്ലായിരുന്നുവെങ്കിൽ എല്ലാകാര്യങ്ങളിലുംഖലീഫയുടെപരിശ്രമങ്ങൾവൃഥാവിലായേനെ. നിയമത്തിന്റെ കാര്യത്തിൽ മറ്റേതൊരു വ്യക്തിയെപ്പോലെത്തന്നെ

യാണ് താനുമെന്ന് അദ്ദേഹം എപ്പോഴും തറപ്പിച്ചുപറയാറുണ്ടായിരുന്നു. ഖലീഫയെന്ന നിലക്ക് സവിശേഷമായ അധികാരങ്ങളോ നിയമത്തിൽ നിന്നുള്ള ഇളവുകളോ അദ്ദേഹം അവകാശപ്പെട്ടില്ല. മറിച്ച് തന്റെ അധികാരങ്ങൾ പരിമിതമാണെന്നും, അവയെ പരിശോധനക്കും വിമർശനത്തിനും വിധേയമാക്കണമെന്നും അദ്ദേഹം ഓർമിപ്പിച്ചു.''

പൊതു നിക്ഷേപത്തെക്കുറിച്ച് ഉമർ പറഞ്ഞു: 'ഒരു അനാഥന്റെ സമ്പത്തിനുമേൽ രക്ഷാധികാരിക്കുള്ള അവകാശംപോലെയാണ് നിങ്ങളുടെ സമ്പത്തിനുമേൽ - പൊതുസമ്പത്ത് - എന്റെ അവകാശം. ഞാൻ സമ്പന്നനെങ്കിൽ അതിൽ നിന്നൽപം പോലും എടുക്കില്ല. ഞാൻ ദരിദ്രനാണെങ്കിൽ എന്റെ ആവശ്യത്തിന് ഉപയോഗിക്കാനായി അതിൽനിന്നെടുക്കും. നിങ്ങൾ ജനങ്ങൾക്ക് എന്റെ മേൽ അവകാശങ്ങളുണ്ട്. അത് നിങ്ങൾക്ക് ആവശ്യപ്പെടാം. അതിലൊരു അവകാശം, ഞാൻ അന്യായമായി വരുമാനങ്ങളിൽ നിന്നോ യുദ്ധമുതലിൽ നിന്നോ സ്വന്തമാക്കുകയില്ല എന്നതാണ്. രണ്ടാമത്തേത്, എന്റെ കൈവശം വരുന്ന വരുമാനങ്ങളും യുദ്ധമുതലുകളും അന്യായമായി ചെലവാക്കുകയില്ല. നിങ്ങളുടെ വേതനം വർധിപ്പിക്കാനും അതിർത്തി സംരക്ഷിക്കാനും ഞാൻ ബാധ്യസ്ഥനാണെന്നതാണ് മറ്റൊന്ന്. അതുപോലെ അനാവശ്യമായ അപകടങ്ങളിലേക്ക് നിങ്ങളെ ഞാൻ ഒരിക്കലും വലിച്ചിഴക്കുകയില്ല.''

* * *

മുസ്‌ലിം വായനക്കാരുടെ ചിന്തക്കായി ഒന്നുകൂടി പറയട്ടെ: മുഹമ്മദ് നബിയുടെ ലളിതമായ സന്ദേശം തൗഹീദ് എന്നതാണ്. അഥവാ ദൈവത്തിന്റെ ഏകത്വം.

'പറയുക; ദൈവം, അവനാണ് അല്ലാഹു. അവൻ ഏകനാണ്. അവൻ ആരെയും ആശ്രയിക്കാത്തവനാണ്. ഏവരാലും ആശ്രയിക്കപ്പെടുന്നവനും. അവൻ പിതാവോ പുത്രനോ അല്ല. അവന്ന് തുല്യനായി ആരുമില്ല' (ഖുർആൻ- അൽഇഖ്‌ലാസ്).

വിശ്വാസികളെ സംബന്ധിച്ചിടത്തോളം സത്താപരമായ നിരവധി ഗുണ സവിശേഷതകൾ ഉള്ളവനാണ് ദൈവം. ഇസ്‌ലാമിക പാരമ്പര്യത്തിൽ അവയെ 'വിശിഷ്ട നാമങ്ങൾ' (അസ്മാഉൽ ഹുസ്നാ)

എന്നുപറയുന്നു. ഖുർആന്റെ പ്രചോദനം സ്വീകരിച്ച് (അൽഅ അ്റാഫ്: 180, അൽ ഇസ്റാഅ്: 110, ത്വാഹാ: 8) ദൈവത്തിന്റെ പൂർണതയെ വിശദീകരിക്കുന്ന 99 ഗുണവിശേഷണങ്ങൾ ഖുർആനിൽ നിന്നും നബിചര്യയിൽ നിന്നും വിശ്വാസികൾ സ്വീകരിച്ചിരിക്കുന്നു. ദൈവത്തിന്റെ അതിമഹത്തായ നാമങ്ങൾ എന്ന് വിശേഷിപ്പിക്കപ്പെടുന്ന ഈ ഗുണങ്ങളിൽ ദൈവത്തിന്റെ ശക്തി (സ്രഷ്ടാവ്, പരമാധികാരി, സർവജ്ഞാനി) യും സ്നേഹകാരുണ്യങ്ങളും (എല്ലാറ്റിനെയും സ്നേഹിക്കുന്നവൻ, കരുണാമയൻ, മാപ്പ് നൽകുന്നവൻ) സംതുലനംചെയ്യപ്പെട്ടിരിക്കുന്നു. ഈ നാമങ്ങൾ മനഃപാഠമാക്കുകയും പ്രാർഥനകളിൽ ഉപയോഗിക്കുകയും ചെയ്യുന്നു. ഈ നാമങ്ങളിലൊന്ന് ദൈവം ഗുപ്തമാക്കിവെച്ചിട്ടുണ്ട്. ഉദാത്തനാമം അഥവാ 'ഇസ്മുൽ അഅ്ളം' എന്ന് അത് അറിയപ്പെടുന്നു. എന്നാൽ, ആഴമേറിയ സമ്പന്നമായ, വ്യത്യസ്ത അടരുകളുള്ള ഈ ആശയത്തെ, ഏകത്വത്തെക്കുറിക്കുന്ന അടിസ്ഥാന ആശയത്തിൽ ഉൾക്കൊള്ളിച്ചിരിക്കുന്നു: 'അവനല്ലാഹു; അവനൊരുവനാകുന്നു.'

ഒരു വ്യക്തിയുടെ ജീവിതത്തിലും സ്വഭാവത്തിലും തൗഹീദിന്റെ പ്രതിരൂപമാണ് സ്വഭാവസമഗ്രത (Integrity) എന്ന് പറയാം (Intergrity is counterpart of Tawhid). കാരണം, ദൈവത്തിന്റെ സദൃശ്യതയിലാണ് മനുഷ്യൻ സൃഷ്ടിക്കപ്പെട്ടതെങ്കിൽ വ്യക്തിഗതമായ സമഗ്രത ദൈവത്തിന്റെ ഏകത്വത്തെ പ്രതിഫലിപ്പിക്കുന്നു.

സാരാംശങ്ങൾ

1. ലോകത്തിലേറ്റവും മനോഹരമായ മുത്തുകളുടെ സ്രോതസ്സ് അറേബ്യൻ ഉൾക്കടലാണ്. പരമ്പരാഗതമായി മുത്തുകളെ അഞ്ചായി തിരിച്ചിരിക്കുന്നു. ഏറ്റവും നല്ല ഗുണങ്ങളുള്ള മുത്ത് (സമ്പൂർണമായ മുത്ത്) 'ജിവാൻ' എന്നറിയപ്പെടുന്നു. വലുതും ചെറുതുമായ നേതൃഗുണങ്ങളിൽ ജിവാൻ എന്നത് സ്വഭാവ സമഗ്രതയാണ്.

2. തങ്ങളുടെ നിലയനുസരിച്ച് വിശ്വസിച്ചേൽപിക്കുന്ന കാര്യത്തിലും ഉത്തരവാദിത്വ നിർവഹണത്തിലും വീഴ്ചയോ കലർപ്പോ ഇല്ലാത്തവിധം ഉള്ള സൽപെരുമാറ്റമാണ് സ്വഭാവസമഗ്രത. ഒരു ലാറ്റിൻ പഴമൊഴിയുണ്ട്: 'ഏറ്റവും ശ്രേഷ്ഠസ്വത്താണ് സ്വഭാവസമഗ്രത.'

3. സത്യമില്ലെങ്കിൽ വിശ്വാസവുമില്ല (Confidence). സ്വന്തം ടീമിന്റെ വിശ്വാസം നഷ്ടപ്പെടാനെളുപ്പമാണ്. നേതാവ് 'സത്യസന്ധതയില്ലായ്മ, നെറികേട്, ചതി, കളവുപറയൽ, നാട്യം, ഉപായങ്ങളാൽ സ്വന്തംകാര്യം സാധിക്കൽ' തുടങ്ങി ഏതെങ്കിലുമൊരു പെരുമാറ്റത്തിന് വശംവദനായാൽ മതി.

4. "വിശ്വാസം ആത്മാവുപോലെയാണ്. അത് നഷ്ടപ്പെട്ടാൽ നഷ്ടപ്പെട്ടതുതന്നെ." റോമൻകവി കാറ്റുലസ് (ബി.സി 8454).

5. സ്വഭാവസമഗ്രതയില്ലാത്ത നേതാവ് അന്ധനായ ഇടയനെപ്പോലെയാണ്. വാസ്തവത്തിൽ അവർ മോശം നേതാക്കളല്ല. കാരണം, അവർ നേതാക്കളേയല്ലയെന്നതുതന്നെ (They are not leaders). അവർ വഴിതെറ്റിക്കുന്നവരാണ് (They are misleaders). അത്തരം നേതാക്കളെ ലഭിച്ച ജനങ്ങളുടെ കാര്യം കഷ്ടം തന്നെ! ഒരു ഹീബ്രു പഴമൊഴി കേൾക്കുക: 'ദൈവം ആടിനെ ശിക്ഷിക്കാനുദ്ദേശിച്ചാൽ അതിന് അന്ധനായ ഇടയനെ നൽകും.'

'സേവനസമർപ്പണമുള്ള സ്ത്രീ-പുരുഷൻമാരെയാണ് ആളുകൾ നേതാക്കളായി കരുതുന്നത്. സേവനംകൊണ്ടുദ്ദേശിക്കുന്നത് നേതാക്കൾ അനുയായികളെ സേവിക്കുമെന്നാണ്. എന്നാൽ, ശരിയായ നേതാവ് സത്യത്തെയാണ് സേവിക്കുന്നത്, മനുഷ്യരെയല്ല.'

N.B. Yeats (Letters to his son, 1944)

കുറിപ്പുകൾ

1. അറബിഭാഷയിൽ ആമീൻ.
2. ഗ്രന്ഥകാരൻ മുഹമ്മദ് നബി ഖദീജയുടെ കസിൻ ആണെന്ന് പറയുന്നുണ്ട്. ഖദീജയുടെ മാതാവായ ഫാത്വിമ ബിൻത് സൈദ് നബിയുടെ മാതാവായ ആമിനയുടെ കസിനാണ്. അതേസമയം ഖദീജയും മുഹമ്മദും നേർക്കുനേർ കസിനല്ല (വിവ:) അവലംബം: ഇബ്നു സഅ്ദിന്റെ കിതാബുത്ത്വബ ഖാത്ത്.
3. ഏറെ ചർച്ചചെയ്യപ്പെട്ട ജനാധിപത്യത്തെക്കുറിച്ചുള്ള ക്ലാസിക് കൃതിയായ Democracy in America (1835)യുടെ കർത്താവ് (വിവ:).

4. അല്ലാമാ ശിബ്ലി നുഅ്മാനി: ഇന്ത്യയിലെ പ്രമുഖ ഇസ്ലാമിക പണ്ഡിതൻ (1857-1914). അഅ്സംഗഢിൽ (യു.പി) ജനിച്ചു. അബുൽ കലാം ആസാദ്, സർ സയ്യിദ് അഹമദ് ഖാൻ, സർ തോമസ് ആർനൾഡ്, മുഹമ്മദ് അബ്ദു എന്നിവരുടെ സുഹൃത്തായിരുന്ന അദ്ദേഹം, ഖലീഫ ഉമറിന്റെ ജീവ ചരിത്രമായ അൽഫാറൂഖ് ഉൾപ്പെടെ 11 ജീവചരിത്ര കൃതികൾ രചിച്ചിട്ടുണ്ട്.

6

കഷ്ടനഷ്ടങ്ങളെ ഏറ്റെടുക്കൽ

അവന്റെ ജോലി നിർവഹിച്ചു തീരുകയും
അവന്റെ ലക്ഷ്യം നിറവേറ്റുകയും
ചെയ്താൽ അവരെല്ലാം ഒറ്റ ശ്വാസത്തിൽ
പറയും: 'ഇത് നമ്മളാണ് ചെയ്തത്.'
-ലാവോത് സു (ബി.സി ആറാം നൂറ്റാണ്ട്)

തങ്ങൾ നയിക്കുന്ന ജനങ്ങളുടെ അപകടങ്ങളുടെയും കഷ്ടപ്പാടുകളുടെയും മുഴുവൻ പങ്കും നേതാക്കൾ ഏറ്റെടുക്കണമെന്നത് നേതൃഗുണത്തിന്റെ അടിസ്ഥാനപരവും പ്രാപഞ്ചികവുമായ തത്ത്വമാണ്. ദാരിദ്ര്യം, യാതനകൾ, കഠിനജോലി, ക്ഷീണം, പീഡനം, മുറിവേൽക്കൽ, അനീതി തുടങ്ങി സഹിക്കാൻ പറ്റാത്ത എന്തിനെയും കഷ്ടപ്പാടെന്ന് വിളിക്കാം. ഇന്ത്യയിൽ മഹാത്മാഗാന്ധി, ദക്ഷിണാഫ്രിക്കയിൽ മണ്ടേല തുടങ്ങിയ മഹാത്മാക്കൾ തങ്ങളുടെ നിയോഗമേറ്റെടുക്കുകയും നേതൃത്വത്തിലേക്കുള്ള ചെങ്കുത്തായതും മുള്ളുകൾ നിറഞ്ഞതുമായ വഴികളിലൂടെ സഞ്ചരിക്കുകയും, ഒരു നേതാവിനുമേൽ അത്യപൂർവമായി ചാർത്തപ്പെടുന്ന ധാർമികാധികാരത്തിന്റെ (Moral Authority) ഉത്തരവാദിത്വം കൈയാളിയവരുമാണ്.

തങ്ങളുടെ പരമ്പരാഗതമായ ജീവിതരീതിക്ക് ഭംഗം വരുന്നതിനെ എന്തുവിലകൊടുത്തും നേരിടാനുറച്ച മക്കയിലെ ഭൂരിപക്ഷം ഖുറൈശികൾ ഏകദൈവത്തിൽ വിശ്വസിക്കുന്ന ആളുകളെ കഷ്ടപ്പെടുത്തുകയും പീഡിപ്പിക്കുകയുംചെയ്തപ്പോൾ, നബി ആ യാതന

കളിൽ പങ്കുകൊണ്ടു. തങ്ങൾക്കേറെ ഇഷ്ടമെങ്കിലും അപകടം നിറഞ്ഞ ആ ജൻമനാടുപേക്ഷിച്ച് അവരെല്ലാം പരദേശം തെരഞ്ഞെടുത്തു. മദീനയായിരുന്നു അവരുടെ ലക്ഷ്യം. ചുറ്റുപാടും പരന്നൊഴുകിയ മണലാരണ്യത്തിൽ പച്ചപുതച്ചു കിടക്കുന്ന ഒരു വലിയ മരുപ്പച്ച. ഒന്നല്ല, അനേകം ഗോത്രങ്ങളാൽ തിങ്ങി നിറഞ്ഞ ഭൂമിയായിരുന്നു മദീന.

മുസ്‌ലിംകൾ മദീനയിലെത്തിയശേഷം ലോകത്തെ ആദ്യത്തെ പള്ളിയെന്ന് പറയാവുന്ന ഒരു ആരാധനാലയത്തിനായി അവർ പണികൾ തുടങ്ങി. പ്രസ്തുത വേളയിൽ അറബികളായ പണിക്കാരോടും കൈവേലക്കാരോടുമൊപ്പം അവരിലൊരാളായി നബിയും പണിയെടുത്തു. നബിയുടെ സാന്നിധ്യത്താൽ പ്രചോദിതരായി അവർ ജോലി തുടരുമ്പോൾ അത്യാവേശത്താൽ അവർ പാടി. ഫലിതം നിറഞ്ഞ ആ പാട്ട് അപ്പോഴത്തെ ആവശ്യത്തിനുണ്ടാക്കിയതാണ്.

'പ്രവാചകൻ ജോലിചെയ്യുമ്പോൾ
നമ്മൾ ഇരിക്കരുത്.
ഇരുന്നാൽ നമ്മളെ ഉഴപ്പൻമാരെന്ന്
പറഞ്ഞേക്കും'

എന്നായിരുന്നു പാട്ടിന്റെ ആശയം. പ്രവാചകൻ സൂര്യതാപത്തിൽ കഠിനാധ്വാനം ചെയ്യുമ്പോൾ കാര്യങ്ങളെ ലഘുവായി കാണാൻ ആരും ഇഷ്ടപ്പെടില്ല. മാതൃകയുടെ ശക്തി അതാണ്. മക്കയിലെത്തിയ ഖുറൈശി മുസ്‌ലിംകളും – അറബിയിൽ മുഹാജിറുകൾ (പലായനം ചെയ്തെത്തിയവർ) എന്നാണവർ അറിയപ്പെടുന്നത് – മദീനയിലെ രണ്ട് അർധ നാടോടി ഗോത്രങ്ങളും – അറബിയിൽ അൻസ്വാറുകൾ (സഹായിച്ചവർ) എന്നറിയപ്പെട്ടവർ – ഒറ്റക്കെട്ടായി പൊതുലക്ഷ്യം നേടിയെടുക്കാൻ കഠിനാധ്വാനം ചെയ്തു. ദൈവത്തിലും, മരണശേഷം തങ്ങൾ പ്രവേശിക്കുമെന്ന് പ്രതീക്ഷിക്കുന്ന സ്വർഗത്തിലുമുള്ള വിശ്വാസം മാത്രമാണ് അവർ പൊതുവായി പങ്കിട്ട വികാരം.

'പരലോകമല്ലാതുണ്ടോ ജീവിതം
ദൈവമേ, നീ ചൊരിയൂ കരുണ,
അൻസ്വാറുകളിലും മുഹാജിറുകളിലും.'

മദീനയിലെ ഒരു പഴയ അടിമ – (ഇപ്പോൾ മുഹാജിർ) – പരാതികളുടെ കെട്ടഴിച്ചുകൊണ്ട് പണിസ്ഥലത്തേക്ക് തന്റെ പുറത്തുനിറയെ ഇഷ്ടിക നിറച്ച ചാക്കുമായി വേച്ചുവേച്ചു നടന്ന് വന്നപ്പോൾ അത് തമാശക്ക് വഴിയൊരുക്കി. മുഹമ്മദ് നബിയോടുപോലും ഉറക്കെ പരാതി പറയുന്നതിൽ അദ്ദേഹത്തിന് അനൗചിത്യമൊന്നും തോന്നിയില്ല. "ഈ ആളുകൾ എന്നെ കൊല്ലാക്കൊല ചെയ്യുമല്ലോ നബിയേ. അവരൊന്നും ഭാരം ഏറ്റെടുക്കാതെ എല്ലാംകൂടി എന്റെമേൽ കയറ്റിയിരിക്കുന്നു." ദൗർഭാഗ്യവശാൽ നബിയുടെ മറുപടി രേഖപ്പെടുത്തിയതായി കാണുന്നില്ല. 'ജനങ്ങൾ ഒറ്റമനസ്സായി, ഏകഹൃദയത്തോടെ അധ്വാനിച്ചാൽ അവർക്ക് തായ് പർവതം പോലും എടുത്തുമാറ്റാനാകും' (കൺഫ്യൂഷ്യസിന്റെ അറിവിൽ ഏറ്റവും ഉയരമുള്ള പർവതമായ തായ് ചൈനയിലെ ഷാങ്ദോ പ്രവിശ്യയിലാണ്).

'ഞാനൊരു പണിക്കാരനാണ്' നബി ഒരിക്കൽ പറഞ്ഞു. മദീനക്കു ചുറ്റും ക്രി. 627-ൽ പ്രതിരോധാർഥം കിടങ്ങ് കുഴിച്ചതുപോലുള്ള എന്തെങ്കിലും പണികൾ വന്നാൽ ഒട്ടും മടിച്ചു നിൽക്കാതെ നബി മൺവെട്ടിയോ പിക്കാസോ എടുത്ത് മറ്റുള്ളവരോടൊപ്പം പണിതുടങ്ങും. തന്റെ ചുമലുകളിൽ അദ്ദേഹം കുട്ട നിറയെ മണ്ണ് ചുമന്നു. മറ്റുള്ളവരോടൊപ്പം പാടി. സൽമാനുൽ ഫാരിസി ഓർക്കുന്നുണ്ട്. ഒരു കുഴിയിൽ പിക്കാസുകൊണ്ടദ്ദേഹം കൊത്തുകയായിരുന്നു. പെട്ടെന്ന് ഒരു പാറ മണ്ണിനടിയിൽ ദൃശ്യമായി. അത് പൊട്ടിക്കാൻ അദ്ദേഹം ഏറെ പാടുപെട്ടു. അദ്ദേഹത്തിന്റെ ബുദ്ധിമുട്ട് മനസ്സിലാക്കിയ നബി സഹായിക്കാനായി ചെന്നു. സൽമാന്റെ കൈയിൽ നിന്ന് പിക്കാസ് എടുത്ത് പാറയിൽ ശക്തമായി കൊത്തി. പാറ രണ്ടായി പിളർന്നു.

വീട്ടുജോലിയാണെങ്കിൽ പോലും അതിൽ ഭാഗഭാക്കാകാൻ നബി എന്നും സന്നദ്ധനായിരുന്നു. നബിയുടെ അവസാന വർഷങ്ങളിൽ അദ്ദേഹത്തിന്റെ സേവകനായിരുന്ന അനസിബിനു മാലിക് ഓർക്കുന്നു: "ഞാൻ അദ്ദേഹത്തെയല്ല, അദ്ദേഹം എന്നെയാണ് സേവിച്ചത്. എന്നോടൊരിക്കലും നബി ദേഷ്യപ്പെട്ടിട്ടില്ല. എന്നോടൊരിക്കലും പരുഷമായി പെരുമാറിയിട്ടില്ല."

മറ്റുള്ളവർ പണി ചെയ്യുമ്പോൾ നോക്കിയിരിക്കാൻ നബിക്ക് കഴിഞ്ഞിരുന്നില്ല. ഒരിക്കൽ മരുഭൂമിയിലൂടെ യാത്രചെയ്യുമ്പോൾ

നബിയും സഹചരൻമാരും വൈകുന്നേരം തന്നെ ഒരു ചെറിയ തമ്പു കെട്ടി. സമീപത്തുള്ള ബദവി തമ്പുകളിൽനിന്ന് ഒരാടിനെ വാങ്ങാമെന്ന് നബിയുടെ അനുയായികളിലൊരാൾ വാഗ്ദാനം ചെയ്തു. അതിനെ അറുക്കാനും തൊലിയുരിക്കാനും പാചകം ചെയ്യാനും മറ്റുള്ളവരും സന്നദ്ധരായി. തീ കൂട്ടാനുള്ള വിറകുകമ്പുകൾ ശേഖരിച്ചുകൂട്ടുന്ന തിരക്കിലായിരുന്നു നബിയപ്പോൾ. വിശ്രമിക്കാൻ നബിയോടവർ ആവശ്യപ്പെട്ടു. തന്റെ സഹായമില്ലാതെ അവർ എല്ലാം ചെയ്തുതീർക്കുമെന്ന് അറിയാമെന്നും എന്നാൽ, സുഹൃത്തുക്കൾ ജോലിയിൽ മുഴുകുമ്പോൾ വെറുതെയിരിക്കാൻ തനിക്കാവില്ലെന്നുമായിരുന്നു നബിയുടെ മറുപടി.

ഈ സംഭവം വായിക്കുമ്പോൾ കച്ചവടസംഘത്തിന്റെ നേതാവായിരിക്കെ യുവാവായ നബി ഒരിക്കൽ തന്റെ ഒട്ടകത്തെ തെളിച്ചുകൊണ്ടു പോയ സംഭവം എന്റെ ഓർമയിലെത്തി. യാത്രാവേളയിൽ സംഭാഷണങ്ങൾ ആസ്വദിക്കുന്നതിൽ നബി തൽപരനായിരുന്നു. അപ്പോൾ നബി പറഞ്ഞ ഒരു വാചകം മേൽവിവരിച്ച കഥയുടെ ത്തന്നെ വിശദീകരണമാണ്: ''യാത്രചെയ്യുമ്പോൾ നേതാവ് തന്റെ അനുയായികളുടെ സേവകനാണ്.''

മറ്റുള്ളവരെ ശ്രവിക്കാനും അവരുടെ ഉപദേശം സ്വീകരിക്കാനുമുള്ള നബിയുടെ സന്നദ്ധത നല്ല യുദ്ധതന്ത്രങ്ങൾ ആവിഷ്കരിക്കുന്നതിന് അദ്ദേഹ ത്തെയും അനുയായികളെയും സഹായിച്ചിട്ടുണ്ട്. ഔദ അബൂ ത്വാഇൗയുടെ കഥയിൽ കണ്ടതുപോലെ (അധ്യായം നാല്) ജലക്കിണറുകളുടെ നിയന്ത്രണം അക്ഷരാർഥത്തിൽ ഒരു ജീവൻമരണ പോരാട്ടമായിരുന്നു.

ക്രി. 624-ൽ ബദ്ർ യുദ്ധം തുടങ്ങുന്നതിനു തൊട്ടുമുമ്പു നടന്ന ഒരു സംഭവം നോക്കാം: മദീനയിൽ നിന്ന് ബദ്റിലേക്കുള്ള യാത്രാമധ്യേ നിലകൊള്ളുന്ന ഏറ്റവും അടുത്തുള്ള ഒരു കിണറിന്റെ നിയന്ത്രണം ഉറപ്പുവരുത്താൻ നിരീക്ഷണ സംഘത്തെ അയച്ചപ്പോൾ നബിയും കൂടെപ്പോയി. അവിടെയെത്തി അവർ വിശ്രമിക്കാനായി ഇരുന്നു. അപ്പോൾ ബനൂസൽമാ ഗോത്രത്തിൽപെട്ട ഹുബാബ് അൽജമൂഹ് എന്ന് പേരുള്ള ഒരു ബദവി നബിക്ക് സമീപമെത്തി. അദ്ദേഹത്തിന് ആ പ്രദേശത്തെപ്പറ്റി നല്ല പരിചയമുണ്ടായിരുന്നു. 'നബിയേ, ദൈവകൽപന പ്രകാരമാണോ ഈ പ്രദേശത്ത് താങ്കൾ

തമ്പടിച്ചത്?' അദ്ദേഹം ചോദിച്ചു. 'അങ്ങനെയെങ്കിൽ ആ തീരുമാനത്തിൽ നമുക്ക് മാറ്റം വരുത്താനാകില്ല. ഇനി അതല്ല, ഇത് യുദ്ധതന്ത്രമോ സ്വന്തം വീക്ഷണപ്രകാരമുള്ള നീക്കമോ മറ്റോ ആണെന്നുണ്ടോ?'

യുദ്ധതന്ത്രമെന്നായിരുന്നു അതിന് നബിയുടെ മറുപടി. അപ്പോൾ സംഘം നിൽക്കേണ്ട സ്ഥലം ഇതല്ലെന്ന് ഹുബാബ് പറഞ്ഞു. 'ശത്രുവിന്റെ സമീപത്തുള്ള കിണർ ലക്ഷ്യമാക്കി മുന്നേറണം. അവിടെ യാത്രയവസാനിപ്പിച്ച് കിണറിന്റെ നിയന്ത്രണം ഏറ്റെടുക്കേണ്ടതുണ്ട്. അതിനുശേഷം പടയാളികളുടെ ഉപയോഗത്തിനായി കിണറിന്റെ സമീപം ഒരു സംഭരണി നിർമിക്കണം. അതിൽ ആവശ്യത്തിന് വെള്ളം ശേഖരിക്കാം. വെള്ളം കുടിക്കാൻ മാർഗമില്ലാത്ത ശത്രുക്കളെ യുദ്ധത്തിൽ ചെറുക്കുകയും ചെയ്യാം.' ഇങ്ങനെ പോയി ഹുബാബിന്റെ നിർദേശങ്ങൾ. ഉഗ്രൻ ആശയമെന്നായിരുന്നു നബിയുടെ മറുപടി. നബി അപ്രകാരം ചെയ്യാമെന്ന് സമ്മതിച്ചു. അതനുസരിച്ച് പെട്ടെന്ന് നടപടികൾ ആരംഭിച്ചു. കിണറുകളുടെ നിയന്ത്രണം ഏറ്റെടുത്തു. സംഭരണി നിർമിച്ചു. അതിൽ നിറച്ച വെള്ളം ആളുകൾ ആവശ്യാനുസരണം ഉപയോഗിച്ചു.

300 പേർ മാത്രമുള്ള മുസ്‌ലിം സൈന്യം ആയിരത്തിലധികം വരുന്ന മക്കാ സൈനികരെ നേരിട്ട ബദ്ർ യുദ്ധത്തിൽ നടന്ന ഈ മുന്നൊരുക്കങ്ങൾ കർമോത്സുകനായ നേതാവെന്ന നിലയിൽ മുഹമ്മദ് നബിയുടെ വ്യക്തിത്വത്തിലേക്ക് വെളിച്ചംവീശുന്നുണ്ട്. എല്ലാം അല്ലാഹുവിൽ സമർപ്പിച്ച് ശാന്തനായി ആത്മവിശ്വാസത്തോടെ നിലയുറപ്പിച്ച മുഹമ്മദ് നബിയെ നോക്കുക. ഇത്തരം വിഷമ സന്ധിയിൽ പുഞ്ചിരിക്കുകയും തമാശ പറയുകയും ചെയ്യുന്ന നേതാക്കൻമാർ സ്വന്തം പട്ടാളക്കാരുടെ സമ്മർദങ്ങൾക്ക് അയവു വരുത്തുന്നു. അത് അവരുടെ ആത്മവിശ്വാസം പ്രസരിപ്പിക്കുന്നു. 'നന്നായി പടുത്തുയർത്തിയ കൽഭിത്തി പോലെ നിരനിരയായി നിന്ന് പോരാടുന്നവരെ സത്യത്തിൽ ദൈവം ഇഷ്ടപ്പെടുന്നു' (ഖുർആൻ - അസ്സ്വഫ്: 14).

നിരയായി നിൽക്കുന്ന പട്ടാളക്കാരുടെ മുന്നിലൂടെ നടന്ന് തന്റെ കൈയിലുള്ള അമ്പുകൊണ്ട് അണി ശരിയാക്കിക്കൊണ്ടിരിക്കെ, വരിതെറ്റി മുന്നോട്ടു കയറിനിന്ന സവാദുബ്നു ഗുസയ്യയുടെ

അടുത്ത് നബിയെത്തി. 'അണി ശരിയാക്കൂ, സവാദ്,' ഇതുംപറഞ്ഞ് നബി സവാദിന്റെ വയറിൽ പതുക്കെ തള്ളി. 'ദൈവദൂതരേ, താങ്കൾ എന്നെ വേദനിപ്പിച്ചു' പൊലിപ്പിച്ച വേദനയുടെ കരച്ചിലുണ്ടായി, സവാദിൽനിന്ന്. 'ന്യായവും നീതിയും പഠിപ്പിക്കാനാണ് ദൈവം താങ്കളെ നിയോഗിച്ചത്. അതിനാൽ എനിക്ക് പ്രതിക്രിയ ചെയ്യണം.'

'ശരി, പ്രതിക്രിയ നടത്തിക്കോളൂ' നബി പുഞ്ചിരിയോടെ തന്റെ വയർ കാട്ടിക്കൊടുത്തു. സവാദ് അവിടെ ചുംബിക്കുകയും നബിയെ ആശ്ലേഷിക്കുകയും ചെയ്തു.

അദ്ദേഹം പറഞ്ഞു: 'ഇനിയെന്ത് നടക്കുമെന്ന് താങ്കൾക്കറിയാം. ഈ യുദ്ധത്തിൽ ഒരുപക്ഷേ, ഞാൻ അവശേഷിച്ചെന്നുവരില്ല. ഒരുപക്ഷേ, നമ്മൾ തമ്മിലുള്ള അവസാന കൂടിക്കാഴ്ചയായിരിക്കാം ഇത്. അപ്പോൾ താങ്കളുടെ ചർമം സ്പർശിക്കണമെന്ന് ഞാൻ ആഗ്രഹിച്ചു.'

നബി അദ്ദേഹത്തെ അനുഗ്രഹിച്ചു. അത്തരം പടയാളികൾ ഉണ്ടാകുമ്പോൾ നിങ്ങൾ ഏത് യുദ്ധമാണ് തോൽക്കുക?

സാഹചര്യം ആവശ്യപ്പെടുമ്പോൾ നബി കർക്കശനാകും. മദീനക്ക് വെളിയിൽ ഉഹുദിൽ പരാജയപ്പെട്ട സാഹചര്യം അത്തരത്തിലൊന്നായിരുന്നു. യുദ്ധത്തിൽ ശിരോകവചവും നല്ല ഉരുക്കിൽ നിർമിച്ച പടയങ്കിയും നബി ധരിച്ചിരുന്നു.

"ചൂടിൽനിന്ന് സംരക്ഷണം നൽകാൻ നിങ്ങൾക്കവൻ വസ്ത്രം നൽകി. യുദ്ധത്തിൽ നിങ്ങളെ രക്ഷിക്കാൻ പടച്ചട്ടകളും നൽകി" (ഖുർആൻ - അന്നഹ്ൽ: 81).

നബിക്കൊപ്പം ഒരു അംഗരക്ഷകൻ എപ്പോഴും കുതിരപ്പുറത്തുണ്ടാകും. എന്നിട്ടും ഉഹുദ് യുദ്ധത്തിൽ തലനാരിഴക്കാണ് നബി രക്ഷപ്പെട്ടത്. കവണയിൽ നിന്നുള്ള ഏറിൽ കല്ലുകൊണ്ട് നബിയുടെ മേൽച്ചുണ്ട് പൊട്ടുകയും പല്ലൊടിയുകയും ചെയ്തു. മറ്റൊരു കല്ല് ശിരോ കവചത്തിന്റെ താഴെയുള്ള പടച്ചട്ടയുടെ രണ്ട് കണ്ണികൾ തകർത്ത് മാംസത്തിലേക്ക് തുളച്ചുകയറി. നബിയുടെ നെറ്റിയിൽ നിന്ന് രക്തം ചാലിട്ടൊഴുകി. വിറങ്ങലിച്ച് താഴെവീണ നബിയെ ആരോ സുരക്ഷിതമായി ഒരിടത്തെത്തിച്ചു.

യുദ്ധക്കളത്തിൽ പരിഭ്രാന്തിയും ആശയക്കുഴപ്പവും മുറുകിയ സന്ദർഭത്തിൽ, ഔസ് ഗോത്രത്തിൽപ്പെട്ട മുസ്‌ലിം പോരാളി തങ്ങളോടൊപ്പം യുദ്ധംചെയ്യുകയായിരുന്ന ഖസ്റജ് ഗോത്രത്തിലെ സൈനികനെ രക്തവൈരം തീർക്കാൻ കൊന്നുവെന്ന വാർത്ത നബിയെ ഏറെ വിഷമിപ്പിച്ചു. ആരോ സംഭവം നബിയെ ധരിപ്പിക്കുകയായിരുന്നു. എന്താണ് യഥാർഥത്തിൽ നടന്നതെന്ന് പിന്നീടു നടന്ന അന്വേഷണ ത്തിൽ വ്യക്തമായി. യുദ്ധത്തിൽ പുലർത്തേണ്ട സൈനിക അച്ചടക്കത്തിന്റെ ലംഘനമായിരുന്നു അത്. സ്വന്തം വ്യക്ത്യഭിമാനവും ഗോത്രവൈരവും പൊതുതാൽപര്യങ്ങളെക്കാൾ പ്രധാനമായി കണ്ടതിലൂടെ മുസ്‌ലിം സൈന്യത്തിന്റെ കെട്ടുറപ്പിനെയാണയാൾ തകർത്തത്. യുദ്ധത്തിലെ സഹപോരാളിയെ കൊന്നതു വഴി ബദവി നിയമവും അയാൾ കാറ്റിൽ പറത്തി. നന്നേ ചെറുതായ മുസ്‌ലിം സൈന്യത്തിന് വിലപ്പെട്ട ഒരാൾകൂടി നഷ്ടമായി. ദൈവത്തിനും പുണ്യസമരത്തിനും എതിരെയുള്ള ശത്രുതയായിത്തന്നെ ആ ചെയ്തിയെ കാണേണ്ടിവരും. എന്തെങ്കിലും ചെയ്തേ പറ്റൂ. അല്ലെങ്കിൽ മുസ്‌ലിം സൈന്യത്തിന്റെ ആദരവ് നേതാക്കൾക്ക് നഷ്ടമാകും.

ആർക്കും ഇഷ്ടമില്ലാത്ത ജോലി മറ്റൊരാൾക്ക് കൈമാറുന്ന പതിവില്ലാത്ത നബി, തന്റെ കഴുതപ്പുറത്തേറി നിയമലംഘകന്റെ ഗോത്രപരിധിയിലുള്ള പള്ളിയിലേക്ക് പോയി. മദീനയിലെ മരുപ്പച്ചയിലെ ഈന്തപ്പനത്തോട്ടങ്ങൾക്കിടയിൽ സ്ഥിതിചെയ്യുന്ന ഒരു ഗ്രാമത്തിലാണയാൾ താമസിച്ചിരുന്നത്. ഔസ് ഗോത്രമുഖ്യന്മാരെ വിളിച്ചുകൂട്ടി നബി കാര്യങ്ങൾ അവരുമായി ചർച്ചചെയ്തു. നിയമലംഘകനെ പരസ്യമായി കൊല്ലാമെന്ന് ധാരണയുണ്ടാക്കി. നബി കഴുതപ്പുറത്ത് തിരികെ കയറുമ്പോൾ അയാൾ ഓടിയെത്തി നബിയുടെ കാൽക്കൽ വീണ് മാപ്പിരന്നു. പക്ഷേ, നബി മുഖം തിരിക്കുകയാണുണ്ടായത്. സ്വന്തം മുന്നണിയിലെ പട്ടാളക്കാരനെ സ്വസഹോദരനെപ്പോലെ കാണുംവിധം പരസ്പരവിശ്വാസമുള്ള സംഘമായി മുസ്‌ലിം സൈന്യത്തെ മാറ്റിയെടുക്കേണ്ട ആവശ്യം അത്രമേൽ ശക്തമായിരുന്നു.

* * *

ഹവാസിൻ ഗോത്രത്തിനെതിരെയുള്ള ഹുനൈൻ യുദ്ധരംഗം നിങ്ങൾ ഓർക്കുന്നുണ്ടാകും (അധ്യായം ഒന്ന്). ഹവാസിൻ സ്ത്രീകളെയും കുട്ടികളെയും സംബന്ധിച്ചിട്ടുള്ള പ്രശ്നം പരിഹരിക്കുന്നതിന് മുഹമ്മദ് നബി അതിനിർണായകമായ രാഷ്ട്രീയബുദ്ധി പ്രയോഗിച്ചത് ഓർക്കുക. പെട്ടെന്ന് നബിയുടെ മുമ്പിൽ മറ്റൊരു പ്രശ്നം വന്നുപെട്ടു. ഹവാസിൻ കുടുംബങ്ങൾക്ക് തങ്ങളുടെ കുടുംബനാഥൻമാരോട് ഒത്തുചേരുന്നതിനുള്ള ഏർപ്പാടുകൾക്കായി നബി മുഴുകിയപ്പോൾ, നബിയോടൊപ്പം യുദ്ധത്തിൽ പങ്കെടുത്തിരുന്ന ബദവി സമൂഹങ്ങൾ ഈച്ച പൊതിയുംപോലെ നബിയുടെ ചുറ്റുംകൂടി.

'യുദ്ധത്തിൽ കിട്ടിയ ഒട്ടകങ്ങളെയും ആടുകളെയും ഞങ്ങൾക്കിടയിൽ വീതം വെക്കൂ, ദൈവദൂതരേ,' ബദവികളുടെ തനത് ശബ്ദത്തിൽ ശാഠ്യത്തോടെയും തിടുക്കത്തോടെയും അവർ നബിയോട് ആവശ്യപ്പെട്ടുകൊണ്ടിരുന്നു. നബിയുടെ വസ്ത്രത്തിൽ പിടിച്ച് അവർ ശക്തിയായി വലിച്ചതോടെ അത് തോളിൽനിന്ന് താഴെ നിലത്തേക്കു വീണു. തിക്കിലും തിരക്കിലും പെട്ട് മുന്നോട്ടു പോകുന്നതിനിടെ ആളുകളത് ചവിട്ടിക്കൂട്ടുകയും ചെയ്തു. നബി ഒരു അക്കേഷ്യ മരത്തിൽ ചാരിനിന്ന് കുട്ടികളെപ്പോലെ ചോദിച്ചു ശല്യപ്പെടുത്തിക്കൊണ്ടിരിക്കുന്ന ആൾക്കൂട്ടത്തിനു നേർക്കു നോക്കി ഫലിതബോധം ഒട്ടുംകുറയാതെ അപേക്ഷിച്ചു: 'ആദ്യം നിങ്ങളെന്റെ വസ്ത്രം തരൂ. സമുദ്രത്തിന്റെ അടുക്കലുള്ള ഈ സമതലത്തിൽ എത്ര മരങ്ങളുണ്ടോ അത്രയും ആടുകൾ എനിക്കുണ്ടായാലും ദൈവത്താണ, ഞാൻ നിങ്ങൾക്കിടയിൽ അത് വീതം വെക്കും.'

ഒട്ടകങ്ങളുടെ വീതം വെപ്പു കഴിഞ്ഞപ്പോൾ, നബി സ്ഥിരമായി ചെയ്യുന്നതുപോലെ തന്റെ പങ്കിൽനിന്ന് സമ്മാനമായി അവർക്കിടയിൽ ഒട്ടകങ്ങളെ പങ്കുവെച്ചു. തന്റെ ഗോത്രമായ ഖുറൈശികൾക്കിടയിലെ പ്രമുഖരായ മക്കക്കാർക്ക് ഓരോരുത്തർക്കും നൂറ് ഒട്ടകങ്ങൾ വീതം നൽകി. അടുത്ത കാലം വരെ അവർ അദ്ദേഹത്തിന്റെ കൊടിയ ശത്രുക്കളായിരുന്നു. അതുപോലെ ഇസ്‌ലാം സ്വീകരിക്കുകയും ഹുനൈനിൽ ശക്തമായി പോരാടുകയും ചെയ്ത ബദവി മൂപ്പൻമാർക്കും സമാനമായ സമ്മാനങ്ങൾ നൽകി.

മദീനയിലെ മുസ്‌ലിംകളായ അൻസ്വാറുകളുടെ ഊഴമായിരുന്നു അടുത്തത്. നബി തങ്ങളോട് നീതി പുലർത്തിയില്ലെന്ന് അവർക്ക് തോന്നി. ഭീതി നിറഞ്ഞ പലായനത്തിനുശേഷം എത്തിയ നബിയെ ഏറ്റവുമാദ്യം ആവേശപൂർവം സ്വീകരിച്ചത് അവരായിരുന്നില്ലേ? യുദ്ധത്തിൽ സിംഹഭാഗവും അവരുടെ പോരാളികളായിരിക്കെ അതിന്റെ ഫലത്തിൽ നിന്ന് ആദ്യം ഊട്ടേണ്ടത് അവരെയല്ലേ? എന്തുകൊണ്ടാണെന്നറിയില്ല, അൻസ്വാറുകൾക്ക് ഒട്ടകമൊന്നും കിട്ടിയില്ല.

വിഷമത്തിലായ അൻസ്വാറുകളിലെ, ഖസ്റജ് ഗോത്രത്തലവൻ സഅ്ദുബ്നു ഉബാദ, തന്റെ ആളുകൾ പറഞ്ഞുകൊണ്ടിരുന്ന കാര്യങ്ങൾ നബിയോട് വെളിപ്പെടുത്തി.

'ഈ പ്രശ്നത്തെപ്പറ്റി താങ്കൾക്കെന്തു തോന്നുന്നു, സഅ്ദ്?'

നബി ചോദിച്ചു.

'എന്റെ ജനങ്ങളുടെ വികാരം ഞാൻ പങ്കുവെക്കുന്നു' സഅ്ദ് പറഞ്ഞു.

'എങ്കിൽ അവരെ വിളിച്ചുചേർക്കൂ. ഞാനവരോട് സംസാരിക്കാം' നബി നിർദേശിച്ചു.

നബി സംസാരിച്ചു തുടങ്ങി: 'അൻസ്വാറുകളേ, നിങ്ങളെപ്പറ്റി ഞാൻ കേട്ടത് ശരിയാണോ? എന്നെക്കുറിച്ച് നിങ്ങൾ മോശം വിചാരിക്കുന്നുണ്ടോ? നിങ്ങൾക്ക് മാർഗച്യുതി സംഭവിച്ചപ്പോൾ ഞാൻ നിങ്ങളിലേക്ക് വരുകയും ദൈവം വഴികാട്ടുകയും ചെയ്തില്ലേ? നിങ്ങൾ ദരിദ്രരായിരുന്നു. ദൈവം നിങ്ങളെ സമ്പന്നരാക്കി. നിങ്ങൾ പരസ്പരം ശത്രുതയിലായിരുന്നു; ദൈവം നിങ്ങളുടെ ഹൃദയത്തെ മയപ്പെടുത്തി.' പ്രവാചകൻ നിർത്തിയിട്ട് തുടർന്നു: 'നിങ്ങൾക്ക് ആഗ്രഹമുണ്ടായിരുന്നെങ്കിൽ എന്നോട് അക്കാര്യം തുറന്നുപറയാമായിരുന്നു.

''എല്ലാം നഷ്ടപ്പെട്ട് നിങ്ങൾ വന്നപ്പോൾ നിങ്ങളെ ഞങ്ങൾ വിശ്വസിച്ചു. നിങ്ങളെ ആട്ടിയോടിച്ചപ്പോൾ ഞങ്ങൾ സഹായിച്ചു. നിങ്ങൾ അഭയാർഥികളായിരുന്നു. ഞങ്ങൾ നിങ്ങളെ ഏറ്റെടുത്തു. നിങ്ങൾ ദരിദ്രരായിരുന്നു. ഞങ്ങൾ നിങ്ങൾക്ക് ആശ്വാസം പകർന്നു.''

അത് പറഞ്ഞിരുന്നെങ്കിൽ അതാകുമായിരുന്നു സത്യം. നബി അവരോട് പറഞ്ഞു: "ഒരു ജനതയുടെ മനം കവരാനും അവരെ വിശ്വാസികളാക്കാനും ഞാൻ നൽകിയ ഐഹിക വിഭവങ്ങളെക്കുറിച്ചോർത്ത് നിങ്ങൾ അസ്വസ്ഥരാണോ? അതേ സമയം ദൈവത്തിലുള്ള നിങ്ങളുടെ വിശ്വാസത്തെക്കുറിച്ച് എനിക്ക് ഉറപ്പുണ്ടായിരുന്നു.' നബി ചോദിച്ചു: 'മറ്റുള്ളവർ ആടുമാടുകളെയും കൊണ്ട് പോകുമ്പോൾ നിങ്ങൾ നിങ്ങളുടെ പ്രിയപ്പെട്ട ദൈവദൂതനെയും കൊണ്ട് മദീനയിലേക്ക് മടങ്ങിച്ചെല്ലുന്നതിൽ നിങ്ങൾ സംതൃപ്തരല്ലേ? എല്ലാ മനുഷ്യരും ഒരു വഴിക്കും അൻസ്വാറുകൾ മറ്റൊരു വഴിക്കും പോയാൽ ഞാൻ അൻസ്വാറുകൾ പോകുന്ന വഴിയേ പോകും. അൻസ്വാറുകൾക്കും അവരുടെ മക്കൾക്കും ദൈവാനുഗ്രഹമുണ്ടാകട്ടെ!"

അതായിരുന്നു നബിയുടെ വാക്കുകൾ. അതിന്റെ പ്രഭാവത്തിൽ അവരുടെ കണ്ണുകൾ ഈറനണിഞ്ഞു. ബദവികൾ പറയുംപോലെ താടി നനയുന്നതുവരെ അവർ കരഞ്ഞു. ഒറ്റവാക്കിൽ, അതാണ് നേതൃപാടവം.

* * *

ക്രി. 622-ൽ മൂന്നുദിവസത്തെ തീർഥാടനത്തിനായി നബി മക്കയിലേക്ക് സമാധാനപൂർണമായ ഒരു യാത്രനടത്താൻ തീരുമാനിച്ചു. അമ്പോ വില്ലോ ഇല്ലാതെ കേവലം കരവാളുകൾ മാത്രം പേറി ആയിരക്കണക്കിന് ഭക്തരായ അനുയായികളോടൊപ്പം നബി തെക്കു ഭാഗത്തേക്ക് യാത്രതിരിച്ചു. എന്നാൽ, നബിയുടെ കഅ്ബാ പ്രവേശനം എന്തുവില കൊടുത്തും തടയണമെന്ന നിശ്ചയദാർഢ്യത്തിലായിരുന്നു ഖുറൈശികൾ. മക്കക്ക് എട്ടുനാഴിക അകലെയുള്ള ഹുദൈബിയ സമതലത്തിലെ മുസ്‌ലിം ക്യാമ്പിൽ സമാധാനപൂർണമായ ചർച്ചകൾക്കു ശേഷം മുഹമ്മദ് നബി പരാജയം സമ്മതിച്ചുവെന്ന പ്രതീതിയുണ്ടായി. ഖുറൈശികളുമായി പത്തു വർഷത്തേക്ക് സമാധാനകരാർ നബി ഒപ്പുവെക്കാൻ തയ്യാറായി. തന്റെ അനുചരന്മാരിൽ പലരും ആ തീരുമാനത്തോട് താൽപര്യംകാട്ടിയില്ല. പ്രത്യേകിച്ചും ഉമർ കടുത്ത ദേഷ്യത്തിലായിരുന്നു.

'താങ്കൾ ദൈവദൂതനല്ലേ?' ഉമർ ചോദിച്ചു. 'നമ്മൾ ശരിയുടെ പക്ഷത്തും ശത്രുക്കൾ തെറ്റിന്റെ പക്ഷത്തുമല്ലേ? എങ്കിൽപ്പിന്നെ,

നമ്മുടെ മതത്തിന്റെ അഭിമാനത്തിന് ക്ഷതമേൽപിക്കും വിധം എന്തിനിങ്ങനെ താണു കൊടുക്കുന്നു?'' മുസ്ലിം തമ്പുകളിൽ നിന്നുയർന്ന എല്ലാ ചോദ്യങ്ങളുടെയും പ്രതിധ്വനിയായിരുന്നു ആ വാക്കുകൾ.

ഖുറൈശി സംഘങ്ങൾ പോയിക്കഴിഞ്ഞപ്പോൾ അനുഷ്ഠാന കർമങ്ങൾക്കായി അണിയിച്ചൊരുക്കിക്കൊണ്ടുവന്ന 70 ഒട്ടകങ്ങളെ അറുക്കാൻ നബി തീരുമാനിച്ചു. നബി മുസ്ലിംകളെ അഭിസംബോധന ചെയ്തു: ''എഴുന്നേൽക്കൂ, മൃഗങ്ങളെ അറുത്ത് തലമുണ്ഡനം ചെയ്യൂ.'' അദ്ദേഹം നിർദേശിച്ചു. വ്യക്തമായി പറഞ്ഞാൽ, ഹുദൈബിയയെ മക്കയിലെ പുണ്യ സ്ഥലംപോലെ കരുതി അനുഷ്ഠാനം നിർവഹിക്കണമെന്നാണ് നബിയുടെ വാക്കുകളുടെ പൊരുൾ. എന്നാൽ തീർഥാടകരിലെ ഒരാൾപോലും നിന്നിടത്തു നിന്ന് അനങ്ങിയില്ല.

'എഴുന്നേൽക്കൂ, മൃഗങ്ങളെ അറുത്ത് തലമുണ്ഡനം ചെയ്യൂ.' നബി ആജ്ഞാപിച്ചു. അപ്പോഴും ആരും ഒന്നും ചെയ്യാൻ കൂട്ടാക്കിയില്ല. മൂന്നാമത്തെ കൽപനയും അവർ ചെവിക്കൊള്ളാൻ കൂട്ടാക്കാതിരുന്നപ്പോൾ നബി ദുഃഖിതനായി തന്റെ തമ്പിലേക്ക് ചെന്നു. ഇതിനു മുമ്പ് തന്റെ അധികാരം പരസ്യമായി ഒരിക്കലും ഇവ്വിധം ലംഘിക്കപ്പെട്ടിട്ടില്ല. നബിയുടെ ഭാര്യ ഉമ്മുസലമ തീർഥാടക സംഘത്തിലുണ്ടായിരുന്നു. തമ്പിനകത്ത് അദ്ദേഹത്തെ കാത്തിരിക്കുകയായിരുന്ന അവർ നബിയോട് ഇങ്ങനെ ഉപദേശിച്ചു: ''നിശ്ശബ്ദമായി അവിടെയിരിക്കുന്ന മുസ്ലീംങ്ങൾക്കിടയിലൂടെ കടന്നു ചെന്ന് അവരോട് കൽപിച്ച കാര്യങ്ങൾ സ്വയം ചെയ്യുക.'' അവരുടെ ഉപദേശം നബി സ്വീകരിച്ചു. താഴ്വരയിലേക്ക് ഇറങ്ങിച്ചെന്ന് തന്റെ ഒട്ടകത്തിന്റെ സമീപത്തെത്തി. അറുക്കാനായി ഒരുക്കിയിരുന്ന ഒട്ടകത്തെ കത്തിയുമായി സമീപിച്ചു. ''ദൈവനാമത്തിൽ, അവൻ വലിയവനാണ്.'' മുന്നിൽനിന്ന് നയിക്കുന്ന ആ ശക്തി ജയിച്ചു. തിടുക്കത്തിൽ മുസ്ലീംകൾ ആ മാതൃക സ്വീകരിച്ചു. ആത്മവിശ്വാസത്തെ വെല്ലുവിളിച്ച് കടന്നു വന്ന പ്രതിസന്ധി അതോടെ അവസാനിക്കുകയും ചെയ്തു.

* * *

'സവിശേഷപദവി നിങ്ങൾക്ക് കൽപിക്കാനുള്ള അവകാശം നൽകുന്നില്ലെന്ന് ഓർക്കുക! ജീവിതം ഉത്തരവാദിത്വത്തോടെ ജീവിച്ചുതീർക്കുകയാണ് വേണ്ടത്. അപ്പോൾ മറ്റുള്ളവർ സ്വയം അപമാനിതരാവാതെ കൽപനകൾ സ്വീകരിക്കുന്ന അവസ്ഥ യുണ്ടാവും.'

ഡാഗ് ഹാമർ ഷോൾഡ്, മുൻ യു.എൻ സെക്രട്ടറി ജനറൽ.

സാരാംശങ്ങൾ

1. തന്റെ ആളുകളുടെ കഠിനാധ്വാനം, അവർ നേരിടുന്ന അപകടങ്ങൾ, അവരുടെ യാതനകൾ എന്നിവയിലെല്ലാം പങ്കുകൊണ്ട് ഉദാത്ത നേതൃത്വത്തിന്റെ പ്രാപഞ്ചിക തത്ത്വസംഹിതയാണ് നബി മാതൃകയെന്നോണം കാണിച്ചുകൊടുത്തത്. ജനങ്ങൾ തങ്ങളുടെ നേതാവിൽനിന്ന് പ്രതീക്ഷിക്കുന്നത് അതുതന്നെയാണ്. അത് സംഭവിക്കുന്നില്ലെങ്കിൽ മോശം പ്രതികരണമാണുണ്ടാകുക.

2. സ്വന്തം സ്ഥാനമാനത്തിന്റെ അധികാരവും അറിവിന്റെ അധികാരവും രണ്ടാണ്. 'അറിവുള്ളവനിൽനിന്നാണ് അധികാരം ഒഴുകിയെത്തുന്നത്.' യാതനകളിൽ ഭാഗഭാക്കാകുമ്പോൾ നേതാവിന് അപൂർവമായ ധാർമിക അധികാരം ലഭിക്കുന്നു.

3. അത്തരമൊരു പ്രവൃത്തി ഉത്തമ നേതൃത്വത്തിന് സ്വന്തം ജനങ്ങളുടെ ആദരവ് മാത്രമല്ല അവരുടെ സ്നേഹ ബഹുമാനങ്ങളും നേടിക്കൊടുക്കുന്നു.

സ്നേഹത്തെക്കാൾ വലിയൊരു ശക്തി ലോകത്തില്ലതന്നെ. ഹുയാൻ സാങ് പ്രശസ്തമായ താവോ ക്ലാസിക് ഗ്രന്ഥത്തിൽ എഴുതി: ''പൗരാണിക യുഗത്തിൽ നല്ല സൈന്യാധിപർ സൈന്യത്തിന്റെ മുൻനിരയിലാണുണ്ടായിരുന്നത്. കൊടും ചൂടിൽ മേലാവരണമോ ശൈത്യവേളയിൽ തോൽവസ്ത്രമോ അവർ ധരിച്ചില്ല. സ്വന്തം പട്ടാളക്കാരെപ്പോലെ ചൂടും തണുപ്പും അവർ സഹിച്ചു.

''യുദ്ധക്കളത്തിലൂടെ കുതിരപ്പുറത്ത് അവർ സഞ്ചരിച്ചിരുന്നില്ല. മല കയറുമ്പോൾ അവർ നടന്നു നീങ്ങി. സ്വന്തം സൈനികരുടെ യാതനകൾ അവരും അനുഭവിച്ചു. മുഴുവൻ സൈനികർക്കും ഭക്ഷണം പാകംചെയ്ത ശേഷമാണ് അവർ ഭക്ഷിച്ചത്. മുഴുവൻ സൈനികർക്കുമായി വെള്ളം കോരിക്കഴിഞ്ഞ ശേഷമാണ് അവർ കുടിച്ചത്.

‘‘ശത്രുവിന്റെ അഗ്നിശരങ്ങൾ പതിക്കുന്ന നിരയിൽ തന്നെ അവർ നിലയുറപ്പിച്ചു. സ്വന്തം സൈനികർ നേരിടുന്ന അപകടങ്ങളെ അവർ നേർക്കുനേരെ അഭിമുഖീകരിച്ചു.

‘‘എല്ലാ സൈനിക നീക്കങ്ങളിലും അഷ്ടദിക്കുകളിൽ നിന്ന് കടന്നു വരുന്ന ശത്രുതയെ എല്ലാ കോണിൽ നിന്നും തങ്ങൾക്കു ലഭിച്ച കൃതജ്ഞതയാൽ നല്ല സൈന്യാധിപർ നേരിട്ടു. എല്ലാ ഭാഗത്തുനിന്നുമുള്ള വിദ്വേഷത്തിന്റെ കുത്തൊഴുക്കിനെ ഏവരിൽ നിന്നും ലഭിച്ച സ്നേഹവർഷത്താൽ എതിരിട്ടു. പിന്നെ എങ്ങനെ യാണവർ വിജയിക്കാതിരിക്കുക?’’

‘നേതാവായൊരാൾ
തങ്ങൾക്കിടയിലുണ്ടെന്ന് ആളുകൾ അറിയാതെവന്നാൽ,
ആ നേതാവെത്ര നല്ലവൻ.
ജനങ്ങൾ അനുസരിക്കുകയും പ്രശംസിക്കുകയും
ചെയ്യുന്ന നേതാവും അത്ര നല്ലതല്ല.
എന്നാലവർ വെറുക്കുന്നുവെങ്കിലതിലേറെ മോശം.
ജനങ്ങളെ മാനിക്കാൻ മടിച്ചാൽ,
നിങ്ങളെ മാനിക്കാനവരും മടിക്കും.
അധികം സംസാരിക്കാതെ തന്റെ
പണിചെയ്യുകയും, ലക്ഷ്യം പൂർത്തീകരിക്കുകയും
ചെയ്യുമ്പോൾ ആ നല്ല നേതാവിനെപ്പറ്റി
അവരെല്ലാം ഒറ്റശ്വാസത്തിൽ പറയും: അതെ, ഇത് നമ്മളാണ് ചെയ്തത്.’

-ലാവോത് സു (ബി.സി ആറാം നൂറ്റാണ്ട്)

7

വിനയം

'വിനയവും മര്യാദയും ദൈവത്തെ ആദരിക്കാനുള്ള വഴികളാണ്.'

– മുഹമ്മദ് നബി

റസൂൽ അഥവാ ദൈവദൂതന്റെ കർമവീഥിയായിരുന്നു മുഹമ്മദ് നബിയുടേത്. മുഹമ്മദ് നബിയെയും മറ്റു പ്രവാചകന്മാരെയും പരാമർശിക്കാൻ ഖുർആനുപയോഗിച്ച രണ്ടുവാക്കുകളിലൊന്നാണ് റസൂൽ. നബി എന്നതാണ് മറ്റൊരു വാക്ക്. പൊതുവെ പ്രവാചകൻ എന്ന് ഭാഷാന്തരം. പ്രത്യക്ഷത്തിൽ തന്നെ ഖുർആൻ ഈ വാക്കുകൾ മാറിമാറി ഉപയോഗിച്ചിട്ടുണ്ട്.

സ്പഷ്ടമായ ഒരു പ്രത്യേക ഭാഷയിൽ ദൈവസന്ദേശം വിനിമയം ചെയ്യുന്ന ദൗത്യമാണ് റസൂലിന്റേത്. ഇവിടെ ദൂതൻ 'നബി'യെക്കാൾ വലുതാണ്. ഗ്രീക്ക് പദമായ prophetse (വ്യാഖ്യാതാവ്, ദൈവേച്ഛയുടെ വക്താവ്) എന്നതിൽ നിന്ന് ഉദ്ഭൂതമായ prophet, ദൈവപ്രചോദിതമായ സന്ദേശത്തെ ആത്മീയമായ ഉൾക്കാഴ്ചകളുടെയും ധാർമികമായ അധ്യാപനങ്ങളുടെയും രൂപത്തിൽ വിനിമയം ചെയ്യുന്നു. എന്നാൽ വ്യക്തിത്വത്തിലൂടെ അതിനെ സത്യപ്പെടുത്തേണ്ടതുണ്ട്. കാരണം പ്രവാചകന്റെ ജീവിതത്തിൽ ദൈവസന്ദേശത്തിന്റെ മാതൃകയില്ലെങ്കിൽ അദ്ദേഹം കപടനായാണ് എണ്ണപ്പെടുക.

ഹീബ്രു വേദങ്ങളിൽ നബിയുടെ ബാഹ്യരൂപം അയഞ്ഞ പുറംവസ്ത്രമാണ്. മുഹമ്മദ് നബിക്കും ഒരു സ്ഥാനവസ്ത്രമുണ്ടായിരുന്നു. പ്രവാചകൻ ആ വസ്ത്രമണിഞ്ഞ് ധ്യാനത്തിലായിരിക്കു

മ്പോൾ ദിവ്യബോധനം ലഭിക്കുകയും ചെയ്യും. ദൗത്യത്തിന്റെ രൂപകമായി ഒരു നിമിഷം ആ സ്ഥാന വസ്ത്രത്തെ നമുക്ക് സങ്കൽ പിക്കാം. ആ വസ്ത്രം അണിയുമ്പോൾ തന്റെ നിയുക്തദൗത്യം സംവേദനം ചെയ്യുകയും അതനുസരിച്ച് പ്രവർത്തിക്കുകയും ചെയ്യുകയാണ് പ്രവാചകൻ.

പ്രവാചകന്റെ ദൗത്യം നിർവഹിക്കുമ്പോൾ മുഹമ്മദ് വിനയാ ന്വിതനായിരിക്കില്ല. കാരണം അദ്ദേഹം എതിർപ്പുകളെ വെച്ചു പൊറു പ്പിക്കില്ല; എതിരാളികൾക്ക് ഇടം കൊടുക്കില്ല; ഒരു ഒത്തുതീർപ്പിനും സന്നദ്ധനാവുകയില്ല. നിങ്ങൾ അദ്ദേഹത്തോടൊപ്പമോ അദ്ദേഹ ത്തിന്റെ എതിർചേരിയിലോ എന്ന് വ്യക്തമായി തീരുമാനിക്കേണ്ടി വരും. സമകാലികരിൽ മാത്രമല്ല എക്കാലത്തെയും പ്രവാചകന്മാ രിൽ തന്റെ നാമം ഏറ്റവും ഉയർന്നു നിൽക്കണമെന്ന നിശ്ചയ ദാർഢ്യം മുഹമ്മദ് നബിക്കുണ്ടായിരുന്നു. എല്ലാറ്റിനും പുറമെ, തന്റെ സന്ദേശത്തെ തുറന്നെതിർത്തു കൊണ്ട് ദൈവശത്രുക്കളായി മാറിയതായി നബി വിധിച്ചവരെ നേരിട്ടോ അല്ലാതെയോ വധിക്കാ നുള്ള അധികാരം അവകാശപ്പെട്ടിരുന്നു. അതായത്, കൊടിയ ശത്രു ക്കളോടുപോലും കാരുണ്യം പ്രകടിപ്പിച്ച പ്രവാചകൻ ചില സന്ദർഭ ങ്ങളിൽ ഒട്ടും വിട്ടുവീഴ്ച ചെയ്യാതെ പെരുമാറിയിട്ടുണ്ട്.

മുസ്ലീമല്ലാത്ത ഒരാൾക്ക് ഇത് ധിക്കാരമായി തോന്നിയേക്കും. (Arrogance എല്ലാ അവകാശങ്ങളും തനിക്കാണെന്ന് ഭാവിക്കുക എന്നർ ഥത്തിലുള്ള Arrogare - Latin). ഈ രീതിയിൽ, ദൈവേച്ഛ തനിക്ക റിയാമെന്ന് ഒരു മനുഷ്യനെങ്ങനെ അവകാശപ്പെടാനാകും? മനുഷ്യ രാശിയെ മുൻ നിർത്തി ദൈവത്തെക്കുറിച്ച അന്തിമ വാക്ക് തന്റേതാ ണെന്നോ? എന്നാൽ മുഹമ്മദ് നബിയോ തന്റെ സമർപ്പിതരായ അനുയായികളോ കാര്യങ്ങളെ അങ്ങനെയല്ല കണ്ടത്. ദൈവം പറഞ്ഞിട്ടുണ്ടോ; അതോടെ വിഷയമവസാനിച്ചു.

* * *

അക്കാലത്തെ സാമൂഹിക നിലവാരം വെച്ചു നോക്കിയാൽ പോലും മുഹമ്മദ് നബി പ്രവാചക ദൗത്യത്തിൽ യുക്തിയെ മാത്രം ആശ്രയിച്ച് തീരുമാനിക്കുന്ന ആളായിരുന്നില്ല എന്നത് വ്യക്തമാകും. പക്ഷേ, ലോകത്തെ മാറ്റുന്നത് യുക്തിപൂർവം കാര്യങ്ങൾ തീരുമാ നിക്കുന്നവരല്ല.

സന്ദർഭവശാൽ, തന്റെ ചുറ്റുപാടുള്ള ലോകത്തെ മാറ്റുന്നത് പ്രവാചകനെ സംബന്ധിച്ചിടത്തോളം എളുപ്പമുള്ള കാര്യമായിരുന്നില്ല. മാറ്റമുണ്ടാക്കാൻ നേതാക്കൻമാർ ആവശ്യമാണ്. ആ നേതാക്കന്മാർ പരിവർത്തനം സാധ്യമാക്കുന്നു. അടിസ്ഥാനപരമായി ഒരു മരുഭൂനാടോടി സമൂഹമായിരുന്ന അറേബ്യ മാറ്റമില്ലാതെ തുടർന്നുപോരുകയായിരുന്നു. പരമ്പരാഗത ആചാരരീതികളിൽ വേരുറച്ചുപോയ സമൂഹം. തങ്ങളുടേതു മാത്രമായ ജീവിത വീക്ഷണത്തിൽ തരിമ്പും മാറ്റം വരുത്താൻ സന്നദ്ധരായിരുന്നില്ല അവർ. അത്തരമൊരു സമൂഹത്തിന്റെ വിശ്വാസങ്ങളെയും മൂല്യങ്ങളെയും ചോദ്യം ചെയ്യുന്നവർ സ്വയം അപകടം ക്ഷണിച്ചുവരുത്തുകയാണെന്നുതന്നെ പറയാം. മാറ്റത്തിന് തയ്യാറല്ലാത്ത സമൂഹത്തെ ശരിയായ ദിശയിലേക്ക് നയിക്കുക അസാധ്യമാണ്.

അത്തരമൊരു സമൂഹത്തിൽ സാധ്യമായ ഒരേയൊരു പ്രായോഗിക സമീപനം നബിയുടേതു മാത്രമായിരുന്നു. നബിയുടെ അഭിപ്രായത്തിൽ, എല്ലാ വ്യതിചലനങ്ങളിൽ നിന്നും മക്കയെ വിമുക്തമാക്കി ആ നാടിനെ അബ്രഹാം പ്രവാചകൻ ബോധനം ചെയ്ത ഏകദൈവ വിശ്വാസത്തിലേക്ക് തിരികെ കൊണ്ടുവരാനാണ് അദ്ദേഹം കൽപിക്കപ്പെട്ടതും തദനുസൃതം അദ്ദേഹം നിയോഗിതനായതും. ഖുർആനിൽ അബ്രഹാമിനെ 69 തവണ പരാമർശിച്ചിട്ടുണ്ട് – സത്യത്തിൽ അതിനേക്കാൾ കൂടുതൽ പരാമർശിക്കപ്പെട്ടിട്ടുള്ളത് മോശയാണ് (136 ഇടങ്ങളിൽ). അബ്രഹാം പ്രവാചകനാണെന്നും (ഖുർആൻ – മർയം: 42, ഉത്പത്തി 20:7) ഇസ്‌ലാം അബ്രഹാമിന്റെ ദീനാണെന്നും (അബ്രഹാമിന്റെ ദീൻ – ഖുർആൻ – അന്നഹ്ൽ: 24, അൽഹജ്ജ് :77), അതിന്റെ സന്ദേശം അദ്ദേഹത്തിന് നൽകിയ ഏടുകളിലുണ്ടെന്നും (സുഹുഫി ഇബ്റാഹീം 53:35; 87:18) തുടങ്ങി ഒട്ടേറെയിടങ്ങളിൽ അവ കാണാനാകും. തന്റെ മകൻ ഇസ്മാഈലിനോടപ്പം അബ്രഹാമാണ് മക്കയിൽ 'ഏലി'(ദൈവം)നുവേണ്ടി ആദ്യത്തെ ദേവാലയംപണികഴിപ്പിച്ചത്.

തന്റെ സമകാലികരായ മക്കക്കാരെപോലെ അബ്രഹാമിന്റെ മതാനുയായി ആയ മുഹമ്മദ് ദൈവദൗത്യം വരുന്നതിനു മുമ്പായി ഒരു 'ഹനീഫ്' (ഏകദൈവത്തിൽ വിശ്വസിക്കുന്ന ഋജുമാനസൻ) ആയിരുന്നിരിക്കണം. കാരണം ഏക ദൈവവിശ്വാസത്തിന്റെ ദീപ

ശിഖ അബ്രഹാം തന്റെ മകൻ ഇസ്മാഈലിനും, അദ്ദേഹത്തിലൂടെ അറേബ്യയിലെ പിന്മുറക്കാർക്കും കൈമാറിയിട്ടുണ്ടെന്ന മതപാരമ്പര്യം മുഹമ്മദിന്റെ ജനനത്തിനു മുമ്പ് അറേബ്യയിൽ പ്രചാരത്തിലുണ്ടായിരുന്നു. ക്രി. അഞ്ചാം നൂറ്റാണ്ടിൽ 'എക്ലീസിയാസ്റ്റിക്കൽ ഹിസ്റ്ററി ഓഫ് സൊസേമൻ' (The Ecclesiastica History of Sozomen) എന്ന ഗ്രന്ഥത്തിൽ ഇതേപറ്റി ധാരളം പരാമർശമുണ്ട്. സൊസേമൻ ഗസ്സ നിവാസിയായിരുന്നു. അദ്ദേഹത്തിന്റെ മാതൃഭാഷ അറബിയും. ക്രി. അഞ്ചാം നൂറ്റാണ്ടോടെ ആ പ്രദേശത്തെ അറബികൾ അബ്രഹാമിന്റെ പാരമ്പര്യത്തിൽപെട്ട ഏകദൈവ വിശ്വാസികളായിരുന്നു എന്നതിന് ആധികാരിക സ്രോതസ്സുകളിൽനിന്ന് തെളിവുലഭിക്കുന്നുണ്ട്. എന്നാൽ, അറേബ്യൻ ഉപദ്വീപിന്റെ മറ്റു ഭാഗങ്ങളിൽ ഈ വസ്തുത എത്രമാത്രം ശരിയാണ് എന്നത് വ്യക്തമല്ല.

അബ്രഹാമിന്റെ കാലത്തിന് ഏറെ മുമ്പ് മധ്യ അറേബ്യയിൽ ജീവിച്ചിരുന്ന പൗരാണിക ഗോത്രം - അഥവാ സിമൈറ്റുകളുടെ മാതാപിതാക്കൾ - സ്രഷ്ടാവിന് ഒരു പേർ നൽകിയിരുന്നു. ദൈവം, അഥവാ എല്ലാ ദൈവങ്ങളുടെ മേൽ ദൈവം. ദൈവത്തിന് മുസ്ലീംങ്ങൾ നൽകിയ പേരായ അല്ലാഹു ഇതേ വാക്കിൽ നിന്നാണ് ഉദ്ഭവിക്കുന്നത്. സെമിറ്റിക് സംസ്കാരങ്ങളിൽ വിവിധ രൂപങ്ങളിൽ ഈ പേർ നിലനിൽക്കുന്നുണ്ട്. യാക്കൂബിന്റെ നാമമായ 'ഇസ്രായേൽ' എന്നതിന്റെ അർഥം 'ഏലുമായി ഗുസ്തി പിടിച്ചവൻ' എന്നാണ്. അരമായിക് ഭാഷയിൽ വരണ്ട ചുണ്ടുകൊണ്ട് 'ഏലി ഏലി' (ദൈവമേ ദൈവമേ) എന്ന് വിളിച്ച് കരഞ്ഞാണ് യേശു മരിക്കുന്നത്.

മക്കയിലെ കഅ്ബ ഒരു കാലത്ത് 'ഏലി'നെ ആരാധിച്ചിരുന്ന കേന്ദ്രമായിരുന്നു എന്ന വിശ്വാസത്തിന്റെ മേൽ അടിത്തറയിട്ടുകൊണ്ട്, മുഹമ്മദ് നബി അറബികൾക്ക് തങ്ങളുടെ ഭൂതകാലത്തെക്കുറിച്ച് പുതിയ കഥ നൽകി. ചരിത്രത്തിൽ അവരുടെ അന്തസ്സും പ്രശസ്തിയും ഉയർത്തിയ കഥയായിരുന്നു അത്. ആ കഥ ഇപ്രകാരമായിരുന്നു: 'അബ്രഹാം മക്കയിലെത്തിയപ്പോൾ അവിടെ വെച്ച് ദൈവഹിതത്താൽ ഹാഗർ എന്ന ഭാര്യയിലുണ്ടായ മകൻ ഇശ്മയേലിനെ - സാറയുടെ മകൻ ഇസഹാഖിനെയല്ല- കൽപിത ബലിയായി നൽകാനൊരുങ്ങി. അതായത്, അറബികൾ അബ്രഹാമിന്റെ ആത്മീയ വംശാവലിയുടെ പിന്മുറക്കാരായ ശരിയായ ഏകദൈവവിശ്വാസി

കളാണ് (അറബിയിൽ ഹനീഫ്). അബ്രഹാമിന്റെ വംശപരമ്പരയെക്കുറിച്ചുള്ള നിലവിലെ ധാരണകൾ ദൈവിക വെളിപാടിനാൽ തിരുത്തപ്പെടുന്നുണ്ട്.'

''മനുഷ്യസമൂഹത്തിനായി ഉടലെടുത്ത ഉത്തമ സമുദായമായി ത്തീർന്നിരിക്കുന്നു നിങ്ങൾ. നിങ്ങൾ നന്മ കൽപിക്കുന്നു; തിൻമ തടയുന്നു, അല്ലാഹുവിൽ വിശ്വസിക്കുന്നു'' (ഖുർആൻ - ആലു ഇംറാൻ: 110).

''ഇവ്വിധം നിങ്ങളെ നാം മിതസമുദായമാക്കിയിരിക്കുന്നു നിങ്ങൾ ലോകജനതക്ക് സാക്ഷികളാകാൻ. ദൈവദൂതൻ നിങ്ങൾക്ക് സാക്ഷി കളാകാനും'' (ഖുർആൻ – അൽബഖറ: 143) നബിയുടെ ആധികാരി കതക്ക് തെളിവെന്നോണം ഒരു സംഭവകഥ ഇബ്നു ഇസ്ഹാഖ് വിവരിക്കുന്നുണ്ട്. മദീന വാസിയായ അബൂ ആമിറും നബിയും തമ്മിലുണ്ടായ സംഭാഷണമാണത്. മദീനയിലേക്ക് നബി കൊണ്ടുവന്ന മതമേതാണെന്ന് അദ്ദേഹം ധൈര്യപൂർവം ചോദിച്ചു:

'അബ്രഹാമിന്റെ മതമായ ഹനഫിയ്യ (ഹനീഫുകളുടെ സരണി) ആണ്' നബി പറഞ്ഞു.

'ഞാനും അതാണ് പിന്തുടരുന്നത്' അബൂ ആമിറും പറഞ്ഞു.

'അല്ലല്ലോ' നബി അത് ചോദ്യംചെയ്തു.

'ആണല്ലോ' അബൂആമിർ വിട്ടുകൊടുത്തില്ല.

'ഹനഫിയ്യയുടെതല്ലാത്ത കാര്യങ്ങൾ അതിലേക്ക് കൊണ്ടുവന്നത് നിങ്ങളാണ്' അയാൾ കൂട്ടിച്ചേർത്തു.

'ഞാനൊന്നും കൊണ്ടുവന്നിട്ടില്ല, ഞാനതിനെ ശുദ്ധമാക്കുകയും വെളുപ്പിക്കുകയും ചെയ്തു.'

'കള്ളം പറയുന്നവനെ ദൈവം ആരോരുമില്ലാതെ, അഭയമില്ലാതെ മരിപ്പിക്കട്ടെ' നബിയെ ഉദ്ദേശിച്ച് അയാൾ ശപിച്ചു.

'അതെ, അങ്ങനെത്തന്നെ ദൈവം അവന് 'പ്രതിഫലം' നൽകട്ടെ' നബി മറുപടി നൽകി.

അബൂആമിർ – ദൈവശത്രു – കള്ളം പറയുകയാണെന്ന് കാലം തെളിയിച്ചതായി സന്തോഷത്തോടെ പ്രഖ്യാപിച്ച് ഇബ്നു ഇസ്ഹാഖ്

വിശദീകരിക്കുന്നു. മക്കയിലേക്ക് പോകാൻ മദീന വിട്ടുപോയ അബൂ ആമിറിന് മക്കയെയും ഉപേക്ഷിക്കേണ്ടിവന്നു. നബി മക്ക കീഴടക്കിയപ്പോൾ, അയാൾ ത്വാഇഫിലേക്ക് പോയി. നബി ത്വാഇഫ് കീഴടക്കിയപ്പോൾ അയാൾ സിറിയയിലേക്ക് പോയി. അവിടെ വിപ്രവാസിയായി മരിക്കുകയും ചെയ്തു.

* * *

പ്രവാചകത്വത്തിന്റെ ദൈവശാസ്ത്രപരവും ദാർശനികവുമായ തലങ്ങളിലേക്ക് പോകാതെ, പ്രവാചകദൗത്യത്തെ മുഹമ്മദ് നബി ഏറ്റെടുത്തതിലും അതിന്റെ ആധിപത്യം ഉറപ്പാക്കിയതിലും നേതൃത്വത്തിന്റെ വീക്ഷണകോണിലൂടെ നോക്കുമ്പോൾ യുക്തി കാണാൻ കഴിയും. 'അധികാരത്തിന്റെ ഏകത്വം' (Untiy of Command) എന്ന തത്ത്വത്തിന്റെ ഉദാത്തമായ പ്രയോഗവത്കരണമാണ് 'ഒരു ദൈവം, ഒരു പ്രവാചകൻ' എന്ന ഇസ്‌ലാമിന്റെ തലക്കെട്ടിലൂടെ അനാവൃതമാകുന്നത്. 'ആട്ടിടയൻമാർ നഷ്ടപ്പെട്ടാൽ, ആട്ടിൻപറ്റങ്ങളും നഷ്ടപ്പെട്ടു' എന്നൊരു ബൾഗേറിയൻ പഴമൊഴി അർഥവത്താകുന്നത് അങ്ങനെയാണ്.

അറേബ്യൻ ഉപദ്വീപിൽ മറ്റൊരു പ്രവാചകനെ നബി അനുവദിച്ചിരുന്നെങ്കിൽ - തങ്ങളുടെ ഗോത്രത്തിൽ തികച്ചും സ്വാധീന ശക്തിയുള്ള, അതേസമയം മുഹമ്മദ് നബിയോടൊപ്പം പ്രവർത്തിക്കാൻ സന്നദ്ധത പ്രകടിപ്പിച്ച ചിലരെങ്കിലും അക്കാലത്ത് രംഗത്തുവരുകയും ചെയ്തതാണ് - പുതിയ ദൈവശാസ്ത്രത്തെക്കുറിച്ചും സമുദായത്തെക്കുറിച്ചുമുള്ള അദ്ദേഹത്തിന്റെ ശിൽപചാതുരിയാർന്ന ദർശനം ജീവിതകാലത്തു തന്നെ ഛിന്നഭിന്നമായി പോകുമായിരുന്നു. മനുഷ്യവംശത്തിനുണ്ടാകുന്ന അത്തരം അനുഭവത്തെ ഒരു റഷ്യൻ പഴമൊഴി ചുരുക്കി വിശദീകരിക്കുന്നുണ്ട്:

'ആട്ടിൻപറ്റത്തിന് ഏഴ് ഇടയന്മാരുണ്ടായാൽ, പിന്നെയവിടെ ആട്ടിൻപറ്റമില്ല.'

എന്നാൽ, പ്രവാചകൻ തന്റെ ദൈവദൂതനെന്ന സ്ഥാന വസ്ത്രം അഴിച്ചുവെച്ചാൽ (അങ്ങേയറ്റം അത്രയുമാണ് പറയാനാകുക) നബി കച്ചവട സംഘത്തെ നയിക്കുകയും ഖദീജയുടെ കൈകളിൽ ഉറങ്ങുകയും ചെയ്ത വെറുമൊരു സാധാരണ മനുഷ്യനായി മാത്രമേ

ഗണിക്കപ്പെടുമായിരുന്നുള്ളൂ. കാരണം, ദൈവവും മനുഷ്യനുമെന്ന ദ്വൈതഭാവമാണല്ലോ തൗഹീദിന്റെ കേന്ദ്രബിന്ദു തന്നെ. 'താൻ ഒരു മനുഷ്യനാണെന്ന് മുഹമ്മദ് നബി എപ്പോഴും ഊന്നിപ്പറഞ്ഞുകൊണ്ടിരുന്നത് ദൈവികസന്ദേശത്തിന്റെ ഭാഗമായിട്ടായിരുന്നു.

ദൈവദർശനം അനുഭവിക്കുകയോ, ഒരു സുഹൃത്തിനോടെന്നപോലെ ദൈവത്തോട് സംസാരിക്കുകയോ ചെയ്ത ഒരു പ്രവാചകന്ന് നൽകപ്പെട്ട സവിശേഷമായ അനുഗ്രഹമൊന്നുമായിരുന്നില്ല ഏവർക്കും അനുകരണീയമായ നബിയുടെ വിനയം. 'ഭൂമുഖത്തുള്ള എല്ലാ മനുഷ്യരെക്കാളും സൗമ്യനായിരുന്നു മോശ' എന്ന് പറയപ്പെട്ടിട്ടുണ്ട് (സംഖ്യാ പുസ്തകം 12:3). ദൈവവുമായി ബന്ധപ്പെട്ടിരിക്കുന്ന മുഴുവൻ മനുഷ്യർക്കും പ്രത്യേകിച്ചും അറബികൾക്ക് ഉചിതമായ പെരുമാറ്റം വിനയത്തിന്റേതാണ്. കാരണം, ദരിദ്രരാണെങ്കിലും അഭിമാനികളായ അവർ ഇസ്‌ലാം വന്നതിനു ശേഷം (അറബിയിൽ കീഴടങ്ങുക, കീഴ്‌വണങ്ങുക എന്നർഥമുള്ള അസ്‌ലമയിൽ നിന്ന് ഉദ്ഭൂതമായതാണ് ഇസ്‌ലാം) സ്വയം കീഴ്‌വണങ്ങിയവരായി മാറിയപ്പോൾ ലോകരാഷ്ട്രങ്ങൾക്കിടയിൽ അവർക്ക് മഹത്തായ സ്ഥാനമാണ് ലഭിച്ചത്.

ഖിലാഫത്തിന്റെ കാലഘട്ടം. ഉമറുബ്നുൽ ഖത്താബ് തന്റെ സൈന്യവുമായി ഡമസ്കസിലേക്ക് മുന്നേറുകയാണ്. അദ്ദേഹത്തോടൊപ്പം അബൂഉബൈദ ഉണ്ടായിരുന്നു. അങ്ങനെ അവർ ഒരു തടാകക്കരയിലെത്തി. ഉമർ ഒട്ടകപ്പുറത്തുനിന്നിറങ്ങിയശേഷം, തന്റെ ഷൂ അഴിച്ച് രണ്ടും തമ്മിൽ കൂട്ടിക്കെട്ടി സ്വന്തം തോളിലിട്ടു. ഒട്ടകത്തെ സ്വതന്ത്രമായി മേയാൻവിട്ടശേഷം അബൂഉബൈദയോടൊപ്പം വെള്ളത്തിലിറങ്ങി. എന്നാൽ, സ്വന്തം പട്ടാളക്കാർക്കുമുമ്പിൽ ഉമർ ഇപ്രകാരം ചെയ്യുന്നതു കണ്ട് ഈർഷ അടക്കാനാവാതെ അബൂഉബൈദ ചോദിച്ചു:

'വിശ്വാസികളുടെ നേതാവേ, ഈ പട്ടാളക്കാർക്കുമുമ്പിൽ എങ്ങനെ ഇപ്രകാരം വിനയം പ്രകടിപ്പിക്കാനാവുന്നു?'

'കഷ്ടംതന്നെ അബൂഉബൈദാ,' ഉമർ തുടർന്നു. 'താങ്കൾതന്നെയാണല്ലോ ഇത് ചോദിക്കുന്നത്. ഇത്തരത്തിൽ ചിന്തിക്കുന്നത് മുസ്ലീങ്ങളുടെ പരാജയത്തിന് കാരണമാകും. നമ്മൾ ഒരു കാലത്ത് അധഃപതിച്ച ജനതയായിരുന്നില്ലേ? ദൈവം ഇസ്‌ലാമിലൂടെ നമ്മെ

ക്കുറിച്ചുള്ള ആദരവും മഹത്ത്വവും ഉയർത്തി. അങ്ങനെയുള്ളപ്പോൾ നാമാരാണെന്നത് വിസ്മരിച്ച്, ഈ ഉയർച്ചക്കെല്ലാം കാരണമായ ഇസ്‌ലാമിനെ ഉപേക്ഷിച്ച് മറ്റെന്തെങ്കിലും ഭൗതിക മോഹവുമായി മുന്നോട്ടുപോയാൽ ഉന്നതങ്ങളിലെത്തിച്ചവൻ തീർച്ചയായും നമ്മെ അപമാനിക്കും.'

വിനയം എന്നർഥം വരുന്ന ഇംഗ്ലീഷ് പദമായ Humility (ഹ്യുമിലിറ്റി) 'ഹ്യൂമസ്' എന്ന ലാറ്റിൻ പദത്തിൽനിന്നാണ് വരുന്നത്. മണ്ണ് എന്നാണതിന്റെ അർഥം. മനുഷ്യനെ സൂചിപ്പിക്കുന്ന Human being, Homo, Hominis തുടങ്ങിയ വാക്കുകളും ഇതേ മൂലത്തിൽ നിന്നാണ് വന്നിട്ടുള്ളത്. 'മണ്ണിൽനിന്ന് നമ്മെ പടച്ചു. മണ്ണിലേക്ക് നാം മടങ്ങും' എന്ന് പറയാറുണ്ട്. Lowly എന്ന ആംഗ്ലോ - സാക്സൺ പദമാണ് ഇതിന് സമാനമായ പദം. Humility, Lowliness തുടങ്ങിയ വാക്കുകളുടെ സാരം, നാം ദൈവമല്ല മനുഷ്യർ മാത്രമെന്ന് അംഗീകരിക്കുകയാണ്.

"ഭൂമിയിൽ അഹങ്കാരത്തോടെ കാലിട്ടടിച്ച് നടക്കരുത്. ഭൂമി പൊട്ടിച്ച് പിളർത്താൻ നിങ്ങൾക്ക് കഴിയില്ല. ഉയരത്തിൽ പർവതങ്ങൾക്കൊപ്പം എത്താനുമാകില്ല" (ഖുർആൻ - അൽഇസ്‌റാഅ്: 37).

സ്രഷ്ടാവിൽ വിശ്വസിച്ചാലുമില്ലെങ്കിലും ഒരു സൃഷ്ടിയെന്ന നിലക്ക് ഏതൊരു മനുഷ്യന്റെയും ശ്രേഷ്ഠഗുണമാണ് വിനയമെന്നത് ഗോളനിരീക്ഷ കരായും ഭൗതികശാസ്ത്രജ്ഞരായും പ്രകൃതിശാസ്ത്രജ്ഞരായും ബഹിരാകാശ യാത്രികരായും പ്രപഞ്ചാദ്ഭുതങ്ങളുടെ പര്യവേക്ഷണത്തിന് സൗഭാഗ്യം ലഭിച്ചവർ വിനയത്തിന്റെ പരിദർശനങ്ങൾ നിവേദനം ചെയ്തിട്ടുണ്ട്. സ്വന്തം നിലയും വിലയും അളക്കാൻ സഹായിക്കുന്ന അദ്ഭുതാവഹമായ ഗാംഭീര്യമാണ് പ്രപഞ്ചത്തിന്റേത്.

"അഹങ്കാരത്തോടെ മനുഷ്യനിൽ നിന്ന് മുഖം തിരിക്കരുത്. ഭൂമിയിൽ ധിക്കാരത്തോടെ നടക്കരുത്. അഹങ്കരിച്ചും പൊങ്ങച്ചം നടിച്ചും നടക്കുന്ന ആരെയും അല്ലാഹു ഇഷ്ടപ്പെടുന്നില്ല" (ഖുർആൻ - ലുഖ്മാൻ: 18).

നമുക്കിടയിൽ നേതൃതലത്തിൽ വലിയ പദവി വഹിക്കുന്നവർക്കാണ് ആ വിനയം ഏറെ വിലപ്പെട്ട സവിശേഷതയായിത്തീരുന്നത്.

'അധികാരം അവനെ ദുഷിപ്പിക്കും. പരമാധികാരം അങ്ങേയറ്റം ദുഷിപ്പിക്കും,' 1887-ൽ ചരിത്രകാരനായ ആറ്റൻ പ്രഭു പണ്ഡിതനും പാതിരിയുമായ മാണ്ഡൽ ക്രൈറ്റണിന് എഴുതി. എന്നാൽ, താൻ ഒരു മനുഷ്യനെന്നതിനപ്പുറം അതിമാനുഷനോ അർധദൈവമോ ദൈവമോ ആണെന്ന വിശ്വാസവും, അങ്ങനെ വിശ്വസിക്കാൻ മറ്റുള്ളവർക്ക് നൽകുന്ന പ്രേരണയുമാണ് ഒരു നേതാവിന് വന്നുപെടാവുന്ന ഏറ്റവും വലിയ ദൂഷ്യം. മുഹമ്മദ് നബി എതിർത്ത വിഗ്രഹാരാധനയുടെ ആത്യന്തികരൂപമായിരുന്നു അത്.

കടുത്ത അഹങ്കാരത്തിനെതിരെ (ഗ്രീക്കുകാർ ഹുബ്രിസ് - ദൈവകോപത്തിനു നിദാനമായ ധിക്കാരംനിറഞ്ഞ ഗർവ് - എന്നുവിളിക്കുന്നു) കൊടുക്കാവുന്ന ഏറ്റവും നല്ല പ്രതിരോധ മരുന്നാണ് വിനയം. എന്നാൽ അതിനെക്കാൾ വീര്യംകുറഞ്ഞതും സർവസാധാരണവുമായ അഹങ്കാരത്തിന്റെ രൂപങ്ങളുണ്ട് - അഹംബോധം, അധികാരബോധം എന്നിവ. വിനയം അവയെയും ചെറുക്കുന്നു.

* * *

തങ്ങൾക്ക് അവകാശപ്പെട്ടതിനെക്കാൾ കൂടുതൽ അധികാരമോ അധീശത്വമോ മറ്റുള്ളവരുടെ മേൽ അടിച്ചേൽപിക്കാൻ അഹങ്കാരികളായ നേതാക്കളെ പ്രേരിപ്പിക്കുന്നത് ഊതിപ്പെരുപ്പിച്ച അഹംബോധമാണ്. അതേസമയം വിനയാന്വിതരായ ആളുകൾക്ക് തങ്ങളുടെ പരിമിതികൾ മനസ്സിലാകും. തങ്ങൾക്കെന്തറിയാമെന്നും എന്തറിയില്ല എന്നും അവർക്ക് ബോധ്യമുണ്ട്. തങ്ങൾക്ക് എന്തൊക്കെ ചെയ്യാനാകുമെന്നും കഴിയില്ലെന്നും അവർക്കറിയാം. അതിന്റെ ഫലമെന്നോണം മറ്റുള്ളവരുടെ ഉപദേശം സ്വീകരിക്കാൻ ലവലേശം മടികാട്ടാത്തവരാണവർ.

ദിവ്യവെളിപാടുകളുടെ പിൻബലമില്ലാതെ സംസാരിക്കുമ്പോഴെല്ലാം നബി ഉപദേശത്തിന് ചെവികൊടുക്കുമായിരുന്നു. താൻ കേട്ടതിനനുസരിച്ച് നിലപാട് മാറ്റുകയും ചെയ്യുമായിരുന്നു. അതായത്, ഒരു വ്യക്തി എന്ന നിലയിൽ കൃത്യമായ നിലപാടുള്ളവനും നേതാവെന്ന നിലയിൽ എപ്പോഴും അയവുള്ളവനുമായിരുന്നു അദ്ദേഹം. മാറ്റത്തിന് വിധേയമല്ലാത്ത എല്ലാ പദ്ധതികളും മോശമാണ്.

* * *

മുഹമ്മദ് നബിയുടെ കാലഘട്ടത്തിലെ അറബികൾ പെട്ടെന്ന് മെരുക്കാവുന്ന ആടുകളെപ്പോലെയായിരുന്നില്ല. കാര്യപ്രാപ്തിയുള്ള നേതൃത്വത്തെ മാത്രമേ അവർ മാനിക്കുകയുള്ളൂ. അവരെ കൈകാര്യം ചെയ്യാൻ പ്രയാസമായിരുന്നു. രണ്ടാം ഖലീഫയായ ഉമറിന് അതെക്കുറിച്ച് നല്ല ബോധ്യമുണ്ടായിരുന്നു. അതിനാൽ, അധികാരമേറ്റപ്പോൾ ഉമർ പ്രാർഥിച്ചു: 'സർവശക്തനായ ദൈവമേ, ഞാൻ പരുക്കനാണ്; എന്നെ മൃദുവാക്കുക. ഞാൻ ദുർബലനാണ്; എനിക്ക് ശക്തി പകരുക. പെട്ടെന്ന് പ്രതികരിക്കുന്ന സ്വഭാവമുള്ള ഒട്ടകത്തെപ്പോലെയാണ് അറബികൾ. എന്റെ കൈയിലാണവർ അതിന്റെ മൂക്കുകയർ തന്നിരിക്കുന്നത്. ദൈവസഹായത്താൽ ഞാനതിനെ വഴിനടത്തിക്കൊള്ളാം.' ഉമറിന്റെ പ്രാർഥന വിനയത്തിന്റെ മഹിത മാതൃകയാണ്. സ്വന്തം ദൗർബല്യം ഏറ്റുപറഞ്ഞുകൊണ്ട് ദൈവത്തിൽനിന്ന് കരുത്തും മാർഗദർശനവും അദ്ദേഹം തേടുന്നത് കാണുക. ഒരറബി പഴമൊഴിയുണ്ട്: 'ദൈവം ഒരു മനുഷ്യനെ നന്നാക്കാൻ ഉദ്ദേശിച്ചാൽ തന്റെ കുറവുകളിലേക്കവന് ഉൾക്കാഴ്ച നൽകും.' ഉമർ പരുക്കനായ പഴയ അറബി സൈന്യാധിപനായിരുന്നു. ജനങ്ങളെ കൈകാര്യംചെയ്യുമ്പോൾ പരുക്കനാകും എന്നതായിരുന്നു അദ്ദേഹത്തിന്റെ ദൗർബല്യം. Harsh എന്ന ഇംഗ്ലീഷ് വാക്കിന് 'പരുക്കൻ' എന്നാണർഥം. 'രോമാവൃതമായ' എന്ന് ഭാഷാർത്ഥമുള്ള 'Hairy' എന്ന പുരാതന ജർമൻ വാക്കിൽനിന്നാണതിന്റെ ഉദ്ഭവം. ഉമറിനെക്കുറിച്ച് പറയുമ്പോൾ അത്ര എളുപ്പമല്ല അദ്ദേഹവുമായുള്ള ഇടപെടൽ. മറ്റുള്ളവരുടെ വികാരം മാനിക്കാത്ത, അവരെ പരിഗണിക്കാത്ത, കഠിനഹൃദയനായ, അതൃപ്തനായ ആളാണ് പരുക്കനായ നേതാവ്.

പക്ഷേ സ്വയം ഒരു നേതാവായി മാറാൻ ഉമർ തീരുമാനിച്ചു. ഒന്നാമതായി, തന്റെ സ്വഭാവത്തോട് അറബ് ജനത നന്നായി പ്രതികരിക്കുകയില്ലെന്ന് അദ്ദേഹത്തിനറിയാമായിരുന്നു. അതോടൊപ്പം നേതാവ് എന്തായിരിക്കണം എന്നതു സംബന്ധിച്ച് മുഹമ്മദ് നബിയുടെ മാതൃക അടുത്തറിഞ്ഞ മനുഷ്യനുമാണ് അദ്ദേഹം. ഒരു വശത്ത് നിർബന്ധബുദ്ധിയും നിഷ്കർഷയും ന്യായബോധവും പുലർത്തുമ്പോൾ തന്നെ മറുവശത്ത് സൗമ്യവും ഊഷ്മളവും ദയനിറഞ്ഞതുമായ പെരുമാറ്റമാണ് നേതാവിനുണ്ടാകേണ്ടത്.

ഏക 'വീക്ഷണ'ത്തിനുതകും വിധം ഈ 'രണ്ട് കണ്ണുകളും' സന്തുലനത്തിലൂടെ സ്വാഭാവിക പ്രകൃതം സ്വീകരിച്ചാൽ അറബികളെയെന്നല്ല ആരെയും നയിക്കാനാകും. പക്ഷേ, അതിന് സ്വഭാവപരമായ മാറ്റം സ്വന്തത്തിൽ നിന്നാണ്, മറ്റുള്ളവരിൽ നിന്നല്ല കൂടുതൽ ആവശ്യമായിട്ടുള്ളത്.

'ദൈവാനുഗ്രഹത്താലാണ് നീ (മുഹമ്മദ്) അവരോട് സൗമ്യനായത്. നീ പരുഷപ്രകൃതനും കഠിന മനസ്കനുമായിരുന്നെങ്കിൽ നിന്റെ ചുറ്റുനിന്നും അവരൊക്കെയും പിരിഞ്ഞുപോകുമായിരുന്നു. അതിനാൽ, നീ അവർക്ക് മാപ്പേകുക. അവരുടെ പാപമോചനത്തിനായി പ്രാർഥിക്കുക. കാര്യങ്ങൾ അവരുമായി കൂടിയാലോചിക്കുക. അങ്ങനെ നീ തീരുമാനമെടുത്താൽ അല്ലാഹുവിൽ ഭരമേൽപിക്കുക. തീർച്ചയായും ദൈവം തന്നിൽ ഭരമേൽപ്പിക്കുന്നവരെ ഇഷ്ടപ്പെടുന്നു' (ഖുർആൻ - ആലുഇംറാൻ: 159).

നേതൃത്വത്തിലേക്കുള്ള നബിയുടെ വഴിയടയാളങ്ങൾ ഈ വചനത്തിലുണ്ട്. നബിക്കു മാത്രമല്ല, അനന്തരതലമുറക്കും നേതൃത്വമേറ്റെടുത്ത് മറ്റുള്ളവരെ സേവിക്കാനുള്ള നിയോഗം ലഭിച്ചവർക്കും ഇതിൽനിന്ന് പഠിക്കാനുണ്ട്. തീവ്രത കൈയൊഴിയുകയാണ് മാന്യത എന്ന് പറയാം. അതായത്, ലക്ഷ്യം നേടാൻ കുറഞ്ഞ തോതിൽ മാത്രം അധികാരസ്വരം പ്രയോഗിക്കുക, മറ്റുള്ളവരോട് അലിവോടും വിട്ടുവീഴ്ചയോടും പെരുമാറുക എന്നത്.

തീവ്രനിലപാടുകൾ ഒഴിവാക്കിയുള്ള മിത സമീപനമാണ് മുഹമ്മദ് നബിയുടെ സ്വഭാവസവിശേഷത. മതാനുഷ്ഠാനത്തിലും പൊതുജീവിതത്തിലും നബി പുലർത്തിയ പ്രായോഗികബുദ്ധിയെപ്പറ്റി ഖുർആൻ വിശദീകരിക്കുന്നുണ്ട്. യുക്തി (ഹിക്മത്) ലളിതമായ അടിസ്ഥാന - ധാർമിക തത്ത്വങ്ങളുടെ രൂപത്തിൽ ഖുർആനിൽ ധാരാളമായി കാണാം. ഉദാഹരണമായി, മരുഭൂദേശത്ത് തങ്ങളുടെ പ്രശസ്തി ലക്ഷ്യമിട്ട് ചില ബദവികൾ വഴിയാത്രക്കാർക്കായി അതിഥിസൽക്കാരം നടത്തി സമ്പത്തെല്ലാം കളഞ്ഞുകുളിച്ച് മറ്റുള്ളവരുടെ മുമ്പിൽ യാചിക്കും വിധം പാപ്പരായി മാറിയിരുന്നു. എന്നാൽ അത്തരത്തിൽ, തീവ്രമായ രണ്ടറ്റങ്ങളെയും വിമർശിച്ച് ഖുർആൻ പറയുന്നു: ''നിന്റെ കൈകൾ നീ പിരടിയിൽ കെട്ടിവെക്കരുത് (പിശുക്കനാകരുത്); അതിനെ മുഴുവനായി നിവർത്തിയിടുക

യുമരുത് (ധൂർത്തടിക്കരുത്). അങ്ങനെ ചെയ്താൽ നീ നിന്ദിതനും ദുഃഖിതനുമായിത്തീരും'' (അൽഇസ്റാഅ്: 29).

ജീവിതകാലത്ത് സ്വകരങ്ങളാൽ നിർമിച്ച, ജനലുകളില്ലാത്ത, പനയോല മേഞ്ഞ, കളിമൺകട്ടകൊണ്ടുള്ള വീട്ടിലാണ് നബി താമസിച്ചിരുന്നത്. നഗരഭവനത്തേക്കാൾ ഒരു ബദവിത്തമ്പിനോടായിരുന്നു അതിന് സാദൃശ്യം. തന്റെ ഭാര്യമാർക്കായി വീടകം മുറികളായി തിരിച്ചിരുന്നു. ബദവിത്തമ്പിന്റെ നാഥന്നുള്ളതുപോലെ ഉറക്കറയൊന്നും നബിക്ക് സ്വന്തമായി ഉണ്ടായിരുന്നില്ല. കക്കൂസ് ഇല്ലാതിരുന്നതിനാൽ സമീപത്തെ മരുഭൂ വിശാലതയിലാണ് പ്രാഥമികാവശ്യങ്ങൾ നിർവഹിച്ചിരുന്നത്. സാധാരണയായി ബദവികളുടെകറുത്ത തമ്പിൽ നിന്നു വ്യത്യസ്തമായി, തന്റെ സന്ദർശകരുടെ തുറിച്ചുനോട്ടത്തിൽ നിന്ന് ഭാര്യമാർക്ക് സംരക്ഷണമെന്നോണം വിരി ഉപയോഗിച്ചു. ബദവിരീതിയിൽ തുറസ്സായ സ്ഥലത്ത് താഴെ മുട്ടുകുത്തിയോ, ചമ്രംപടിഞ്ഞിരുന്നോ ഭക്ഷണം കഴിച്ചിരുന്ന നബി മേശ ഉപയോഗിച്ചില്ല. പരവതാനി ഉണ്ടായിരുന്നില്ല. ആകെയുണ്ടായിരുന്നത് പനയോലകൊണ്ടുള്ള പായമാത്രം. കത്തിയോ മുള്ളോ ഉപയോഗിച്ചില്ല. വലതുകൈയാൽ നബി ഭക്ഷിച്ചു. അതിരുവിട്ട ദാനശീലത്താൽ ദരിദ്രരായ ബദവി മുഖ്യൻമാരുടേതുപോലെ കണ്ടംവെച്ച അബായയോ മറ്റു ലളിത വസ്ത്രമോ ആണ് അദ്ദേഹം സാധാരണയായി ധരിച്ചിരുന്നത്.

നബിയെ വീട്ടിലേക്ക് ക്ഷണിക്കുന്ന ആതിഥേയൻ അദ്ദേഹത്തെ വീട്ടിലേക്ക് കൊണ്ടുവരാൻ ഭൃത്യന്മാരെയോ കുട്ടികളെയോ അയച്ചാൽ അവർക്ക് മുമ്പായി അനുയായിവൃന്ദത്തോടൊപ്പം വരുന്ന പൗരപ്രമുഖനെപ്പോലെ നബി നടന്നിരുന്നില്ല. വഴികാട്ടാനുള്ള അവകാശം സേവകന്നോ കുട്ടിക്കോ വിട്ടുകൊടുത്തിരുന്നു. ആതിഥേയൻ ഏർപ്പാടാക്കിയ ദൂതന്റെ കൈപിടിച്ച് അയാളെത്തുടർന്ന് ലക്ഷ്യസ്ഥാനത്തെത്തുന്ന ബദവി രീതിയാണ് നബി പിന്തുടർന്നത്. കഴിഞ്ഞ നൂറ്റാണ്ടിന്റെ മധ്യത്തിൽ അറബ് കരസേനാവിഭാഗത്തിൽ ജോലിചെയ്തുകൊണ്ടിരുന്ന ഘട്ടത്തിൽ എന്റെ ബദവി സഹപ്രവർത്തകർ പ്രസ്തുതരീതി പിന്തുടർന്നിരുന്നു.

* * *

ക്ഷണിക്കപ്പെട്ട സദസ്സിൽ തനിക്കായി ഇരിപ്പിടം മാറ്റിവെക്കാൻ നബി ഒരിക്കലും ആവശ്യപ്പെട്ടിരുന്നില്ല. ഒഴിവുള്ള സ്ഥലമെവിടെയാണോ അവിടെ ചെന്നിരിക്കും. നബി നടക്കുമ്പോൾ ആളുകൾ എഴുന്നേറ്റുനിന്നാൽ എല്ലാ മനുഷ്യരോടുമുള്ള ആദരവിന്റെ പ്രകടനമാണോ അതെന്ന് നബി ആരായും. അങ്ങനെയല്ല, നബിയെ ആദരിക്കാനാണവർ ചെയ്തതെങ്കിൽ അവരോട് ഇരിക്കാൻ ആവശ്യപ്പെടും: 'ഞാൻ നിങ്ങളെപ്പോലെ ഒരു മനുഷ്യനാണ്. നിങ്ങളെപ്പോലെ ഭക്ഷിക്കുന്നു. ക്ഷീണിക്കുമ്പോൾ ഇരിക്കുന്നു - നിങ്ങളെപ്പോലെ.' ചിലപ്പോൾ ക്ഷീണം തോന്നിയാൽ നബി ഇരുന്നുകൊണ്ട് സന്ദർശകർക്ക് അഭിവാദനം അർപ്പിക്കുമായിരുന്നു. ചുരുക്കത്തിൽ, നബി തനിക്കായി സവിശേഷ പരിചരണമൊന്നും ആവശ്യപ്പെട്ടിരുന്നില്ല.

''പരമകാരുണികനായ ദൈവത്തിന്റെ ദാസൻമാർ ഭൂമിയിൽ വിനയത്തോടെ നടക്കുന്നവരാണ്. അവിവേകികൾ വാദകോലാഹലത്തിനു വന്നാൽ 'നിങ്ങൾക്ക് സമാധാനം' എന്നു മാത്രം പറഞ്ഞൊഴിയുന്നവരാണവർ'' (ഖുർആൻ - അൽഫുർഖാൻ: 63).

* * *

പൗരാണിക സിറിയൻ ക്രൈസ്തവപാരമ്പര്യത്തിൽ പുണ്യയേശുവിനെക്കുറിച്ചുള്ള ഒരു കഥയുണ്ട്. മുസ്‌ലിം ഗ്രന്ഥകാരൻമാർ ആ വിവരണം സൂക്ഷിച്ചിട്ടുണ്ട്. മുകളിൽ വിവരിച്ച ഖുർആൻ വചനത്തിന്റെ വിശദീകരണമാണ് ആ കഥ:

'മിശിഹാ ഒരു നാൾ ജൂതൻമാരുടെ ഒരു സംഘത്തിനരികിലൂടെ നടന്നു പോയി. അവർ അദ്ദേഹത്തെ ശപിച്ചപ്പോൾ മറുപടിയായി അദ്ദേഹം അവരെ അനുഗ്രഹിച്ചു. ആരോ പറഞ്ഞു: 'അവർ അങ്ങയെപ്പറ്റി മോശം പറഞ്ഞപ്പോൾ താങ്കൾ അവരെക്കുറിച്ച് നന്മ പറഞ്ഞു. മിശിഹാ പറഞ്ഞു: 'ഒരാൾക്ക് തന്റെ പക്കലുള്ളതല്ലേ മറ്റുള്ളവർക്ക് കൊടുക്കാനാകൂ.'

മുഹമ്മദ് നബി ആളുകളെ കണ്ടുമുട്ടിയാൽ അവർ പറയുന്നതെല്ലാം അതീവ ശ്രദ്ധയോടെ കേൾക്കും. ഊഷ്മളമായ സ്നേഹത്തോടെ അവരുടെ കരങ്ങൾ ഗ്രഹിക്കും. അത്തരം സന്ദർഭത്തിൽ നബി ഒരിക്കലും ആദ്യം കൈ പിൻവലിച്ചിരുന്നില്ല എന്ന് പറഞ്ഞുകേട്ടിട്ടുണ്ട്. മറ്റൊരാളുമായി സംസാരിക്കുമ്പോൾ അവരെക്കാൾ

പ്രാധാന്യമർഹിച്ചിരുന്ന മറ്റൊരാളുമായി സംസാരിക്കാനുണ്ടെന്ന പോലെ അവരുടെ ചുമലിനപ്പുറത്തേക്ക് നബി നോക്കിയിരുന്നില്ല. അശ്രദ്ധമായോ മടുപ്പുകാട്ടിയോ നബി മറ്റുള്ളവരോട് സംസാരിച്ചിരുന്നില്ല. ആളുകൾ എന്നും നബിയുടെ മുഖം ഓർത്തിരുന്നു.

'ഒരു സന്ദർഭത്തിൽ, അനുയായിവൃന്ദത്തിന് അപരിചിതനായ ഒരാൾ നബിയെ കാണാൻ വന്നു. നബിയോടുള്ള ബഹുമാനത്താൽ ഭയന്നുവിറച്ച്, ഉത്കണ്ഠാകുലനായിരുന്നു അയാൾ. ദൈവദൂതനെയും, ശക്തമായ മുസ്ലിം സാമ്രാജ്യത്തിന്റെ അധിപനെയും ആണ് താൻ സന്ദർശിക്കാൻ പോകുന്നത് എന്നതിനാൽ അയാളുടെ ഭയം സ്വാഭാവികമായിരുന്നു. ആഗതന്റെ അസ്വസ്ഥത മനസ്സിലാക്കിയ നബി അയാളെ ആശ്വസിപ്പിച്ചു: ''സഹോദരാ, പേടിക്കേണ്ട. ശാന്തനായിരിക്കൂ. ഞാൻ വലിയ രാജാവോ ചക്രവർത്തിയോ ഒന്നുമല്ല. ഉപ്പിലിട്ടുസൂക്ഷിച്ച ഇറച്ചി കഴിച്ചിരുന്ന ഒരു സ്ത്രീയുടെ മകനാണ് ഞാനും.''

ആളുകളുടെ അഭാവത്തിൽ അവരെപ്പറ്റി അപവാദം പറയുന്നത് നബിക്ക് ഇഷ്ടമായിരുന്നില്ല. ഒരു വ്യക്തിയുടെ അഭിമാനവും മാന്യതയും സംരക്ഷിക്കുന്നതിൽ അദ്ദേഹം ജാഗ്രതപുലർത്തിയിരുന്നു. ആളുകളോട് സ്വകാര്യമായി സത്യം മുഖത്തുനോക്കി പറയുകയും നിഷ്കർഷയോടെ അവരോട് പെരുമാറുകയും ചെയ്യുമ്പോൾ തന്നെയും, പൊതുസദസ്സുകളിൽ അവരെ കുറ്റം പറഞ്ഞിരുന്നില്ല. നബി കോപാകുലനാവുകയോ അവ്വിധം ആളുകളെ തല്ലുകയോ ചെയ്തതായി ചരിത്രമില്ല. അനിയന്ത്രിതമായ കോപം നേതാക്കൻമാരുടെ ദൂഷ്യമായാണ് നബി കണ്ടിരുന്നത്. അതിനെ പാപമായാണ് അദ്ദേഹം ഗണിച്ചത്. നബി ഒരുനാൾ ഉപദേശത്തിനായി തന്നെ സമീപിച്ച നേതാവിനോട് പറഞ്ഞു: 'നിങ്ങൾ എന്നോട് ഉപദേശം തേടി. നിങ്ങൾ ഒരിക്കലും ദേഷ്യപ്പെടരുത്, അതാണെന്റെ ഉപദേശം.' സ്വന്തംവാക്കുകൾ മുൻ നിർത്തി പ്രവർത്തിക്കുകയും മുസ്ലിംകളോട് അപ്രകാരം ചെയ്യാൻ – പക്ഷേ, അത് എല്ലായ്പ്പോഴും വിജയിക്കില്ലായിരിക്കാം – നബി ആവശ്യപ്പെടുകയും ചെയ്തു. എന്നാൽ, നബി എല്ലാവർക്കും മാപ്പുനൽകുന്ന ഉദാരമതിയായിരുന്നു. തന്റെ ആളുകളിലെ സദ്ഗുണങ്ങൾ മാത്രമാണദ്ദേഹം കണ്ടത്. അവരുടെ കുറ്റവും കുറവുകളും കണ്ടില്ലെന്ന് നടിച്ചു. ഒരറബി പഴമൊഴിയുടെ

അന്തഃസത്ത അദ്ദേഹം കാത്തുസൂക്ഷിച്ചു: 'നിങ്ങളുടെ കുറവുകളെ എവ്വിധം കാണുന്നുവോ അവ്വിധം അപരന്റെ കുറവുകളെ കാണുക.'

ആരോടെങ്കിലും അതൃപ്തി തോന്നിയാൽ നബി അയാളിൽ നിന്ന് തന്റെ കൈ പിൻവലിക്കുകയോ, താടിരോമങ്ങൾക്കിടയിലൂടെ വിരലോടിക്കുകയോ ചെയ്യും. തന്റെ അനുവാദമില്ലാതെ സദസ്സിൽ നിന്ന് ആളുകൾ എഴുന്നേറ്റു പോകുന്നതിനെ നബി ഇഷ്ടപ്പെട്ടിരുന്നില്ല എന്ന് ഖുർആന്റെ വിവരണങ്ങളിൽനിന്ന് നമുക്ക് ബോധ്യമാകുന്നു. അതുപോലെ ആളുകൾ തന്റെ മുമ്പിൽ ഉറക്കെ സംസാരിക്കുന്നതും അദ്ദേഹം ഇഷ്ടപ്പെട്ടില്ല. ചില ബദവികൾ നബിയുടെ മുമ്പിൽ ഉറക്കെ പരുക്കൻ സ്വരത്തിൽ സംസാരിക്കുമായിരുന്നു.

* * *

മുഹമ്മദ് നബിയുടെ മരുമകനായിരുന്നു (മകളുടെ ഭർത്താവ്) അലിയ്യുബ്നു അബീത്വാലിബ് (ക്രി. 661–ൽ മരണം). ക്രി. 656–ൽ നാലാമത്തെ ഖലീഫയായി അദ്ദേഹത്തെയാണ് മുസ്ലിംകൾ തെരഞ്ഞെടുത്തത്. മരണശേഷം, അലിയുടെ പ്രഭാഷണങ്ങൾ, കത്തുകൾ, കുറിപ്പുകൾ എന്നിവ 'നഹ്ജുൽ ബലാഗ' (വാഗ്ധോരണിയുടെ ഉത്തുംഗത) എന്ന പേരിൽ സമാഹരിക്കപ്പെട്ടിട്ടുണ്ട്. തന്റെ കീഴിലുള്ള ഭരണാധികാരികൾക്കും സൈനിക നേതാക്കൾക്കും എഴുതിയ കത്തിൽ നേതൃത്വത്തെക്കുറിച്ചുള്ള അദ്ദേഹത്തിന്റെ കാഴ്ചപ്പാടുകൾ നമുക്ക് കാണാം. ഈജിപ്ഷ്യൻ ഗവർണറായിരുന്ന മാലികുബ്നു നശ്തറിന് അലി എഴുതിയ 'മാർഗനിർദേശകരേഖ'യിൽ സാധാരണക്കാർക്കുള്ള നിയമം തന്നെയാണ് നേതാക്കൾക്ക് ബാധകമായിട്ടുള്ളത് എന്നദ്ദേഹം പറയുന്നുണ്ട്. നന്നെച്ചുരുങ്ങിയത്, ദൈവദൃഷ്ടിയിൽ അവർക്ക് സവിശേഷ പദവിയൊന്നുമില്ല. സമൂഹത്തിൽ പ്രജകളിലോരോരുത്തർക്കുമുള്ള സ്ഥാനമാനങ്ങളെ മാനദണ്ഡമാക്കാതെ അവരോടെല്ലാം നേതൃത്വത്തിന് തുല്യ ഉത്തരവാദിത്വം ഉണ്ടെന്ന് അലി വ്യക്തമാക്കുന്നു. 'നിങ്ങൾ ഏറെ ആഗ്രഹിക്കേണ്ട വഴി, അവകാശങ്ങളിൽ സമത്വത്തിന്റെയും നീതിയിൽ സർവസ്വീകാര്യതയുടെതുമാണ്.' നീതിപുലർത്തേണ്ടതിന്റെയും സമത്വത്തിന്റെയും സമഭാവനയുടെയും ആവശ്യകത എപ്പോഴും അദ്ദേഹം ഊന്നിപ്പറയുമായിരുന്നു.

എന്നാൽ അലിയുടെ ആശയത്തിൽ പ്രാധാന്യമർഹിക്കുന്നത് നേതാക്കളും അനുയായികളും തമ്മിലുള്ള ബന്ധമാണ്. മാർഗനിർദേശക രേഖയിൽ അതിപ്രശസ്തമായ ഒരു ഖണ്ഡികയുണ്ട്. നേതാക്കൾ തങ്ങളുടെ ജനങ്ങൾക്ക് എപ്പോഴും സമീപസ്ഥനായിരിക്കണമെന്ന് അതിൽ പറയുന്നു: ''ജനങ്ങളിൽ നിന്ന് അധികകാലം അകന്നുമാറി നിൽക്കരുത്. ജനങ്ങളിൽ നിന്നുള്ള അധികാരികളുടെ അകൽച്ച കുടുസ്സു ചിന്താഗതിയുടെ ഫലമാണ്. ഭരണാധികാരികളിൽ സാമൂഹിക പ്രശ്നങ്ങളെക്കുറിച്ച അജ്ഞതക്കാണത് വഴിയൊരുക്കുക.''

മരണശയ്യയിൽ കിടക്കവേ, അലി മകൻ ഹസന് എഴുതിയ ഒരു കത്തുണ്ട്. ഹൃദയസ്പർശിയായ ആ കത്തിൽ നേതൃത്വം ഒരു ദൈവനിയോഗമോ, ജീവിതകർമമോ ആണെന്ന് അലി പറയുന്നു. നേതാക്കൻമാരോട് വിനയാന്വിതരാകാനും സ്വന്തം വ്യക്തിനേട്ടങ്ങൾക്കായി സമ്പത്ത് ദുരുപയോഗം ചെയ്യാതിരിക്കാനും അലി ഉപദേശിക്കുന്നു. എപ്പോഴും ജാഗ്രത്താകാനും മാറ്റത്തിന് സന്നദ്ധനാകാനും അദ്ദേഹം മകനോട് ഉണർത്തി: ''പലപ്പോഴും കണ്ണുള്ളവൻ വഴിതെറ്റുകയും അന്ധൻ ശരിയായ വഴി കണ്ടെത്തുകയും ചെയ്യും. ഇഹലോക ജീവിതം സുരക്ഷിതമാക്കിയവനെ ലോകം ചതിക്കും. അതിനെ വലുതായിക്കണ്ടവനെ ലോകം അപമാനിക്കും. അധികാരം മാറുന്നതിനോടൊപ്പം കാലവും മാറുന്നുണ്ടെന്നോർക്കുക.'' അതിനാൽ, വിവേകശാലിയായ നേതാവ് മാറ്റത്തെ പ്രതീക്ഷിക്കുകയും അതിനായി തയ്യാറെടുക്കുകയുംചെയ്യും.

'ദേഷ്യം വരുമ്പോൾ ശാന്തനാകാനും അധികാരപദവിയിലിരിക്കുമ്പോൾ വിട്ടുവീഴ്ച ചെയ്യാനും കഴിയുന്നതാണ് ഉത്തമ നേതൃത്വത്തിന്റെ ലക്ഷണം.' – ഖലീഫാ ഉമർ.

സാരാംശങ്ങൾ

1. ലളിതമായി പറഞ്ഞാൽ, താൻ ദൈവമല്ല എന്ന അറിവാണ് വിനയം.

2. നേതാവായിരിക്കുമ്പോൾ അഹങ്കാരിയാകാതെ വിനയം കാണിക്കുക. ഒരു അറബി പഴമൊഴി: അഹങ്കാരം വിവേകത്തെ ഇല്ലായ്മ ചെയ്യുന്നു. തന്റെ ചിന്തയിലും ബാഹ്യപ്രകടനത്തിലും

അഹങ്കാരത്തിന്റെ അംശമില്ലാത്തയാൾ വിനയാന്വിതനാണ്. പ്രായോഗിക ബുദ്ധിയിലേക്കാണ് അയാൾ നടന്നെത്തുന്നത്.

3. 'വിനയത്തിന് രണ്ട് വിപരീതങ്ങളുണ്ട്; ആത്മനിന്ദയും, ആത്മസ്തുതിയും' – ഐക്യരാഷ്ട്രസഭയുടെ സെക്രട്ടറി ജനറലായിരിക്കെ ഡാഗ് ഹാമർഷോൾഡ് പറഞ്ഞു.

4. ''നിങ്ങൾക്ക് അറിവില്ലാത്ത കാര്യത്തിന് പുറകെ പോകരുത്'' – ഖുർ ആൻ. ബുദ്ധിയുള്ള നേതാക്കൾ തീരുമാനം കൈക്കൊള്ളും മുമ്പ് തന്റെ സംഘാംഗങ്ങളുമായി കൂടിയാലോചിക്കും; പ്രത്യേകിച്ചും പ്രസ്തുത വിഷയത്തിൽ സാങ്കേതിക ജ്ഞാനമോ പ്രായോഗികപരിജ്ഞാനമോ ഉള്ളവരുമായി.

5. ഉമർ തന്റെ സൈനിക നേതാക്കളോട് പറഞ്ഞു: ''നിങ്ങൾ എടുത്ത തീരുമാനം തെറ്റാണെന്ന് ബോധ്യപ്പെട്ടാൽ ആ തീരുമാനം മാറ്റാൻ അമാന്തിച്ചു നിൽക്കരുത്.''

6. 'സൽസ്വഭാവത്തിന്റെ കിരീടമാണ് വിനയം' എന്നൊരു അറബി പഴമൊഴിയുണ്ട്. ഖുർആന്റെ പ്രകാശത്തെയും മുഹമ്മദ് നബിയുടെ പ്രോജ്ജ്വലമായ ചേതനയെയും ഈ പഴമൊഴി മുത്തുപോലെ പ്രതിഫലിപ്പിക്കുന്നു.

'മാന്യതയുടെ ഭാഗധേയം നഷ്ടമായവന് ഇഹ-പര ലോകങ്ങളിലെ നന്മയുടെ ഭാഗധേയം നഷ്ടമായിരിക്കുന്നു.'

– മുഹമ്മദ് നബി.

8

ഭൂതവും വർത്തമാനവും

'അന്വേഷണത്തിന്റെ പുത്രിയാണ് സത്യം.'
'അറിവന്വേഷിക്കുക; അത് ചൈനയിലാണെങ്കിലും.'

- അറബി പഴമൊഴികൾ

പടിഞ്ഞാറ് സുപരിചിതനായ അറബ് - മുസ്‌ലിം ഭരണാധികാരിയാണ് Saladin, അറബിയിൽ സ്വലാഹുദ്ദീൻ യൂസുഫ് ഇബ്നു അയ്യൂബ്. സൈനികപാടവത്തിൽ മാത്രമല്ല സത്യസന്ധത, മര്യാദ, ധീരോദാത്തത തുടങ്ങിയ ഗുണവിശേഷങ്ങളിലും ശത്രുക്കൾക്കും സുഹൃത്തുക്കൾക്കും ഒരുപോലെ സുപരിചിതനായിരുന്നു അദ്ദേഹം. മുഹമ്മദ് നബി സ്വന്തം ജീവിതത്തിൽ പകർത്തുകയും നേതാവെന്ന നിലയിൽ ഉത്തരവാദിത്വം ഏറ്റെടുക്കാൻ സന്നദ്ധരായ പിൻതലമുറക്ക് പൈതൃകമെന്നോണം അവശേഷിപ്പിക്കുകയും ചെയ്ത, ഈ പുസ്തകത്തിന്റെ താളുകളിലൂടെ നാം പരിചയപ്പെട്ട ആ മാതൃക സ്വാംശീകരിച്ചുകൊണ്ട് സ്വലാഹുദ്ദീൻ യുദ്ധഘട്ടത്തിലും സമാധാനവേളയിലും ഒരുപോലെ ഏവർക്കും അനുകരണീയനായ മുസ്‌ലിം നേതാവായി.

ഈജിപ്തിലെയും സിറിയയിലെയും ഭരണാധികാരിയായിരുന്ന സ്വലാഹുദ്ദീൻ ക്രി. 1187-ൽ ഹിത്വീൻ യുദ്ധത്തിൽ കുരിശുസാമ്രാജ്യത്തെ കടന്നാക്രമിക്കുകയും ക്രിസ്ത്യൻ യോദ്ധാക്കളെ കീഴ്പ്പെടുത്തി ജറൂസലം വീണ്ടെടുക്കുകയും ചെയ്തു. ഇംഗ്ലീഷ് രാജാവായ റിച്ചാർഡ് ദ ലയൺ ഹാർട്ടും സംഘവും നയിച്ച മൂന്നാം കുരിശുയുദ്ധശക്തികളെ ഏറെക്കാലം അദ്ദേഹം ചെറുത്തുനിന്നു. അർസുഫിൽ വെച്ച് പിന്നെയും നാലു വർഷങ്ങൾക്കുശേഷമാണ്

സാരസൻ യോദ്ധാക്കളെ റിച്ചാർഡ് പരാജയപ്പെടുത്തിയത്. ഡമസ്കസിലേക്ക് പിൻവാങ്ങിയ സ്വലാഹുദ്ദീൻ രണ്ടുവർഷത്തിനുശേഷം അവിടെ വെച്ച് മരണമടയുകയും ചെയ്തു.

മുഹമ്മദ്നബിയുടെ നേതൃപാടവത്തിന്റെ പ്രകാശദീപ്തികൾ സ്വലാഹുദ്ദീനിൽ പ്രതിഫലിച്ച രണ്ടു സംഭവങ്ങൾ ഞാനിവിടെ വിവരിക്കാം:

മിതവ്യയത്തെക്കുറിച്ചുള്ള ഖുർആനിക തത്ത്വമെടുക്കുക. "(പിശുക്കനെപോലെ) നിന്റെ കൈ പിരടിയിൽ കെട്ടിവെക്കരുത്. അതിനെ മുഴുവനായി (ധൂർത്തനെപ്പോലെ) നിവർത്തിയിടുകയുമരുത്. അങ്ങനെ ചെയ്താൽ നീ നിന്ദിതനും ദുഃഖിതനുമായിത്തീരും (ഖുർആൻ -അൽ ഇസ്റാഅ്:29)."

രണ്ട് തീവ്രധ്രുവങ്ങൾക്കിടയിലുള്ള മധ്യമമാർഗത്തെ അരിസ്റ്റോട്ടിൽ നന്മയായി അടയാളപ്പെടുത്തുന്നുണ്ട്. റോമക്കാർ ഇതിനെ 'സുവർണ മധ്യമം' (golden mean) എന്നുവിളിച്ചു (ലാറ്റിൻ: aurea mediocritas, ആദ്യം ഉപയോഗിച്ചത് Horace). യുദ്ധം ചെയ്യുന്ന ഘട്ടത്തിൽ സ്വാർഥതയുടെ തേരിലേറിയ അതീവ ധൈര്യമോ ജീവഭയം മൂലമുള്ള ഉത്കണ്ഠയോ സ്വലാഹുദ്ദീന് ഉണ്ടായിരുന്നില്ല. അദ്ദേഹം രണ്ടിനുമിടയിൽ ശരിയായ സന്തുലിതത്വം പുലർത്തി.

അദ്ദേഹത്തിന്റെ ജീവചരിത്രകാരൻമാരിൽ ഒരാൾ പറയുന്നതുപോലെ, മുഴുവൻ സൈന്യത്തെയും സ്വലാഹുദ്ദീൻ വലതുഭാഗത്തുനിന്ന് ഇടതുഭാഗത്തേക്ക് ചുറ്റിത്തിരിയാൻ അവസരമൊരുക്കിയിരുന്നു. അവർക്കിടയിൽ ഐക്യബോധമുണ്ടാക്കി തക്കസമയത്ത് മുന്നേറാനും ഉറച്ചുനിൽക്കാനും പ്രാപ്തരാക്കുകയായിരുന്നു അതിലൂടെ. സൈന്യം യുദ്ധസജ്ജരായാൽ അദ്ദേഹം പട്ടാളക്കാർക്കിടയിലൂടെ ശാന്തനായി നടക്കും. പീരങ്കിയുണ്ടയോ അമ്പുകളോ അദ്ദേഹത്തെ തളർത്തിയില്ല. ഒരു സഹായി കുതിരപ്പുറത്ത് അദ്ദേഹത്തെ അനുഗമിക്കുന്നുണ്ടാകും. നോക്കൂ അപകട മേഖലയിൽ നേർക്കുനേരെയുള്ള യുദ്ധത്തിൽ പങ്കെടുത്ത് സ്വജീവൻ അപകടപ്പെടുത്തുന്ന വിഡ്ഢിത്തം അദ്ദേഹം കാട്ടിയില്ല. കാരണം, ഒരു സൈന്യാധിപൻ അങ്ങനെയല്ല പ്രവർത്തിക്കുക. എന്നാൽ ഭീഷണിഘട്ടങ്ങളിൽ സൈനികരോടൊപ്പം നിലകൊണ്ട അദ്ദേഹം, അവരെ

ഉറപ്പിച്ചുനിർത്തുകയും ആശ്വാസം പകരുകയും ചെയ്തു. അദ്ദേഹത്തിന്റെ കേവലസാന്നിധ്യംപോലും സൈനികർക്ക് പ്രചോദനമായിരുന്നു. യുദ്ധത്തിൽ പങ്കെടുത്ത് മരിക്കുന്ന സൈന്യാധിപർക്ക് അതിനൊന്നും കഴിയില്ലല്ലോ.

ജറൂസലമിൽ തീർഥാടനത്തിനായി വന്ന സാലിസ്ബറിയിലെ ബിഷപ്പ് ഹൂബർട്ട് വാലറുമായി സ്വലാഹുദ്ദീൻ ദീർഘകാല വെടിനിർത്തലിനു വേണ്ടി സമാധാന ചർച്ചയിൽ പങ്കെടുത്തു. അത്തരമൊരു ചർച്ചക്കിടെ റിച്ചാർഡ് രാജാവിന്റെ യുദ്ധനൈപുണ്യത്തെ സ്വലാഹുദ്ദീൻ അഭിനന്ദിച്ചു. സ്വലാഹുദ്ദീനെക്കാൾ 20 വയസ്സ് കുറവായിരുന്നു റിച്ചാർഡിന്. അദ്ദേഹം എപ്പോഴും സൈനികനെപ്പോലെ യുദ്ധമുഖത്ത് സാന്നിധ്യം അറിയിക്കാറുണ്ടായിരുന്നു. ഇതറിയാനിടയായ സ്വലാഹുദ്ദീൻ ബിഷപ്പ് മുഖേന റിച്ചാർഡിന് ഇങ്ങനെ ഉപദേശം നൽകി: 'ആവശ്യമില്ലാത്ത അപകടം വരുത്തിവെക്കരുത്. ജീവിതം ഇങ്ങനെ ധൂർത്തടിക്കരുത്.' കഷ്ടമെന്നുതന്നെ പറയാം, ഈ ഉപദേശം റിച്ചാർഡ് ചെവിക്കൊണ്ടില്ല. രണ്ട് സൈന്യാധിപരും ജീവിതത്തിൽ പരസ്പരം കണ്ടുമുട്ടുകയുണ്ടായില്ല. സൈന്യാധിപവൃത്തിയിൽ നിപുണനായ ഒരു നേതാവിന്റെ ഗുരുതുല്യമായ ഉപദേശം ചെവിക്കൊള്ളാതിരുന്ന റിച്ചാർഡിന്, പിന്നീട് ഫ്രാൻസിനെ ഉപരോധിക്കുന്ന വേളയിൽ ജീവൻതന്നെ വിലകൊടുക്കേണ്ടിവന്നു. പലവട്ടം അപകടമുഖത്തേക്ക് എടുത്തുചാടിയ അദ്ദേഹം അമ്പ് തറച്ചുണ്ടായ മാരക മുറിവിനാൽ മരണപ്പെടുകയായിരുന്നു. 42 വയസ്സായിരുന്നു അദ്ദേഹത്തിനപ്പോൾ. യുവാവായ തന്റെ എതിരാളിക്ക് സ്വലാഹുദ്ദീൻ നൽകിയ ഉപദേശം അദ്ദേഹത്തിന്റെ കാരുണ്യാതിരേകത്തിന്റെ തെളിവാണ്. ഏറെ ആലോചനാമൃതമാണ് ആ കാര്യം.

ജറൂസലം ഒരിക്കൽകൂടി മുസ്‌ലിം കൈകളിൽ വന്നു. 1191–1192 ലെ വെടിനിർത്തൽ വേളയിൽ അറബികൾ ഖുദ്സ് (പുണ്യനാട്) എന്ന് വിളിച്ചിരുന്ന നഗരത്തിന്റെ പ്രതിരോധഭിത്തികൾ ശക്തിപ്പെടുത്തുന്ന തിരക്കിലായിരുന്നു സ്വലാഹുദ്ദീൻ. പുലരുന്നതിനുമുമ്പുതന്നെ അദ്ദേഹം തന്റെ താവളത്തിൽനിന്ന് അവിടെയെത്തും; പലപ്പോഴും കടലാസുജോലികൾ പൂർത്തിയാക്കി തിരിച്ചുപോകുമ്പോൾ അർധരാത്രിയായിട്ടുണ്ടാകും. നേതാക്കൾ എപ്പോഴും അത്യുത്സാഹികളായിരിക്കണം! കല്ലുകൾ സ്വയം ചുമന്നും അദ്ദേഹം നിർമാണ പ്രവർത്തന

ങ്ങൾക്ക് നേതൃത്വം വഹിച്ചു. ദരിദ്രരും സമ്പന്നരുമായ എല്ലാവരും ഈ മാതൃക പിന്തുടർന്നു. മുമ്പ് മുഹമ്മദ് നബി ചെയ്തതുപോലെ സ്വലാഹുദ്ദീനും അവരെ മുന്നിൽനിന്ന് നയിച്ചു.

* * *

ബഗ്ദാദിലെ ഭിഷഗ്വരനായിരുന്ന അബ്ദുൽ ലത്തീഫ് സ്വലാഹുദ്ദീനൊപ്പം ഉണ്ടായിരുന്നു. അക്കാലത്ത് പണ്ഡിതന്മാരോടും ശാസ്ത്രജ്ഞന്മാരോടും സംവദിക്കുകയും അവരുടെ അഭിപ്രായങ്ങൾ സസന്തോഷം ശ്രദ്ധിക്കുകയും ചെയ്ത സ്വലാഹുദ്ദീനെ അബ്ദുൽ ലത്തീഫ് ഓർക്കുന്നത് കാണുക: ''ഒരേസമയം സ്നേഹവും ബഹുമാനവും പ്രചോദിപ്പിക്കുന്ന മഹാനായ ഒരു രാജകുമാരനായിട്ടാണ് ഞാനദ്ദേഹത്തെ കണ്ടത്. എപ്പോഴും ആർക്കും സമീപിക്കാവുന്ന വിധം സ്നേഹാലുവായിരുന്നു അദ്ദേഹം. ആഴമേറിയ ധൈഷണിക ബോധം പുലർത്തിയിരുന്ന വ്യക്തി. ചിന്തയിൽ മാന്യതയും മഹിമയും പുലർത്തിയ ആൾ. സമീപിച്ചവരൊക്കെ അദ്ദേഹത്തെ മാതൃകയാക്കി.''

സ്വലാഹുദ്ദീന്റെ ഏറ്റവും അടുത്ത ഉപദേഷ്ടാക്കളിൽ ഒരാളായ ബഹാഉദ്ദീനും ഈ കാഴ്ചപ്പാട് പങ്കുവെക്കുന്നു. ''നമ്മുടെ സുൽത്താൻ കുലീന ഹൃദയത്തിനുടമയാണ്,'' അദ്ദേഹം എഴുതി: ''കാരുണ്യം വഴിയുന്ന മുഖഭാവമായിരുന്നു അദ്ദേഹത്തിന്റേത്. അങ്ങേയറ്റം വിനയവും അന്തസ്സും പുലർത്തിയ മഹദ്വ്യക്തിത്വം.''

മരിക്കുന്നതിനു കുറച്ചുകാലം മുമ്പ് സ്വലാഹുദ്ദീൻ തന്റെ മകന് കത്തെഴുതി. മകൻ പ്രവിശ്യാ ഗവർണറായി ചുമതലയേറ്റെടുക്കുന്നതിന് മുന്നോടിയായി നൽകിയ ഉപദേശമായിരുന്നു അത്. നേതൃത്വത്തെക്കുറിച്ചുള്ള അദ്ദേഹത്തിന്റെ കാഴ്ചപ്പാടിനെ ആ കത്ത് വെളിപ്പെടുത്തുന്നുണ്ട്: ''രക്തം ചിന്തുന്നതിൽ നിന്ന് വിട്ടുനിൽക്കുക. അതിൽ ഒരിക്കലും വിശ്വാസമർപ്പിക്കേണ്ട. നമ്മുടെ ഉറക്കം നഷ്ടപ്പെടുത്താനേ അതുപകരിക്കൂ. ജനങ്ങളുടെ ഹൃദയം കവരാനുള്ള മാർഗമെന്തെന്ന് ആരായുക. അവരുടെ അഭിവൃദ്ധി നോക്കിക്കാണുക. അവരുടെ സന്തോഷം ഉറപ്പുവരുത്താനാണ് ദൈവവും ഞാനും നിന്നെ തെരഞ്ഞെടുത്തിരിക്കുന്നത്. നിന്റെ അമീർമാരുടെയും മന്ത്രിമാരുടെയും പ്രഭുക്കന്മാരുടെയും സ്നേഹാദരവുകൾ നേടിയെടു

ക്കുക. വിട്ടുവീഴ്ചയിലൂടെയും കാരുണ്യത്തിലൂടെയും ജനഹൃദയ ങ്ങളെ കീഴടക്കിയതുകൊണ്ടാണ് ഞാൻ ഉയരങ്ങളിലെത്തിയത്.''

1193 മാർച്ച് 3-ന് സ്വലാഹുദ്ദീൻ മരണമടയുമ്പോൾ (അദ്ദേഹ ത്തിന്റെ ഖബറിടം ഇന്നും ഡമസ്കസിലുണ്ട്) അദ്ദേഹത്തിന്റെ ഡോക്ടർ ഇങ്ങനെ കുറിച്ചിട്ടു: ''പ്രവാചകവിയോഗത്തിലെന്ന പോലെ ജനങ്ങൾ അദ്ദേഹത്തിന്റെ മരണത്തിൽ ദുഃഖാർത്തരായി. ഒരു ഭരണാധികാരിയുടെയും മരണത്തിൽ ജനങ്ങൾ ഇത്രമാത്രം ദുഃഖിതരായി ഞാൻ കണ്ടിട്ടില്ല. ഉത്തമരും അധമരും, മുസ്ലിംകളും അവിശ്വാസികളും ഒരുപോലെ അദ്ദേഹത്തെ സ്നേഹിച്ചു.''

* * *

സ്വലാഹുദ്ദീൻ മരണപ്പെട്ട് 200 വർഷം പിന്നിട്ടപ്പോൾ തിമൂർ ലെങ്ങും മംഗോൾ-തുർക്കി വംശജർ ഉൾപ്പെട്ട അദ്ദേഹത്തിന്റെ സൈന്യവും പേർഷ്യ, സിറിയ, വടക്കേ ഇന്ത്യ ഉൾപ്പെടെയുള്ള ഒരു വലിയ ഭൂപ്രദേശം കീഴടക്കി. മുടന്തനായ തിമൂർ ലെങ് പടിഞ്ഞറ് Tamerlane എന്ന് പേരിലാണ് അറിയപ്പെട്ടത്. അദ്ദേഹത്തിന്റെ തലസ്ഥാനം സമർഖന്ദ് ആയിരുന്നു. ചൈനാ ആക്രമണവേളയിൽ സമർഖന്ദിൽനിന്ന് വിദൂരമായ ഒരു സ്ഥലത്തുവെച്ചായിരുന്നു മരണം. ഇന്ത്യയിലെ മുഗൾ രാജ വംശം അദ്ദേഹത്തിന്റെ പിന്തുടർച്ചയാണ്.

1400-ൽ ഡമസ്കസ് ഉപരോധിക്കുമ്പോഴാണ് പ്രശസ്ത ഇസ്ലാ മിക പണ്ഡിതൻ ഇബ്നു ഖൽദൂൻ നഗരത്തിലുണ്ടെന്ന വിവരം തിമൂർ അറിയുന്നത്. തനത് ചാതുരി പ്രകടിപ്പിച്ച ചരിത്രകാരനും ദാർശനികനുമായിരുന്ന ഇബ്നു ഖൽദൂൻ ഡമസ്കസ് ഉപരോധം ചെറുക്കാനുള്ള ഈജിപ്ഷ്യൻ സുൽത്താന്റെ ക്ഷണം സ്വീകരിച്ച് അദ്ദേഹത്തോടൊപ്പം ചേർന്നു. മംഗോൾ നേതാവുമായി സന്ധി ഭാഷണം നടത്താൻ നിയോഗിക്കപ്പെട്ട ചെറുസംഘം ദൂതന്മാരിൽ ഇബ്നു ഖൽദൂനെ സുൽത്താൻ ഉൾപ്പെടുത്തി. അവിടെയെത്തിയ ഇബ്നു ഖൽദൂൻ പക്ഷേ, വിശപ്പുകൊണ്ടു വലഞ്ഞ ദമസ്കസ് വാസികൾക്കിടയിൽ അകപ്പെട്ടുപോയി. ഒടുവിൽ ഇബ്നു ഖൽദൂനെ സ്വീകരിക്കാൻ ഒരുക്കമാണെന്ന് തിമൂർ അദ്ദേഹത്തിന് സന്ദേശമ യച്ചു. തിമൂറിന്റെ കൊട്ടാരത്തിനു ചുറ്റും ഉയർന്നുനിൽക്കുന്ന നഗര ഭിത്തിയിലൂടെ ഒരു കുട്ടകത്തിനകത്തിരുത്തി അകത്തളത്തിലിറക്കി.

അങ്ങനെ മംഗോളിയൻ താവളത്തിൽ ആറാഴ്ചയോളം ഇബ്നു ഖൽദൂൻ ചെലവഴിച്ചു. ആ ഘട്ടത്തിൽ തിമൂറുമായി നിരവധി വിഷയങ്ങളിൽ നടന്ന സംഭാഷണങ്ങൾ ഇബ്നു ഖൽദൂൻ തന്റെ ആത്മകഥയിൽ രേഖപ്പെടുത്തിയിട്ടുണ്ട്. തന്റെ ആതിഥേയന്റെ വ്യക്തമായ രേഖാചിത്രം അദ്ദേഹം ഇങ്ങനെ കുറിച്ചിട്ടു:

''കേമന്മാരും ശക്തരുമായ ഭരണാധികാരികളിൽ ഒരാളായിരുന്നു തിമൂർ. അദ്ദേഹം വിജ്ഞാനപടുവായിരുന്നെന്ന് ചിലർ വാദിച്ചു. എന്നാൽ, വേറൊരുകൂട്ടർ മതവിരുദ്ധനെന്ന് ആരോപിച്ചു. അദ്ദേഹം മന്ത്രവാദവും മാരണവിദ്യകളും അഭ്യസിച്ചിരുന്നുവെന്നാണ് ചിലർ പറഞ്ഞിരുന്നത്. എന്നാൽ, ഇപ്പറഞ്ഞതെല്ലാം അടിസ്ഥാനരഹിതമാണ്. തികഞ്ഞ ബുദ്ധികൂർമതയും ദീർഘ വീക്ഷണവുമുള്ളയാളായിരുന്നു തിമൂർ. വാദപ്രതിവാദവും സംവാദവുമായിരുന്നു അദ്ദേഹത്തിന്റെ വിനോദങ്ങൾ. തനിക്കറിവുള്ളതും ഇല്ലാത്തതുമായ കാര്യങ്ങളിൽ ജിജ്ഞാസുവിന്റെ മനസ്സോടെ സംവാദവും ചർച്ചയും നടത്തുന്നതിൽ പ്രത്യേക രസം കണ്ടെത്തിയിരുന്നു അദ്ദേഹം.''

ജന്മനാ നിരീക്ഷണ പാടവവും ചിന്താശക്തിയുമുണ്ടായിരുന്ന ഒരു ജീനിയസിന്റെ വസ്തുനിഷ്ഠമായ നിരീക്ഷണം നോക്കുക. 'ഹിസ്റ്ററി ഓഫ് ദ വേൾഡ്' എന്ന ഇബ്നു ഖൽദൂന്റെ ലോകചരിത്രം ഏഴു വാല്യങ്ങൾ വരും. ചരിത്രമെഴുത്ത് എന്താണെന്നതിനെക്കുറിച്ച കൃത്യമായ ദിശാബോധം സമ്മാനിക്കുന്ന പ്രസ്താവനയോടെയാണ് ഗ്രന്ഥം തുടങ്ങുന്നത്:

''ദേശങ്ങൾക്കിടയിലും വംശങ്ങൾക്കിടയിലും വികസിപ്പിച്ചെടുത്ത ജ്ഞാന ശാഖയാണ് ചരിത്രം. ഏവരും അതിയായ താൽപര്യത്തോടെ തേടിക്കൊണ്ടിരിക്കുന്ന ഒന്നാണത്. തെരുവിൽ പാർക്കുന്ന മനുഷ്യരും സാധാരണക്കാരും അത് അറിയുവാൻ അഭിലഷിക്കുന്നു. രാജാക്കൻമാരും നേതാക്കൻമാരും അതിനായി മത്സരിച്ചിട്ടുണ്ട്. ജ്ഞാനിക്കും അജ്ഞാനിക്കും ഗ്രഹിക്കാൻ കഴിയുമാറ് ലളിതമാണത്. കാരണം, ഉപരിപ്ലവമായി പറഞ്ഞാൽ, ചരിത്രം കേവലം രാഷ്ട്രീയ സംഭവവികാസങ്ങളുടെയും രാജവംശങ്ങളുടെയും ഭൂതകാല സംഭവങ്ങളുടെയും വിവരണങ്ങളുടെ മനോഹരമായ വെളിപ്പെടുത്തലല്ലാതെ മറ്റൊന്നുമല്ലെന്ന് തോന്നും. എന്നാൽ ചരിത്രത്തിന് ആന്തരാർഥമുണ്ട്. അനുമാനങ്ങളും സത്യമറിയാനുള്ള

പരിശ്രമവുമാണ് ചരിത്രം. നിലവിലുള്ള വസ്തുതകളുടെ പിന്നിലെ കാരണങ്ങളെയും അതിലേക്ക് വഴിതെളിച്ച സംഗതികളെയും നിഗൂഢമായി വിശദീകരിക്കുകയാണ് അത് ചെയ്യുന്നത്. എങ്ങനെ, അല്ലെങ്കിൽ എന്തുകൊണ്ട് അവ്വിധം സംഭവിക്കുന്നു എന്നതിനെക്കുറിച്ച് ആഴത്തിലുള്ള അറിവാണത്. അതിനാൽ ചരിത്രത്തിന്റെ വേരുകൾ ആഴ്ന്നുകിടക്കുന്നത് തത്ത്വശാസ്ത്രത്തിലാണ്. അക്കാരണത്താൽ തന്നെ തത്ത്വശാസ്ത്രത്തിന്റെ ശാഖയായി ഗണിക്കപ്പെടാൻ ചരിത്രത്തിനവകാശമുണ്ട്.''

ഇബ്നുഖൽദൂന്റെ ലോകത്തിൽ മനുഷ്യനാണ് കേന്ദ്രബിന്ദു. മനുഷ്യരെ അവരുടെ ഭൗതികചുറ്റുപാടുകളുമായി ബന്ധിപ്പിക്കുന്ന ഗ്രീക്ക് ഭൗമശാസ്ത്രജ്ഞരുടെ പാതയിലൂടെ ഇബ്നു ഖൽദൂനും മുന്നോട്ടുപോയി. മനുഷ്യവ്യവഹാരങ്ങളിൽ ദൈവത്തിന്റെ സ്വാധീനം അനന്യസാധാരണമായ കാര്യങ്ങളിൽ പരിമിതപ്പെട്ടിരിക്കുന്നു. പ്രവാചകന്മാരുടെ ഇടപെടലുകൾ അതിനുദാഹരണമാണ്. അതിൽ സുപ്രധാനം മുഹമ്മദ് നബിയിലൂടെ ദൈവം തന്റെ സന്ദേശം അയച്ചതാണ്.

മനുഷ്യർ സമൂഹമായി രൂപപ്പെടുന്നു. സമൂഹത്തെ പ്രവാചക സന്ദേശം നയിക്കുന്നു. മനുഷ്യരുടെ മുഴുവൻ സഹജക്ഷമതയും പുറത്തു കൊണ്ടുവരാനാണ് പ്രവാചകർ ഉദ്യമിക്കുന്നത്. അങ്ങനെ ചെയ്യുമ്പോൾ മനുഷ്യർ 'ഉംറൻ' അഥവാ നാഗരികതയായി മാറുന്നു. സ്വന്തം പരിതസ്ഥിതിക്കനുസരിച്ച് നാഗരികത നിരവധി രൂപങ്ങൾ കൈക്കൊള്ളുന്നു. അതിലൊന്ന്, 'ബദ്‌വ്' (ബദാ) ആണ്. അഥവാ മരുഭൂമിയിലെ നാടോടി ജീവിതം. മറ്റൊന്ന് 'ഹദറ' യാണ്. ഒരു സ്ഥലത്ത് നിലയുറപ്പിച്ച നാഗരികജീവിതം.

മരുഭൂമിയിലെ അന്തേവാസികളെക്കുറിച്ച് ഇബ്നു ഖൽദൂന് സമ്മിശ്രാഭി പ്രായമാണുള്ളത്: ഒന്നാമതായി, ഭൂമിയിലെ ഏറ്റവും അപരിഷ്കൃതമായ ജനതയാണ് ബദവികൾ. യുദ്ധംചെയ്യാനോ നേർക്കുനേരെ പ്രത്യക്ഷപ്പെടാനോ മിനക്കെടാതെ കാര്യങ്ങൾ ചെയ്യാനാണ് അവർക്ക് താൽ പര്യം. അതിനാൽ, അവർ കൊള്ളയടിക്കുകയും നാശമുണ്ടാക്കുകയും ചെയ്യുന്നു. ഇങ്ങനെയൊക്കെയാണെങ്കിലും 'നാഗരിക പരിഷ്കൃതരെക്കാൾ കൂടുതൽ നൻമ നിറഞ്ഞവരാണ് ബദവികൾ' എന്ന് ഇബ്നു ഖൽദൂൻ എഴുതുന്നു.

എന്നാൽ, പുണ്യസ്ഥലം സന്ദർശിച്ച പാശ്ചാത്യതീർഥാടകർ ബദവികളെ അപരിഷ്കൃതരും അത്യാർത്തിക്കാരുമായാണ് കാണുന്നത്. ഇബ്നുഖൽദൂന്റെ ജനനത്തിന് പത്തു വർഷം മുമ്പ് അതായത്, 1322-ൽ ബ്രിട്ടീഷ് സഞ്ചാരിയും തീർഥാടകനുമായ സർ ജോൺ ഡിമാൻഡെവിലെ ബദവികളെക്കുറിച്ച് കുറിപ്പെഴുതിയപ്പോൾ അവരെക്കുറിച്ച് നല്ല തൊന്നും പറയാനുണ്ടായിരുന്നില്ല: 'എല്ലാ തിൻമകളുടേയും മൂർത്തിമദ്ഭാവമായിരുന്നു മരുഭൂമിയിൽ ജീവിച്ചിരുന്ന അറബികളായ ബദവികൾ. അവർ ശക്തരും യുദ്ധോത്സുകരും ആണ്. എല്ലാ കുറ്റകൃത്യങ്ങളിലും മുഴുകുന്ന ശപിക്കപ്പെട്ട സ്വഭാവ പ്രകൃതിയാണവരുടേത്.' 18-19 നൂറ്റാണ്ടുകളിൽ അറബ് നാടുകളിലെ മരുഭൂയാത്രകളിൽ ബദവികളോടൊപ്പം ഇംഗ്ലീഷ് സഞ്ചാരികൾ അടുത്തിടപഴകി ജീവിച്ചപ്പോൾ മാത്രമാണ് ഇബ്നുഖൽദൂൻ ലോകത്തിന് പരിചയപ്പെടുത്തിയ ബദവി സ്വഭാവത്തിന്റെ മറുവശം അവർ തിരിച്ചറിഞ്ഞത്.

നാഗരികപരിഷ്കൃതരെഅപേക്ഷിച്ച്നന്മയോടുംനല്ലതിനോടും ബദവികൾ ആഭിമുഖ്യം പുലർത്തിയിരുന്നുവെന്ന് ഇബ്നുഖൽദൂൻ നിരീക്ഷിച്ചു. 'ഗോത്രനേതാക്കൾക്കുണ്ടായിരുന്ന പ്രത്യേകഗുണങ്ങൾജനതയുടെ നേതാക്കൻമാരാകാൻ അവരെ യോഗ്യരാക്കി' എന്ന അദ്ദേഹത്തിന്റെ അഭിപ്രായം ബദവീ ഗോത്രസമൂഹത്തിന്റെ സ്വഭാവസവിശേഷതകളെ വിളിച്ചറിയിക്കുന്നുണ്ട്. ഉദാരത, മറ്റുള്ളവരുടെ തെറ്റുകുറ്റങ്ങളിൽ വിട്ടുവീഴ്ചാ നയം, ദുർബലരോടുള്ള സഹിഷ്ണുത, അതിഥിസൽക്കാരം, ആശ്രിതർക്കും അഗതികൾക്കുമുള്ള സഹായം, പ്രതികൂല സാഹചര്യങ്ങളിൽ ക്ഷമ അവലംബിക്കൽ, ഉത്തരവാദിത്വ നിർവഹണം, അഭിമാന സംരക്ഷണാർഥം സമ്പത്ത് നിർലോഭമായി ചെലവഴിക്കൽ, പാവങ്ങളോടുള്ള വിനയം, വഞ്ചന, ചതി-തട്ടിപ്പ് തുടങ്ങിയവയിൽ നിന്ന് അകന്നുനിൽക്കൽ, കർത്തവ്യബോധം എന്നിവ അതിൽ ഉൾപ്പെടുന്നു.

ബദവികളെ നയിച്ചുകൊണ്ടുപോകുക എന്നത് അനായാസ ദൗത്യമായിരുന്നുവെന്ന് ഇപ്പറഞ്ഞതിനർഥമില്ല. സംഘബോധം പുലർത്തി ടീം സ്പിരിറ്റോടെ കാര്യങ്ങൾ നിർവഹിക്കുന്ന സ്വഭാവത്തേക്കാൾ അവരിൽ പ്രകടമായത് അതിശക്തമായ വ്യക്തിനിഷ്ഠ

(Individualistic) പ്രകടനങ്ങളായിരുന്നു. 'ഓരോ ബദവിയും നേതാവാകാൻ ഉത്സുകനാണ്' എന്ന് ഇബ്നു ഖൽദൂൻ എഴുതുന്നു. മറ്റൊരാൾക്ക് അധികാരം കൈമാറാൻ താൽപര്യമുള്ള ഒരു ബദവിയും ഉണ്ടാകില്ല. സ്വന്തം പിതാവോ, സഹോദരനോ, മുതിർന്ന കുടുംബാംഗമോ ആയാൽപോലും അതാണവസ്ഥ. ഓരോ അറബിയും നേതാവാകാനാഗ്രഹിക്കുന്ന അത്തരത്തിലുള്ള സ്വഭാവ വിശേഷം, ഫലപ്രദമായ സംഘ ബോധത്തെ നിരാകരിക്കുന്നത് ഇക്കാലത്തും തുടർന്നുവരുന്നു. അറബി ഒരു പക്ഷേ, മരുഭൂമി ഉപേക്ഷിച്ചു പോയേക്കാം. എന്നാൽ, ഒരു മരുഭൂമിയും അറബിയെ ഉപേക്ഷിക്കില്ല.

പരുഷപ്രകൃതനും അഭിമാനിയും അധികാരക്കൊതിയനുമായ ബദവിയെ മാറ്റിയെടുക്കാൻ ഇസ്‌ലാമിനുണ്ടായിരുന്ന ശക്തിയെക്കുറിച്ച് ഖൽദൂൻ നിരീക്ഷിക്കുന്നു. മതബോധമുണ്ടാകുമ്പോൾ അഹങ്കാരം, അസൂയ തുടങ്ങിയ ദുർഗുണങ്ങൾ അവരിൽനിന്ന് വിട്ടകലുന്നു. അങ്ങനെയാണെങ്കിലും നാടോടിയായ അറബികൾ സവിശേഷമായ നേതൃത്വത്തെ ആഗ്രഹിച്ചിരുന്നു. പ്രതിരോധാവശ്യത്തിന് അത്യന്താപേക്ഷിതമായ സംഘബോധം നിലനിർത്താൻ നേതാവ് അവർക്കാവശ്യമായിരുന്നു. അതുകൊണ്ട് അവർക്കിടയിൽ ശത്രുതയുണ്ടാക്കാത്തവിധം നേതാവ് ദയാപൂർവം ഭരിച്ചു. അല്ലാത്തപക്ഷം സംഘബോധത്തിന് വിള്ളലുണ്ടാകും. അത് നേതാവിന്റെയും ബദവികളുടെയും നാശത്തിന് കാരണമാകും.

മനുഷ്യർ പരസ്പരം സഹകരിച്ച് ജീവിക്കാനാണ് സൃഷ്ടിക്കപ്പെട്ടതെന്ന അടിസ്ഥാനതത്ത്വമാണ് ഇബ്നു ഖൽദൂൻ സ്വീകരിച്ചത്. സഹകരണമുണ്ടാക്കുന്നതിൽ വിജയിക്കുന്ന അടിസ്ഥാനഗുണമായി ഇബ്നു ഖൽദൂൻ വിശേഷിപ്പിക്കുന്നത് 'അസബിയ്യ'യെയാണ്. സംഘബോധം, സംഘഗുണം എന്നൊക്കെയാണ് അതുകൊണ്ടുദ്ദേശിക്കുന്നത്. കൂടുതൽ 'അസബിയ്യ' ഉണ്ടാകുമ്പോൾ ഒരുവിഭാഗം മറ്റൊരു വിഭാഗത്തെക്കാൾ മികച്ചുനിൽക്കുന്നു. മെച്ചപ്പെട്ട രീതിയിൽ അസബിയ്യയെ കൈകാര്യം ചെയ്യുന്ന നേതാക്കൾ തങ്ങളുടെ എതിരാളികളെക്കാൾ ശക്തരായിരിക്കും. അതിലൂടെ ഒരുവേള അവർക്ക് പുതിയ രാജവംശങ്ങളും ഭരണകൂടങ്ങളും ഉണ്ടാക്കാനും കഴിഞ്ഞിരുന്നു.

പക്ഷേ, ചരിത്രത്തിലൂടെ കണ്ണോടിച്ചാൽ, വിജയം സുഖലോലുപതയ്ക്ക് വഴിയൊരുക്കുകയും തദ്ഫലമായി സ്ഥിരവാസത്തിന് പാകപ്പെടുകയും ചെയ്യും. അതു പക്ഷേ, നിഷ്ക്രിയതയും അപചയവും സമ്മാനിക്കുന്നു. അതുവഴി അസബിയ്യ ദുർബലമാകുന്നു. അതുകൊണ്ട് നാഗരികലോകം നാടോടിലോകത്ത് കൂടുതൽ 'അസബിയ്യ' സ്വാധീനമുള്ള ജനതകൾക്കു മുമ്പിൽ ദുർബലരായിത്തീരും. ഇബ്നു ഖൽദൂൻ തിമൂറുമായി ചർച്ചചെയ്ത വിഷയങ്ങളിൽ ഇതെല്ലാം കടന്നുവന്നുവെന്നതിൽ ഒരു സംശയവുമില്ല. കാരണം, തിമൂർ നാടോടിസംഘങ്ങളുടെ നേതാവും നഗരങ്ങളുടെ നാശകാരിയുമാണ്. അപ്രകാരം രാജവംശങ്ങളുടെ ചരിത്രം വർത്തുള പാതയിൽ സഞ്ചരിക്കുന്നു. ചുരുക്കത്തിൽ, അധികാരത്തെക്കുറിച്ച പര്യാലോചനയാണ് ഇബ്നു ഖൽദൂന്റെ അൽമുഖദ്ദിമ.

അസബിയ്യ എന്ന പദത്തിന് കൃത്യമായ ഇംഗ്ലീഷ് പദമില്ലെന്നുതന്നെ പറയാം. ഒരു സംഘത്തിലെ അംഗങ്ങളുടെ ഇഴുകിച്ചേരലാണത്. ഒരു സംഘത്തിന്റെ സാംസ്കാരികമായ ആഗ്രഹാഭിലാഷങ്ങൾക്കുള്ള ചോദന, ധർമവീര്യം, സ്വത്വം, ആത്മവിശ്വാസം, അച്ചടക്കം, സാമൂഹികമായ അഭിലാക്ഷം തുടങ്ങി സംഘത്തെ അതിന്റെ അംഗങ്ങളുടെ ആകത്തുകയ്ക്കപ്പുറത്തുള്ളസാകല്യത്തിൽ അസബിയ്യ കുറിക്കുന്നു. ഒരു സംഘത്തിന് ദിശാബോധം നൽകി അധികാരം നേടിയെടുക്കാൻ പ്രേരിപ്പിക്കുന്നതെന്തും അസബിയ്യ ആയിരിക്കും.

നാം കണ്ടതുപോലെ നേതൃനൈപുണ്യവുമായി ഇബ്നുഖൽദൂന്റെ ചിന്തകൾ ബന്ധം സ്ഥാപിക്കുന്നുണ്ട്. എന്നാൽ അദ്ദേഹം ഊന്നൽ നൽകുന്നത് സംഘത്തിലും, അതിന്റെ അധികാരത്തിലും, സംഘബോധത്തിലേക്കുള്ള ഉയർച്ചയിലുമാണ് (അതുപോലെ താഴ്ചയിലും); നേതാവിന്റെ നേതൃഗുണത്തിനല്ല. മുമ്പുണ്ടായിരുന്ന അസബിയ്യ നഷ്ടമായാൽ നേതാക്കൾ പ്രയോജനം ചെയ്യില്ല. ഇബ്നു ഖൽദൂനെ പാശ്ചാത്യ എഴുത്തുകാർ സാമൂഹികശാസ്ത്രത്തിന്റെ പിതാവായി കണക്കാക്കുന്നതിന്റെ കാരണം മൗലികമായ ഈ ചിന്തകളാണ്.

എന്നാൽ ഒരു സംഘത്തിന്റെ വിജയത്തിന് ഒരു പ്രത്യേക നേതാവിന്റെയോ നേതാക്കൻമാരുടെയോ പങ്കിനെ എടുത്തുദ്ധരിക്കാൻ

സാധിക്കും. നേതൃത്വം പ്രകടമായി വളരെ പ്രധാനപ്പെട്ട ഘടകമാണെങ്കിലും അതൊരു ഘടകം മാത്രമാണെന്നേ പറയാനാകൂ.

'ബുദ്ധിപൂർവം നയിക്കപ്പെട്ട പത്തു പട്ടാളക്കാർ നേതാവില്ലാത്ത നൂറുപേരെ പരാജയപ്പെടുത്തും' - യൂറിപ്പിഡിസ്.

ഇപ്പറഞ്ഞത് ശരിയാണ്. പക്ഷേ, ഇബ്നു ഖൽദൂൻ നിരീക്ഷിക്കുന്നതുപോലെ ഒരു മറുവാദവുമുണ്ട്. പത്ത് പട്ടാളക്കാരുടെ അസബിയ്യയാണ്, അതുപോലെ അവരുടെ പരിശീലനവും സിദ്ധികളുമാണ്, മുന്നിൽ നിന്ന് നയിക്കുന്നവരെപ്പോലെ നിർണായകമായത്. മുന്നൂറു മുസ്ലിംകൾ ആയിരത്തിൽപരം മക്കാ പടയാളികളുമായി പോരാടി വിജയിച്ച ബദ്ർ യുദ്ധത്തിൽ, അവരുടെ വിജയഹേതു നല്ലൊരു നേതൃത്വമുണ്ടായിരുന്നുവെന്നതുമാത്രമായിരുന്നില്ല. അതിലുപരി, അവരുടെ ദൈവവിശ്വാസം എതിരാളികളുടെ വിശ്വാസത്തെ അതിജയിക്കുംവിധം ഉന്നതമായിരുന്നതാണ്.

വിനയം കൈവിടാതിരിക്കാൻ നേതാക്കൻമാർ 'ഗോത്രമാണ് ഗോത്രമുഖ്യനെക്കാൾ വലുത്' എന്ന സ്കോട്ടിഷ് പഴമൊഴി ഓർക്കുന്നത് നല്ലതാണ്. നിങ്ങളുടെ സംഘത്തെയും സംഘടനയെയും സേവിക്കാൻ നേതാക്കൾ എന്ന നിലക്കാണ് നിങ്ങളുള്ളത് എന്ന സങ്കൽപത്തെയാണ് അത് അടിവരയിടുന്നത്. അതുപക്ഷേ, അവർക്കുമേൽ നിങ്ങളുടെ കേമത്തം അടിച്ചേൽപിക്കാനല്ല. മറിച്ച് അവർക്ക് സ്വത്വബോധം പകർന്നുനൽകി വളർത്തിയെടുക്കാനും തങ്ങളുടെ വലിപ്പത്തെ കൃത്യമായി കാട്ടിക്കൊടുക്കാനുമാണ്.

അതിരുകവിഞ്ഞ ഭാവനാവിലാസം ഇതൾവിടർത്തുന്നുണ്ടെങ്കിലും ഇബ്നുഖൽദൂനെ സാമൂഹിക മനഃശാസ്ത്രത്തിന്റെ ആവിഷ്കർത്താവെന്ന നിലക്ക് കാണാവുന്നതാണ്. അതായത്, വ്യക്തികളുടെ മനഃശാസ്ത്രത്തിനല്ല, സംഘങ്ങളുടെ മനഃശാസ്ത്രത്തിനാണ് അദ്ദേഹം ഊന്നൽ നൽകിയത്. ഇന്ന് ഈ മേഖലയിൽ പ്രവർത്തകസംഘങ്ങളെ വേറിട്ട ഘടകങ്ങളായിക്കാണാതെ, പൂർണത കൈവന്ന സാകല്യമായി കാണുന്നു. അവർക്ക് അവരുടേതായ തനത് ജീവിതമുണ്ട്. വ്യക്തികളെപ്പോലെ, ഒരുമിച്ചു നിൽക്കുന്ന സംഘത്തിന് അനുപമമായ സംഘവ്യക്തിത്വം (Group Personality) വളർത്തിയെടുക്കാനാകുന്നു. എന്നാൽ സംഘങ്ങൾ പൊതുവായ ചില സംഗതികൾ

പങ്കുവെക്കുന്നുണ്ട്. സംഘങ്ങളിലെ ഈ പ്രാപഞ്ചിക ഘടകങ്ങളെപ്പറ്റി പഠിച്ചപ്പോഴാണ് നേതാവിന്റെ പൊതുവായ ദൗത്യത്തെ കണ്ടെത്താൻ എനിക്ക് കഴിഞ്ഞത്. ആ സമീപനത്തിന്റെ ലഘുവായ ഒരു രേഖാചിത്രമാണ് ഇവിടെ വരച്ചിടുന്നത്.

ഞാൻ ഇവിടെ പരാമർശിക്കുന്ന എന്റെ കണ്ടെത്തൽ വളരെ ലളിതമാണ്. അതായത്, എല്ലാ പ്രവർത്തകസംഘങ്ങളിലും അന്യോന്യം സ്വാധീനിക്കുന്ന ആവശ്യകതയുടെ മൂന്നു മേഖലകളുണ്ട്. അത് വിശകലനം ചെയ്യുമ്പോൾ നാം ചെന്നെത്തുന്നത് നമുക്ക് ഇനിയും മനസ്സിലാക്കാൻ പ്രയാസമായ നേതാവിന്റെ പ്രാപഞ്ചിക ദൗത്യമെന്തെന്നതിലേക്കാണ്.

മൂന്ന് ആവശ്യകതകൾ:

1. ഒരു പൊതുവായ ലക്ഷ്യം നേടേണ്ട ആവശ്യകത.

2. പ്രവർത്തനസജ്ജവും ഏകീകൃതവുമായ ഒരു സംഘമെന്ന നിലയിൽ ഒരുമിച്ചു ചേരേണ്ടതിന്റെയും നിലനിൽക്കേണ്ടതിന്റെയും ആവശ്യകത.

3. സിദ്ധിഗുണങ്ങളുള്ള വ്യക്തികളെ പ്രവർത്തക സംഘത്തിലേക്ക് കൂട്ടിക്കൊണ്ടുവരേണ്ടതിന്റെ ആവശ്യകത.

ഒരു ചിത്രം ആയിരം വാക്കുകൾക്ക് തുല്യമാണെന്ന് ഒരു ചൈനീസ് പഴഞ്ചൊല്ലുണ്ട്. അതിനാൽ, താഴെക്കാണുന്ന ചിത്രം നോക്കുക:

പരസ്പര സ്വാധീനം സാധ്യമാകുന്ന ഏതാനും ഘടകങ്ങളെ നമുക്ക് കണ്ടെത്താൻ ശ്രമിക്കാം. ഈ ചിത്രത്തിലെ കടമകൾ എന്ന് പേരിട്ട വൃത്തത്തിനകത്ത് ഒരു നാണയം വെക്കുക. അത് മറ്റുരണ്ട് വൃത്തങ്ങളെക്കൂടി ഉൾപെടുത്തുന്നത് കാണാം. അതായത്, കടമകൾ ഇല്ലാതെ വന്നാലോ കടമകൾ നിറവേറ്റുന്നത് പരാജയപ്പെട്ടാലോ സംഘത്തിന്റെ നിലനിൽപ്പിന്നെ അത് ബാധിക്കും. അത് വിഘടനമനോഭാവമുണ്ടാക്കും. അതുപോലെ വ്യക്തികളുടെ ആവശ്യങ്ങളെ അത് ബാധിക്കുകയും സംഘത്തിനകത്തെ വൈയക്തിക സംതൃപ്തിയുടെ നില താഴ്ത്തുകയും ചെയ്യും. സംഘം എന്ന വൃത്തത്തിലേക്ക് നാണയം നീക്കുക. ഒരു സംഘത്തിലെ ബന്ധങ്ങ

ളുടെ അഭാവം കർത്തവ്യത്തെയും വ്യക്തി ഗതമായ ആവശ്യങ്ങളെയും എങ്ങനെ ബാധിക്കുമെന്ന് ഒറ്റനോട്ടത്തിൽത്തന്നെ നമുക്ക് കാണാം.

നേരെമറിച്ച്, ഒരു സംഘശക്തി ദൗത്യം പൂർത്തീകരിക്കുമ്പോൾ സംഘത്തിന്റെ പരസ്പരബന്ധവും സംഘത്തിലുൾപ്പെട്ടതിന്റെ

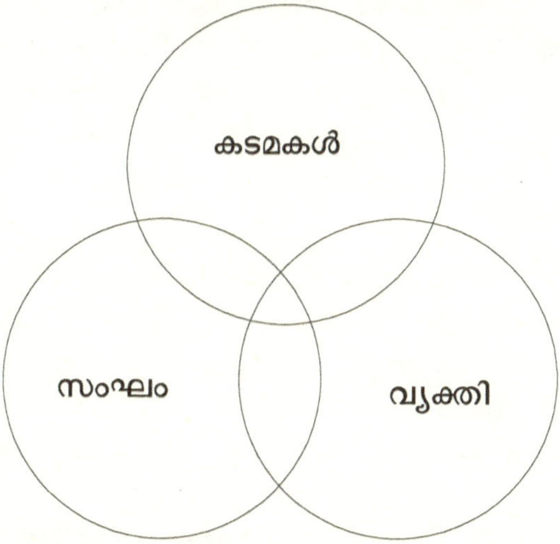

ആഹ്ലാദവും ശക്തമായിരിക്കും. അവരിലെ സംഘടിതവും വ്യക്തി ഗതവുമായ ആത്മവീര്യം ഉയർന്നുനിൽക്കും. അതുപോലെ ഒരു സംഘത്തിലുൾപ്പെട്ട അംഗങ്ങൾ തങ്ങളുടെ സംഘബോധം ശക്തിപ്പെടുത്തി ഐക്യത്തോടെ പ്രവർത്തിക്കുമ്പോൾ അതിന്റെ കാര്യക്ഷമത വർധിക്കുന്നു. മാത്രമല്ല, വ്യക്തികൾ സംഘത്തിന്റെ ഗുണസവിശേഷതകളെ തങ്ങളിലേക്ക് സ്വാംശീകരിച്ച് പൊതുജീവിതത്തിലേക്ക് കൊണ്ടുവരുന്നതിനാൽ പ്രസ്തുത ലക്ഷ്യം നേടിയെടുക്കാൻ കഴിയുകയും ചെയ്യുന്നു.

ഓരോ അവശ്യ മേഖലയും മറ്റുരണ്ട് മേഖലകൾക്കുമേൽ സ്വാധീനം ചെലുത്തുന്നുവെന്ന പ്രത്യക്ഷ സംഗതി പരസ്പരം കോർത്തിണക്കപ്പെട്ട ഈ വൃത്തങ്ങൾ വരച്ചുകാട്ടുന്നു. പരസ്പരം വേറിട്ട ഘടകങ്ങളായി അവ നിലനിൽക്കുന്നില്ല. വ്യക്തമായി പറഞ്ഞാൽ ഒരു സംഘം അതിന്റെ കടമകൾ ചെയ്തു തീർക്കുന്നതിനും ലക്ഷ്യബോധമുള്ള സംഘമായി ഒരുമിച്ചുചേരുന്നതിനും ചില 'കർത്തവ്യങ്ങൾ'

പൂർത്തീകരിക്കപ്പെടേണ്ടതുണ്ട്. കർത്തവ്യങ്ങൾ (Functions) എന്ന് ഞാനീസന്ദർഭത്തിൽ വിളിക്കുന്നത് ഒന്നോ അതിലധികമോ വരുന്ന ആവശ്യങ്ങൾ സാധ്യമാക്കുന്ന പെരുമാറ്റമോ വാക്കോ പ്രവൃത്തിയോ ആണ്. ഒരുവേള, നേതൃത്വത്തിന്റെ ഉത്തരവാദിത്വം അർപ്പിതമായ മേഖലകൾ എന്നും അതിനെ വിളിക്കാം. ലക്ഷ്യം, ആസൂത്രണം, നിയന്ത്രണം, വിലയിരുത്തൽ, സംഘത്തിന് പിന്തുണയും പ്രോത്സാഹനവും നൽകൽ തുടങ്ങിയവ ഈ സന്ദർഭത്തിൽ കർത്തവ്യങ്ങൾ എന്ന് ഞാനുദ്ദേശിച്ചതിൽപെടും. നിങ്ങൾ എന്താണോ അതാണ് സത്ത (Quality). നിങ്ങൾ എന്തുചെയ്യുന്നോ അതാണ് കർത്തവ്യം. സിദ്ധിവൈഭവത്തിലെ ഏറ്റക്കുറച്ചിലനുസരിച്ച് ആ കർത്തവ്യം പൂർത്തീകരിക്കപ്പെടും.

''ദൗത്യം നിർണയിക്കാത്ത കാഴ്ചപ്പാട് കേവലം സ്വപ്നം; കാഴ്ചപ്പാടില്ലാത്ത പ്രവൃത്തി വൃഥാവേല. എന്നാൽ കാഴ്ചപ്പാടോടു കൂടിയ പ്രവൃത്തി ലോകത്തെ മാറ്റുന്നു'' - പഴമൊഴി. അടിസ്ഥാന പരമായ ഈ കർത്തവ്യങ്ങൾ പൂർത്തീകരിക്കുകയെന്ന ഉത്തരവാദിത്വമാണ് നേതാവിന്റെ മുഖ്യ ദൗത്യം. എല്ലാ കാര്യങ്ങളും നേതാക്കൻമാർ സ്വയം ചെയ്യണമെന്നല്ല ഇപ്പറഞ്ഞതിന്റെ ഉദ്ദേശ്യം. ഒരാൾക്ക് മാത്രം ചെയ്തു തീർക്കാനാകാത്തത്ര കർത്തവ്യങ്ങൾ ഒരു സംഘത്തിനുണ്ടാകാം. ഒരു നല്ല നേതാവ് തന്റെ സംഘാംഗങ്ങളെയെല്ലാം സ്വയമേവ നേതാക്കന്മാരായി പരിഗണിക്കുന്നു. നേതാന്മാരുടെ നേതാവാണ് അയാൾ/അവൾ.

ഉദാഹരണത്തിന്, തീരുമാനമെടുക്കുന്ന കാര്യംതന്നെ നോക്കുക. തീരുമാനങ്ങൾ സംഘാംഗങ്ങളുമായി എത്രമാത്രം പങ്കുവെക്കുന്നോ അത്രയും അത് സദ്ഫലങ്ങളേകുന്നു. കാരണം അതിൽ ഭാഗഭാക്കാകുന്ന ആളുകൾക്ക് ദൗത്യം പൂർത്തീകരിക്കുന്ന വിഷയത്തിൽ ആത്മാർഥതയുണ്ടാകാൻ അത് സഹായിക്കും. എന്നാൽ, ചില സ്വാഭാവിക സംഗതികൾ - ഉദാ: സമയക്കുറവ്, അറിവിന്റെ വ്യാപ്തി, വ്യക്തിയുടെയോ സംഘത്തിന്റെയോ പരിചയസമ്പത്ത് - നിങ്ങളുടെ ദൗത്യനിർവഹണത്തെ പരിമിതപ്പെടുത്തുന്ന ഘടകങ്ങളാണ്.

എന്തുകൊണ്ടാണ് ഒരു സംഘം ഒരു പ്രത്യേകവ്യക്തിയെ നേതാവായിക്കാണുകയും സ്വീകരിക്കുകയും ചെയ്യുന്നത്. ഈ ചോദ്യത്തിന് പ്രായോഗികമായ ഉത്തരം നമുക്ക് നൽകാനാകും:

'ഒരു നേതാവെന്നാൽ കേവലം സാങ്കേതികമോ തൊഴിൽ പരമോ ആയ വൈജ്ഞാനികസിദ്ധികൾക്കപ്പുറം സവിശേഷ ഗുണങ്ങളുള്ള ഒരു വ്യക്തിയാണ്. ഒരു സംഘം ലക്ഷ്യമിടുന്ന ദൗത്യം പൂർത്തീകരിക്കാൻ ആവശ്യമായ കർത്തവ്യങ്ങൾ അയാൾ അവരിലൂടെ നിറവേറ്റുകയും അവരെ അതിനായി കൂട്ടിയിണക്കുകയും ചെയ്യുന്നു. നേതാവ് ഒറ്റക്കല്ല ഇത് ചെയ്യുന്നത്. ഉദ്യമത്തിൽ ഭാഗഭാക്കായ മുഴുവൻ ആളുകളെ പ്രചോദിപ്പിച്ചും അവരുടെ സഹായ സഹകരണങ്ങൾ സ്വീകരിച്ചുമാണ് ലക്ഷ്യം കണ്ടെത്തുന്നത്.'

സംഘടനയും സമുദായവും നാം വേർതിരിച്ചു മനസ്സിലാക്കേണ്ടതുണ്ട്. രണ്ടും കലുഷമായ ഒരവസ്ഥയിൽ മനുഷ്യൻ നിലനിർത്തുന്ന വ്യവസ്ഥാക്രമത്തിന്റെ ഉൽപന്നങ്ങളാണ്. കുടുംബം, സജാതീയമായ സംഘം, ഗോത്രം എന്നിവയിൽ നിന്നാണ് സമുദായം രൂപംകൊള്ളുന്നത്. ഒരു പൊതുനിയമമോ, ഭരണരീതിയോ സ്വീകരിക്കുന്നതിലൂടെ സമുദായം ക്രമം കണ്ടെത്തുന്നു. നമ്മുടെ രാഷ്ട്രങ്ങളുടെ വംശപരമ്പര ഇതാണ്. എന്നാൽ, സംഘടന വിപുലമായ വേട്ട സംഘങ്ങളാണ്. ഒരു പ്രത്യേക ദൗത്യം, അല്ലെങ്കിൽ ലക്ഷ്യം എന്നിവ മുൻനിർത്തി രൂപപ്പെടുന്നവയാണ് സംഘടനകൾ. അവസാനമായി, നേതൃത്വം വിവിധ തലങ്ങളിൽ രൂപംകൊള്ളുന്നു എന്ന കാര്യം മനസ്സിൽവെക്കേണ്ടതാണ്:

ഒന്ന്, ടീം: പത്തോ ഇരുപതോ ആളുകൾ അടങ്ങിയ ഒരു ടീമിന്റെ നേതാവിന് സ്പഷ്ടമായ കടമകൾ ചെയ്തുതീർക്കാനുണ്ടാവും.

രണ്ട്, ദൗത്യനിർവഹണം: ഒരു സംഘടനയുടെ പ്രധാന ഘടകങ്ങളിലൊന്നിന്റെ നേതാവിന് തന്റെ നിയന്ത്രണത്തിൻകീഴിൽ ഒന്നിലേറെ ടീം ലീഡർമാർ ഉണ്ടാവും. അങ്ങനെയാകുമ്പോൾ നേതാക്കന്മാരുടെ നേതാക്കന്മാർ എന്ന് അവരെപ്പറ്റി പറയാം.

മൂന്ന്, തന്ത്രങ്ങൾ ആവിഷ്കരിക്കൽ: മുഴുവൻ സംഘടനയുടേയും നേതാവ്. അയാൾക്കു കീഴിൽ കർമനിരതരായ നിരവധി നേതാക്കൾ ഉണ്ടാവും.

ഒരു സംഘടനയുടെ വിജയത്തിനുള്ള ലളിതമായ ഫോർമുല പ്രസ്തുത ദൗത്യങ്ങൾ വഹിക്കാൻ കാര്യക്ഷമതയുള്ള നേതാക്കന്മാർ ഉണ്ടാവുകയും അവർ തികഞ്ഞ സൗഹൃദത്തോടെ താളാത്മക

മായി ഒരു സംഘമെന്നോണം പ്രവർത്തിക്കുകയും ചെയ്യുക എന്ന താണ്. എന്നാൽ, ലളിതമായി പറയട്ടെ, 'ഇന്നത്തെ ജീവിതസമ്മർദ ങ്ങളുടെ സാഹചര്യത്തിൽ അത്തരമൊരു സിദ്ധി നേടിയെടു ക്കാനോ അത് നിലനിർത്താനോ എളുപ്പമല്ല.'

* * *

നേതാവിന്റെ പൊതുവായ ദൗത്യമാണ് ഞാൻ മുകളിൽ വിശ ദീകരിച്ചത്. എല്ലാകാലത്തും എല്ലായിടത്തും മനുഷ്യർ തങ്ങളുടെ നേതാക്കളിൽനിന്ന് പ്രതീക്ഷിക്കുന്ന ഉത്തരവാദിത്വനിർവഹണം ആണിത്. വിശ്വാസികൾക്കിടയിൽ ഐക്യമുണ്ടാക്കിയത് അല്ലാഹു വാണെന്ന് ഖുർആൻ പറയുന്നു. എന്നാലോ, മറ്റേതു നേതാക്കന്മാരെ ക്കാളും ആ ലക്ഷ്യം മുൻനിർത്തി ലക്ഷ്യം നിർണയിക്കാനും, അത് നേടിയെടുക്കാനും, യോജിപ്പോടെ പ്രവർത്തിക്കാനും സാധ്യമാ ക്കിയത് മുഹമ്മദ് നബിയാണ്. അദ്ദേഹത്തിന്റെ നേതൃത്വത്തിന് കീഴിൽ മുഹാജിറുകളും (പലായനം ചെയ്തവർ) അൻസ്വാറുകളും (സഹായിച്ചവർ) മുൻമാതൃകയില്ലാത്തവിധം ഒന്നായി. പ്രവാചകന്റെ അനുയായികൾ, പിന്തുണക്കാർ എന്നർഥം വരുന്ന അസ്ഹാബുക ളായി അവർ. സംഘത്തിലുള്ള ഓരോ വ്യക്തിക്കും തന്റെ വിശാല മായ ആവശ്യങ്ങൾ നിറവേറപ്പെടുമെന്ന പ്രതീക്ഷയും അദ്ദേഹം നൽകി;ഇവിടെക്കിട്ടിയില്ലെങ്കിലുംപരലോകത്തെന്തായാലുംലഭിക്കു മെന്നും.

മുഹമ്മദ് നബിയെപ്പോലുള്ള മഹാന്മാരായ നേതാക്കൾ തങ്ങ ളുടെ ജനതയെ പ്രചോദിപ്പിക്കുന്നതെങ്ങനെയെന്ന് ഒരു നിമിഷം ചിന്തിച്ചുനോക്കൂ. എന്നാൽ പ്രചോദനം അവിടെ ഉഭയകക്ഷി ഇടപാ ടാണ്. അതായത്, അത് കൊടുക്കുകയും സ്വീകരിക്കുകയും ചെയ്യുന്നു. തങ്ങളുടെ ഗരിമ പ്രകടിപ്പിക്കുംവിധം സംഘങ്ങളും സംഘടന കളും ഉണ്ടാക്കുന്ന നേതാക്കൾക്കു പകരം, സംഘടനകളും സമു ദായങ്ങളും, രാഷ്ട്രങ്ങളും തങ്ങളുടെ വലിയ പ്രതീക്ഷകളെ നിറ വേറ്റിത്തരുകയും തങ്ങളുടെ മൂല്യങ്ങളിലും കാഴ്ചപ്പാടുകളിലും ഭാഗഭാക്കാകുകയും ചെയ്യുന്ന നേതാക്കളെ അന്വേഷിച്ച് കണ്ടെ ത്തുകയുമാണ് ചെയ്യുന്നത്.

'നിങ്ങൾ എപ്രകാരമാണോ അതുപോലെയാണ് നിങ്ങളുടെ നേതാക്കൾ'

- അറബി പഴമൊഴി.

സാരാംശങ്ങൾ

1. ഒരു ഭരണാധികാരിയോ, ഗവർണറോ, സൈന്യാധിപനോ, മാനേജരോ ആയി നിങ്ങൾക്ക് നിയമനം ലഭിച്ചേക്കാം. എന്നാൽ, ആ നിയമനം നിങ്ങൾക്ക് കീഴിൽ നിൽക്കുന്നവരുടെ ഹൃദയങ്ങളിലും മനസ്സുകളിലും അംഗീകാരമായി മാറുന്നതുവരെ നിങ്ങൾ നേതാക്കളാവില്ല.

2. എല്ലാ വൈയക്തിക സാമൂഹികബന്ധങ്ങളിലും കൈമാറ്റം അടിസ്ഥാന നിയമമാണ്. നേതാവെന്ന നിലക്ക് നിങ്ങളെന്ത് പകർന്നുകൊടുക്കുന്നുവോ അതാണ് തിരികെ നിങ്ങൾക്ക് ലഭിക്കുക. 'സ്നേഹിക്കപ്പെടുന്നവർ സ്നേഹിച്ചുകൊണ്ട് തുടങ്ങണം' എന്നൊരു അറബി പഴമൊഴിയുണ്ട്.

3. ക്ഷേമകാലത്തും ക്ഷാമകാലത്തും നല്ല നേതാക്കന്മാരെ ആളുകൾ പിന്തുടരുന്നു. കാരണം, വ്യക്തിയെന്ന നിലക്ക് അവർക്കദ്ദേഹത്തിൽ ആത്മവിശ്വാസമുണ്ട്. അതുപോലെ നേതാവിന്റെ കഴിവിലും പരിചയസമ്പത്തിലും അവർക്ക് വിശ്വാസമുണ്ട്. കാരണം അവരെ സംബന്ധിച്ചിടത്തോളം നേതാവിനെക്കൊണ്ട് കാര്യമുണ്ടെന്ന് അവർക്കറിയാം.

4. തങ്ങളുടെ സംഘത്തിന്റെ ഗുണങ്ങളും മൂല്യങ്ങളും സ്വന്തം ജീവിതത്തിൽ മാതൃകയാക്കുന്നതിനോടൊപ്പം നേതാക്കൾക്ക് ആ പദവി ആവശ്യപ്പെടുന്ന സ്ഥിരോത്സാഹം, സമഗ്രത, സ്ഥൈര്യം, നീതിബോധം, പ്രതിസന്ധി തരണം ചെയ്യാനുള്ള കഴിവ്, ഊഷ്മളത, മനുഷ്യത്വം, വിനയം തുടങ്ങി അടിസ്ഥാന ഗുണങ്ങളുണ്ടാവണം.

5. പ്രവർത്തന മേഖലയുടെയോ സാഹചര്യത്തിന്റെയോ സ്വാധീനം നേതൃത്വത്തെ ബാധിക്കാറുണ്ട്. വ്യത്യസ്തമായ ദൗത്യങ്ങൾ വ്യത്യസ്ത സിദ്ധിവൈഭവമുള്ള നേതാക്കൻമാരെ ആവശ്യപ്പെടുന്നു. പ്രത്യേകമേഖലയിലുള്ള അനുഭവസമ്പത്തും വൈജ്ഞാനികമികവും പുലർത്തുന്നവരിലേക്കാണ് അധികാരശക്തി ചെന്നെത്തുക.

6. ആവശ്യമായ കർത്തവ്യങ്ങൾ ചെയ്തുതീർക്കാനുള്ള നിങ്ങളുടെ കഴിവുകൾ എല്ലായ്പ്പോഴും മെച്ചപ്പെടുത്താം. നേതൃത്വം എന്നാൽ പ്രവർത്തിച്ച് കാട്ടിക്കൊടുക്കലാണ്. അത് പ്രവർത്തന കേന്ദ്രീകൃതമാണ്. നേതാവ് ചെയ്തുതീർക്കേണ്ട തന്റെ പങ്ക് പൂർത്തീകരിക്കുക; നിങ്ങളുടെ സവിശേഷഗുണങ്ങൾ ബാക്കി കാര്യങ്ങൾ നോക്കിക്കൊള്ളും.

ഒരാൾ എന്താണോ ചെയ്യുന്നത് അയാൾ അതായിത്തീരുന്നു (കർമമാണ് നിയോഗം).

- സ്പാനിഷ് പഴമൊഴി

അനുബന്ധം

നബിചരിത്രസംഗ്രഹം

ക്രി. 570-ലാണ് നബി ജനിച്ചത്. ഖുറൈശി ഗോത്രത്തിലെ അഭിമാനികളായ കുടുംബ പരമ്പരയിൽപെട്ട ദരിദ്രനായ കച്ചവടക്കാരൻ അബ്ദുല്ല ആയിരുന്നു നബിയുടെ പിതാവ്. അറേബ്യൻ മണലാരണ്യത്തിലെ മക്കയിലുള്ള കഅ്ബാ ദേവാലയത്തിന്റെ പരമ്പരാഗത സൂക്ഷിപ്പുകാരും ധീരൻമാരുമായിരുന്നു പിതാവിന്റെ ഗോത്രക്കാർ. നബിയെ ഉമ്മ ആമിന ഗർഭം ധരിച്ചിരിക്കുമ്പോൾ പിതാവ് അബ്ദുല്ല മരണപ്പെട്ടു. ആറാം വയസ്സിൽ ഉമ്മയും മരണപ്പെട്ടതോടെ നബി തീർത്തും അനാഥനായി. ആദ്യം പിതാമഹനും പിന്നീട് പിതൃജ്യേഷ്ഠൻ അബൂത്വാലിബും നബിയെ സംരക്ഷിച്ചുവളർത്തി. ആദ്യം ആട്ടിടയൻ, തുടർന്ന് കച്ചവട സംഘത്തിന്റെ നേതാവ് എന്നിങ്ങനെ നബി ജോലി ചെയ്തു. 24-ാമത്തെ വയസ്സിൽ, സമ്പന്നയായ വിധവ ഖദീജയുടെ (മരണം ക്രി. 678) കച്ചവട സംഘത്തിന്റെ തലവനായിരുന്നു നബി. ഒടുവിൽ ഖദീജയെ വിവാഹം ചെയ്തു. അതിൽ അവർക്ക് ആറു മക്കളുണ്ടായി. എന്നാൽ, രണ്ടു പെൺമക്കളൊഴികെ എല്ലാവരും മരണപ്പെട്ടു. പിന്നീട് ഇസ്‌ലാമിലെ ഖലീഫമാരായ ഉസ്മാൻ ഉമ്മുകുൽസൂമിനെയും അലി ഫാത്വിമയെയും വിവാഹം കഴിച്ചു.

ഖദീജയുടെ ദൂതനും കച്ചവടസംഘത്തലവനും ഒക്കെ ആയി പ്രവർത്തിച്ചുകൊണ്ടിരിക്കെ ആത്മീയമായ ധ്യാനം മുഹമ്മദ് നബിയുടെ പതിവായിരുന്നു. ക്രി. 610-ൽ നബി മക്കക്ക് വെളിയിലുള്ള മലനിരകളിൽ പ്രാർഥനയും വ്രതവുമായി കുറച്ചുകാലം ചെലവിട്ടു. പാറക്കല്ലുകൾ നിറഞ്ഞ ഊഷരതയും, തീക്ഷ്ണമായ കാറ്റിന്റെ സംശുദ്ധിയും, പ്രഭാത പ്രദോഷങ്ങളുടെ സൗന്ദര്യവും, നക്ഷത്രങ്ങൾ

പൊലിപ്പിച്ച രാത്രിയുടെ അതിശയിപ്പിക്കുന്ന സൗന്ദര്യവും നബി അവിടെ ആസ്വദിച്ചു.

ഒരു രാത്രി പുതച്ചുമൂടി ഹിറാ പർവതത്തിലെ ഒരു ഗുഹയിൽ നബി വിശ്രമിക്കുകയായിരുന്നു. അപ്പോൾ അദ്ദേഹം ഗബ്രിയേൽ മാലാഖയെ കാണുകയും ആദ്യത്തെ ദിവ്യവെളിപാടുകൾ സ്വീകരിക്കുകയും (ഖുർആൻ -അൽ അലഖ്:1-5) ചെയ്തതായി വേദഗ്രന്ഥം സാക്ഷ്യപ്പെടുത്തുന്നു. യെശയ്യാവിനെപ്പോലെ നബി സ്വപ്നത്തിൽ ദൈവ സന്ദേശം സ്വീകരിച്ചതാവാം. അല്ലെങ്കിൽ ഹിബ്രുക്കൾ 'ബാത്ത്ഗോൽ' സ്വർഗലോകശബ്ദം (ശബ്ദത്തിന്റെ മകൾ) എന്ന് വിളിക്കുന്ന പ്രതിഭാസത്തിലൂടെ ദൈവസന്ദേശം കേട്ടതാവാം. അതുമല്ലെങ്കിൽ ഹിബ്രുവിൽ 'ഗവിറിയേൽ' (ദൈവത്തിൽനിന്നുള്ള ശക്തൻ) എന്ന് പറയപ്പെടുന്ന ഉത്തമ ദൈവദൂതനായ ഗബ്രിയേലിന്റെ മധ്യസ്ഥതയിലൂടെ നബി ദൈവത്തെ കേട്ടതാവാം. അതുമല്ലെങ്കിൽ തന്റെ ഉപബോധ മനസ്സിന്റെ ഉള്ളറകളിൽ നിന്ന് നിർഗളിച്ച നിശ്ചലമായ, മന്ദശബ്ദത്തിന്റെ രൂപത്തിലുള്ള വെളിപാട് വാക്കുകൾ കേട്ടതാവാം. ഈ പ്രതിഭാസം കാവ്യ സംഗീത രചനകളിൽ രേഖപ്പെട്ടു കിടക്കുന്നുണ്ട്. യാഥാർഥ്യം ദൈവത്തിനു മാത്രമേ അറിയൂ. എന്നാൽ, ഇതൊന്നും പരസ്പര വിരുദ്ധമായ കാര്യങ്ങളല്ല. എന്നാൽ, ഒരു കാര്യം എടുത്തു പറയേണ്ടതുണ്ട്: 'താനൊരു കവിയാണെന്ന കാര്യം നബി എപ്പോഴും നിഷേധിച്ചിരുന്നു.'

ഖുർആനിൽ സംരക്ഷിക്കപ്പെട്ട ഈ അരുളപ്പാടുകൾ (പാരായണം, പ്രഖ്യാപനം) കഅ്ബ ദേവാലയത്തിനു ചുറ്റുമുള്ള എണ്ണമറ്റ വിഗ്രഹങ്ങൾ നശിപ്പിക്കപ്പെടണമെന്നും സമ്പന്നർ ദരിദ്രരോട് കാരുണ്യം കാണിക്കണമെന്നും ആവശ്യപ്പെട്ടു. ഈ ലളിത സന്ദേശത്തിന് ഏതാനും അനുയായികളുണ്ടായി. എന്നാൽ തങ്ങളുടെ പ്രിയപ്പെട്ട വിശ്വാസങ്ങളും പരമ്പരാഗത ജീവിതരീതിയും വാണിജ്യ താൽപര്യങ്ങളും ഭീഷണി നേരിടുന്നുവെന്ന് തിരിച്ചറിഞ്ഞവർ അതിനെ കൊടിയ ശത്രുതയോടെ കൈകാര്യംചെയ്തു.

ഖദീജ മരിച്ചപ്പോൾ നബി ദാരിദ്ര്യത്തിലായി. തന്റെ പിതൃജ്യേഷ്ഠന്റെ മരണം അദ്ദേഹത്തിന് അരക്ഷിതബോധം സമ്മാനിച്ചു. കാരണം, തന്റെ ഗോത്രത്തിലെ ഏവരാലും മാനിക്കപ്പെട്ട ഒരാളുടെ സംരക്ഷണമാണ് നബിക്ക് നഷ്ടപ്പെട്ടത്. അദ്ദേഹത്തിന്റെ ഏതാനും

അനുയായികൾ അബിസീനിയയിൽ അഭയം പ്രാപിച്ചിരുന്നു. മക്കയിൽ തീർഥാടനത്തിന് വരുന്ന ബദവികളിൽ നിന്ന് ഏതാനും പേർ നബിയിൽ വിശ്വസിച്ചിരുന്നു. യസ്‌രിബ് എന്ന മരുപ്പച്ചയെ ചുറ്റിപ്പറ്റി ജീവിച്ചിരുന്ന രണ്ട് അർധ നാടോടി ഗോത്രങ്ങൾ (ഔസ്, ഖസ്റജ്)ഇവരിൽ പ്രത്യേക പരാമർ ശമർഹിക്കുന്നു. മക്കയുടെ വടക്കു ഭാഗത്ത് 350 കിലോമീറ്റർ അപ്പുറത്താണ് യസ്‌രിബിന്റെ സ്ഥാനം. ക്രി. 622 ആയപ്പോൾ, മക്കയിൽ നബിയുടെ ജീവന് ഭീഷണി നേരിട്ടു. അപ്പോൾ യസ്‌രിബുകാരുടെ സംരക്ഷണവും അഭയവും സ്വീകരിക്കാൻ നബി സന്നദ്ധത പ്രകടിപ്പിച്ചു. നബി അങ്ങോട്ട് പലായനം ചെയ്തു. ഹിജ്റ (പലായനം, വേർപാട്) എന്നറിയപ്പെടുന്ന ഈ സംഭവം മുസ്‌ലിം യുഗാരംഭത്തെ കുറിക്കുന്നു. യസ്‌രിബ് പിന്നീട് മദീന (നഗരം) എന്ന പേരിൽ അറിയപ്പെട്ടു. ഖുറൈശികളായ മുഹാജിറുകളും (പലായനം ചെയ്തവർ) മദീനയിലെ അറബ് ഗോത്രക്കാരായ അൻസ്വാറുകളും (സഹായികൾ) ഉൾപ്പെട്ട പുതിയ മുസ്‌ലിം സമുദായനേതാക്കൾ എടുത്ത ഏറ്റവും പ്രധാനപ്പെട്ട തീരുമാനം ഇസ്‌ലാമിന്റെ എന്നത്തെയും ശക്തരായ ശത്രുക്കൾക്കെതിരെ യുദ്ധം ചെയ്യുക എന്നതാണ്. ഒന്നാമതായി നേരിടേണ്ടിവന്നത് മക്കയിലെ വിഗ്രഹാരാധകരെയാണ്.

ക്രി. 624 മാർച്ചിൽ മുസ്‌ലിംകളുടെ ചെറുസംഘം മക്കയുടെ ചെറുസൈന്യത്തെ ബദ്റിൽ വെച്ച് പരാജയപ്പെടുത്തി. ഒരു വർഷം കഴിഞ്ഞ് അവർക്കെതിരെ ഉഹുദിൽ നടന്ന മറ്റൊരു യുദ്ധത്തിൽ നബിയുടെ ജീവൻ നഷ്ടപ്പെടേണ്ടതായിരുന്നു. എന്നാൽ ദൈവാധീനത്താൽ അതിൽനിന്ന് രക്ഷപ്പെട്ടു. ക്രി. 627-ൽ മക്കക്കാർ നടത്തിയ മദീന ഉപരോധം മുസ്‌ലിംകൾ ചെറുത്തു തോൽപിച്ചു. ക്രി. 629-ഓടെ മുഹമ്മദ് നബി മക്കയുടെ നിയന്ത്രണം ഏറ്റെടുത്തു. മക്ക മുഹമ്മദ് നബിയെ നേതാവായും ദൈവദൂതനായും അംഗീകരിച്ചു. അടുത്ത രണ്ടു വർഷങ്ങൾക്കുള്ളിൽ നബി തന്റെ ആധിപത്യം അറേബ്യ മുഴുവൻ വ്യാപിപ്പിച്ചു. ക്രി. 632 മാർച്ചിൽ നബി മക്കയിലേക്ക് തന്റെ വിടപറയൽ തീർഥാടനം നടത്തി. തീർഥാടന ചടങ്ങുകൾക്കായി പിൽക്കാലത്ത് നിർണയിച്ച അറഫ മലയിൽവെച്ച് നബി തന്റെ വിടപറയൽ പ്രഭാഷണം ചെയ്തു.

ഹജ്ജ് കഴിഞ്ഞ് അധികം വൈകിയില്ല, നബി രോഗബാധിതനായി. അതേവർഷം ജൂൺ 8-ന് തന്റെ ആദ്യ അനുയായികളിൽ പെട്ട അബൂബക്റിന്റെ മകളും തന്റെ സഹധർമിണിയുമായ ആഇശയുടെ വീട്ടിൽവെച്ച് മരണപ്പെട്ടു. മദീനയിലെ അദ്ദേഹത്തിന്റെ ഖബറിടം ഇസ്‌ലാമിൽ ഏറെ ആദരിക്കപ്പെടുന്ന ഇടമാണ്. നബിയുടെ പിൻഗാമിയും ആദ്യ ഖലീഫയുമായി അബൂബക്ർ തെരഞ്ഞെടുക്കപ്പെട്ടു. ശേഷം ഉമർ, ഉസ്മാൻ, അലി എന്നിവരും ഖലീഫമാരായി.

* * *

ഇസ്‌ലാമിന്റെ ആവിർഭാവത്തെക്കുറിച്ച ആദ്യത്തെ രേഖീയമായ സ്രോതസ്സ് ഖുർആനാണ്. ഉസ്മാന്റെ ഖിലാഫത്തിന്റെ കാലത്താണ് (ക്രി. 644-656) അതിന് നിയതമായ രൂപം വരുന്നത്. ചരിത്ര സന്ദർഭങ്ങളായ ബദ്ർ, ഉഹുദ്, ഹുനൈൻ യുദ്ധങ്ങളെക്കുറിച്ച് ഖുർആനിൽ പരാമർശമുണ്ട്. എന്നാൽ പോലും നബിയുടെ ജീവചരിത്രം ഖുർആനിൽ വരുന്നില്ല.

നബിയുടെ ആദ്യത്തെ രേഖീയ ജീവചരിത്രങ്ങൾ പിന്നെയും നൂറു വർഷങ്ങൾ കഴിഞ്ഞാണ് വരുന്നത്. അതിൽ ഏറ്റവും ശ്രദ്ധേയം മുഹമ്മദുബ്നു ഇസ്ഹാഖ് (മരണം ക്രി. 767) എഴുതിയ ജീവചരിത്രമാണ്. അതുപോലെ ശ്രദ്ധേയനായ ചരിത്രകാരനാണ് മുഹമ്മദ് ബ്നു വാഖിദി. അദ്ദേഹത്തിന്റെ കിത്താബുൽ മഗാസി (പോരാട്ട ചരിത്രം) നബി പങ്കെടുത്ത 28 സൈനികനീക്കങ്ങളെക്കുറിച്ചും അദ്ദേഹത്തിന്റെ അവസാന പതിറ്റാണ്ടിൽ നടന്ന എഴുപതിലധികം യുദ്ധങ്ങളെക്കുറിച്ചും വിവരിക്കുന്നു.

അനിതര സാധാരണമായ ഓർമശക്തിയുള്ളവരായിരുന്നു അറബികൾ. എങ്കിലും വാമൊഴിയായി തലമുറകളിലൂടെ കൈമാറിവന്ന കഥകൾ കാലാന്തരത്തിൽ മാറ്റത്തിരുത്തലുകൾക്കും ഭാവനാവിലാസങ്ങൾക്കും വിധേയമാകാൻ സാധ്യതകളുണ്ട്. പിൽക്കാലത്ത് കഴിവും സാങ്കൽപിക മികവുമുള്ള കഥാകാരന്മാർ വിട്ടുപോയ കാര്യങ്ങൾ കൂട്ടിച്ചേർക്കുന്നതിനായി വിശദാംശങ്ങളിൽ കൊഴുപ്പുകൂട്ടാൻ ശ്രമിച്ചുകൂടായ്കയില്ല. അതുകൊണ്ട് മുൻകരുതലുകൾ നല്ലതാണ്. പിൽക്കാലത്ത് ചരിത്രകാരന്മാർ അവരുടെ അറിവുകളും അനുഭവങ്ങളും ഉള്ളറിവും ഇക്കാര്യത്തിൽ ഉപയോഗിച്ചിട്ടുമുണ്ട്.

ഹദീസിന്റെ[1] മേഖലയിലേക്ക് വരുമ്പോൾ ഗുണമേന്മയനുസരിച്ച് അവയെ തരംതിരിക്കാനുള്ള കർക്കശമായ ശ്രമങ്ങൾ ഉണ്ടായതായി കാണാം. വിശ്വസനീയത, ആധികാരികത, സത്യസന്ധത തുടങ്ങിയവയാണ് ഹദീസിന്റെ ഗുണമേൻമയെ നിർണയിക്കുന്ന മാനദണ്ഡങ്ങൾ. ഈ ശ്രമങ്ങൾ നടന്നത് ഉമറിന്റെ കാലത്താണ് (ക്രി. 717 മുതൽ 720 വരെ ഭരണം നടത്തിയ ഉമവി ഖലീഫ ഉമറുബ്നു അബ്ദിൽ അസീസ്). ഖുർആനോടൊപ്പം ഇസ്ലാമിക നിയമത്തിന്റെ ആധാരമായി മാറിയത് ഹദീസുകളാണ്. ഹദീസുകളുടെ നിവേദനപരമ്പര സ്ഥാപിക്കുമ്പോൾ സ്വന്തം വംശാവലി ഓർത്തെടുക്കാനും പ്രയോഗിക്കാനുമുള്ള അറബികളുടെ വൈദഗ്ധ്യം ഏറെ ഉപകാരപ്പെട്ടിട്ടുണ്ട്. എന്നാൽ, നബി പറഞ്ഞതായി ഉദ്ധരിക്കപ്പെടുന്ന ആറരലക്ഷം ഹദീസുകൾ ഈ പ്രാമാണികസ്രോതസ്സിന് വെളിയിലാണ്. സ്വീകാര്യമായ ഒരു ഹദീസിന് രണ്ട് ഭാഗങ്ങളുണ്ടാകും പ്രധാന പാഠഭാഗം (Text/മത്ൻ), അത് നിവേദനം ചെയ്ത നിവേദകരുടെ അല്ലെങ്കിൽ വംശാവലിയുടെ പരമ്പര (റാവി/Reporters). ആദ്യത്തെ നിവേദക പരമ്പര നബിയുടെ സന്തത സഹചാരികളാണ് (Companions/സ്വഹാബഃ) അതായത്, വിവിധ സന്ദർഭങ്ങളിൽ ഇസ്ലാം സ്വീകരിച്ച നബിയുടെ കൂട്ടുകാർ. നബിയുടെ കാലത്ത് ജീവിച്ചിരിക്കുകയും നബിയുമായി കുറച്ചുകാലമെങ്കിലും ബന്ധം സ്ഥാപിക്കുകയും ചെയ്ത നബിയുടെ തലമുറയിൽപെട്ട വരെയാണ് 'സ്വഹാബ' ആയി പണ്ഡിതന്മാർ കണക്കാക്കുന്നത്. ഹദീസുകളുടെ ഏറ്റവും പ്രശസ്തമായ സമാഹാരങ്ങളാണ് ബുഖാരി (ക്രി. 810 – 70)യുടെതും മുസ്ലിം ബ്നു ഹജ്ജാജി (ക്രി. 817–75) ന്റെയും. ഒരു നബിവചനം ഈ രണ്ട് സ്രോതസ്സുകളിലും വന്നാൽ, അതിന്റെ വംശാവലി ശക്തമായിരിക്കും.[2]

കുറിപ്പുകൾ

1. ഹദീസ്: നബിചര്യയെക്കുറിച്ചുള്ള സംഭവവിവരണങ്ങൾ നബി ചെയ്തതോ പറഞ്ഞതോ ആയ വിവരണങ്ങളുടെ രേഖ.
2. അത്തരം ഹദീസുകൾ 'മുത്തഫഖുൻ അലൈഹി' (ഇരുവരും യോജിച്ചത്) എന്ന് പറയപ്പെടുന്നു.

www.ingramcontent.com/pod-product-compliance
Lightning Source LLC
LaVergne TN
LVHW090408051026
849518LV00006B/2277
* 9 7 8 8 1 9 4 2 6 2 0 5 3 *